வரலாறு

தமிழகம்

சங்ககாலத் தமிழகம்

1. **தமிழகத்தில் புதிய கற்கால மனிதர்கள் வாழ்ந்ததற்கான ஆதாரங்கள் கீழ்க்கண்ட எந்த இடத்தில் கிடைத்துள்ளது?**
   அ) காஞ்சிபுரம் ஆ) பல்லாவரம்
   இ) மகரபலிபுரம் ஈ) புதுச்சேரி

2. **பண்டைத் தமிழர்கள் பின்வரும் எந்த நாட்டுடன் வாணிபத் தொடர்பு கொண்டிருக்கவில்லை?**
   அ) கிரேக்கம் ஆ) ரோம்
   இ) எகிப்து ஈ) ஜப்பான்

3. **முதல் தமிழ்ச்சங்கம் பின்வரும் எந்த நகரில் செயல்பட்டு வந்தது?**
   அ) தென்மதுரை
   ஆ) வடமதுரை
   இ) பஃறுளியாற்றங்கரை
   ஈ) குமரி

4. **தமிழின் முதல் இலக்கண நூல் யாது?**
   அ) தொல்காப்பியம்
   ஆ) நன்னூல்
   இ) அகத்தியம்
   ஈ) தெளிவான சான்று இல்லை

5. **சேரர்களின் தலைசிறந்த துறைமுக நகரங்கள் யாவை?**
   அ) பூம்புகார்
   ஆ) தொண்டி
   இ) முசிறி
   ஈ) (ஆ) மற்றும் (இ)

6. **சங்ககால சோழர்களில் தலைசிறந்த சோழ மன்னன் யார்?**
   அ) கரிகாலன்
   ஆ) இராஜராஜ சோழன்
   இ) இராஜேந்திர சோழன்
   ஈ) ஆரியப்படை கடந்த நெடுஞ்செழியன்

7. **சங்ககால சோழர்களின் தலைநகரம் எது?**
   அ) தஞ்சாவூர்
   ஆ) கங்கைகொண்ட சோழபுரம்
   இ) உறையூர்
   ஈ) பூம்புகார்

8. **கோவலன் வழக்கில் தவறாகத் தீர்ப்பு கூறி, பின் தன் தவறையுணர்ந்து உயிர் துறந்த பாண்டிய மன்னன் யார்?**
   அ) நெடுஞ்செழியன்
   ஆ) மாறவர்மன் அவனிசூளாமணி
   இ) சுந்தரபாண்டியன்
   ஈ) கடுங்கோன்

9. **கடையெழு வள்ளல்களில், தான் பூண்டிருந்த ஆரத்தினையும் கடகத்தினையும் புலவர் வன்பரணருக்கு கொடுத்துவிட்டு தன் பெயர் கூறாமல் சென்றவர் யார்?**
   அ) பாரி ஆ) நள்ளி
   இ) ஓரி ஈ) காரி

10. **குறுநில மன்னர்களான கடையெழு வள்ளல்கள் எவ்வாறு அழைக்கப்பட்டனர்?**
   அ) கைக்கோளர் ஆ) வேளிர்கள்
   இ) வாணர்கள் ஈ) அரையர்கள்

1. ஆ 2. ஈ 3. அ 4. இ 5. ஆ 6. அ 7. இ 8. அ 9. ஆ 10. ஆ

11. களப்பிரர்கள் தமிழகத்தை ஆட்சி செய்த காலத்தில் வஜ்ஜிரநந்தி எனும் சமணத்துறவியினால் ஏற்படுத்தப்பட்ட சங்கம் எது?

   அ) இரண்டாம் தமிழ்ச்சங்கம்
   ஆ) முதலாம் சமண சங்கம்
   இ) பிராகிருத சங்கம்
   ஈ) திரமிள சங்கம்

12. புத்த தர்மர், புத்தகோஷர், போதிதர்மர் போன்றோர் கீழ்க்கண்ட யாருடைய ஆட்சிக் காலத்தில் வாழ்ந்தனர்?

   அ) பல்லவர்கள்   ஆ) பாண்டியர்கள்
   இ) சோழர்கள்   ஈ) களப்பிரர்கள்

13. சங்ககாலத்தில் வயலும் வயல் சார்ந்த இடங்களும் எவ்வாறு அழைக்கப்பட்டன?

   அ) மருதம்   ஆ) முல்லை
   இ) குறிஞ்சி ஈ) நெய்தல்

14. சங்ககாலத்தில் பாலைநிலத்தில் வாழ்ந்த மக்களின் தெய்வம் எது?

   அ) அம்மன்   ஆ) கொற்றவை
   இ) துர்க்கை ஈ) வருணன்

15. சங்ககாலத் தமிழ் மக்கள் கொண்டாடிய விழா எது?

   அ) சதய விழா
   ஆ) தீபாவளி
   இ) தைப்பொங்கல்
   ஈ) இந்திரவிழா

❀ பல்லவர்கள் ❀

1. சாதவாகனர்களை வீழ்த்திப் பல்லவப் பேரரசிற்கு அடிக்கல் நாட்டிய மன்னன் யார்?

   அ) மகேந்திரவர்மன்
   ஆ) சிவஸ்கந்தவர்மன்
   இ) மாறவர்மன்
   ஈ) சிம்ம விஷ்ணு

2. அவனிசிம்மன் என்ற பட்டப் பெயரையுடைய பல்லவ மன்னன் யார்?

   அ) மாறவர்மன்
   ஆ) சிவஸ்கந்தவர்மன்
   இ) மகேந்திரவர்மன்
   ஈ) சிம்மவிஷ்ணு

3. பல்லவ மன்னன் முதலாம் மகேந்திரவர்மன் பின்வரும் எந்த மன்னனிடம் தோல்வியடைந்தான்?

   அ) இரண்டாம் புலிகேசி
   ஆ) இரண்டாம் கோவிந்தர்
   இ) ஹர்ஷர்
   ஈ) முதலாம் புலிகேசி

4. பின் வரும் எந்த பல்லவ அரசனின் ஆட்சிக்காலத்தில் சீனப்பயணியான யுவான்சுவாங் தமிழகம் வந்தார்?

   அ) முதலாம் மகேந்திரவர்மன்
   ஆ) இரண்டாம் மகேந்திரவர்மன்
   இ) முதலாம் நரசிம்மவர்மன்
   ஈ) இரண்டாம் நரசிம்மவர்மன்

5. மாமல்லபுரத்தின் 'கடற்கரைக் கோயில்', 'காஞ்சிகைலாசநாதர் கோயில்' போன்றவற்றை கட்டிய மன்னன் யார்?

   அ) மகேந்திரவர்மன்
   ஆ) இரண்டாம் நரசிம்மவர்மன்
   இ) முதலாம் நரசிம்மவர்மன்
   ஈ) நந்திவர்மன்

6. திருமங்கையாழ்வாரின் சமகாலத்தைச் சார்ந்த பல்லவ மன்னன் யார்?

   அ) முதலாம் நரசிம்மவர்மன்
   ஆ) முதலாம் மகேந்திரவர்மன்
   இ) இரண்டாம் நந்திவர்மன்
   ஈ) தந்திவர்மன்

---

11. ஈ 12. ஈ 13. அ 14. ஆ 15. ஈ ✽ 1. ஆ 2. ஈ 3. அ 4. இ 5. ஆ 6. இ

7. பின்வரும் எந்த பல்லவ மன்னனின் ஆட்சிக்காலத்தோடு நேரடி பல்லவர் மரபு முடிவுக்கு வந்தது?
அ) சிம்ம விஷ்ணு
ஆ) முதலாம் நந்திவர்மன்
இ) இரண்டாம் பரமேஸ்வரவர்மன்
ஈ) அபராஜிதன்

8. வரகுண பாண்டியனிடம் தோல்வியடைந்த பல்லவ மன்னன் யார்?
அ) நந்திவர்மன்
ஆ) முதலாம் நந்திவர்மன்
இ) இரண்டாம் மகேந்திரவர்மன்
ஈ) இரண்டாம் நந்திவர்மன்

9. 'நந்திகலம்பகம்' எனும் நூல் பின்வரும் எந்த பல்லவமன்னனைப் பாட்டுடைத் தலைவனாகக் கொண்டது?
அ) முதலாம் நந்திவர்மன்
ஆ) இரண்டாம் நந்திவர்மன்
இ) மூன்றாம் நந்திவர்மன்
ஈ) நான்காம் நந்திவர்மன்

10. பின்வரும் எந்த மன்னனோடு பல்லவப் பேரரசு முடிவுக்கு வந்தது?
அ) அபராஜிதன்
ஆ) இரண்டாம் பரமேஸ்வர வர்மன்
இ) இரண்டாம் நரசிம்மவர்மன்
ஈ) மூன்றாம் மகேந்திரவர்மன்

11. பல்லவப் பேரரசின், மிகப் பெரிய ஆட்சிப்பிரிவு எது?
அ) விஷயம் ஆ) மண்டலம்
இ) மாகாணம் ஈ) ஊர்

12. பல்லவர்களால் பிராமணர்களுக்கு தானமாக வழங்கப்பட்ட நிலங்கள் பின்வரும் எவ்வாறு அழைக்கப்பட்டன?
அ) மங்கலம்
ஆ) சதுர்வேதி மங்கலம்
இ) மணிமங்கலம்
ஈ) பிரம்மதேயங்கள்

13. பல்லவர்களின் ஆட்சிக் காலத்தில் அயல்நாட்டு வணிகர்கள் எவ்வாறு அழைக்கப்பட்டனர்?
அ) நானாதேசிகர்கள்
ஆ) கடலோடிகள்
இ) வணிகர்கள்
ஈ) திரைகடலோடிகள்

14. பல்லவர்களின் கட்டடக்கலையில் மிக முக்கிய இடம் பிடித்திருந்தது எது?
அ) சுண்ணாம்பு சுதை
ஆ) செங்கல்
இ) மரம்
ஈ) பாறைகள்

15. 'மத்தவிலாசபிரகாசனம்' எனும் நகைச்சுவை நாடகத்தை வடமொழியில் இயற்றிய பல்லவ மன்னன் யார்?
அ) முதலாம் நரசிம்மவர்மன்
ஆ) நந்திவர்மன்
இ) முதலாம் மகேந்திரவர்மன்
ஈ) இரண்டாம் மகேந்திரவர்மன்

பாண்டியர்கள்

1. களப்பிரர்களை வென்று மீண்டும் பாண்டியப் பேரரசை நிறுவிய மன்னன் யார்?
அ) அரிமர்த்தன பாண்டியன்
ஆ) ஆரியப்படை கடந்த நெடுஞ்செழியன்
இ) கடுங்கோன்
ஈ) வரகுண பாண்டியன்

7. இ 8. அ 9. இ 10. அ 11. ஆ 12. ஈ 13. அ 14. ஈ 15. இ
ஐ 1. இ

சுராவின் ✺ பொது அறிவு வினா - விடை

2. 'சடையவர்மன்' என்றழைக்கப்பட்ட பாண்டிய மன்னன் யார்?
அ) மாறவர்மன் அவனி சூளாமணி
ஆ) கடுங்கோன்
இ) ஆரியப்படை கடந்த நெடுஞ்செழியன்
ஈ) சுந்தரபாண்டியன்

3. திருஞான சமபந்தரால் சமண சமயத்திலிருந்து சைவ சமயத்திற்கு மாற்றப்பட்ட பாண்டிய அரசன் யார்?
அ) மாறவர்மன் பரகேசரி
ஆ) மாறவர்மன் அரிகேசரி (கூன்பாண்டியன்)
இ) மாறவர்மன் அவனி சூளாமணி
ஈ) வீரபாண்டியன்

4. மங்களூரில் மராட்டியரை வென்ற பாண்டிய மன்னன் யார்?
அ) ஆரியப்படை கடந்த நெடுஞ்செழியன்
ஆ) மாறவர்மன் அரிகேசரி
இ) இரணதீரன்
ஈ) கோச்சடையன் இரணதீரன்

5. பல்லவ மன்னன் நந்திவர்மனையும் சாளுக்கிய மன்னன் கீர்த்திவர்மனையும் வென்ற பாண்டிய மன்னன் யார்?
அ) சடையவர்மன்
ஆ) முதலாம் இராஜசிம்மன்
இ) சுந்தரபாண்டியன்
ஈ) மாறவர்மன் அவனி சூளாமணி

6. தற்போது இலண்டன் மியூசியத்தில் வைக்கப்பட்டுள்ள வேள்விக்குடிச் செப்பேடுகள் பின்வரும் எந்த மன்னன் காலத்தில் எழுதப்பட்டன?
அ) நெடுஞ்சடையன் பராந்தகன்
ஆ) இரண்டாம் இராஜசிம்மன்
இ) வரகுண பாண்டியன்
ஈ) மாறவர்மன் அவனிசூளாமணி

7. முதலாம் (இடைக்கால) பாண்டியப் பேரரசு எந்த மன்னனின் ஆட்சிக் காலத்தோடு முடிவுற்றது?
அ) கடுங்கோன்
ஆ) வீரபாண்டியன்
இ) விக்கிரமபாண்டியன்
ஈ) ஜடாவர்மன் சுந்தரபாண்டியன்

8. மூன்றாம் குலோத்துங்க சோழனை வீழ்த்தி பிற்கால பாண்டிய மரபைத் தோற்றுவித்தவர் யார்?
அ) கடுங்கோன்
ஆ) விக்கிரம பாண்டியன்
இ) ஜடாவர்மன் சுந்தரபாண்டியன்
ஈ) அதிவீரராம பாண்டியன்

9. சோணாடு கொண்டருளிய சுந்தரபாண்டியன் எனும் சிறப்புப்பட்டம் பெற்ற பாண்டிய மன்னன் யார்?
அ) அதிவீரராம பாண்டியன்
ஆ) குலசேகரபாண்டியன்
இ) இரண்டாம் குலேசேகரபாண்டியன்
ஈ) முதலாம் மாறவர்மன் சுந்தரபாண்டியன்

10. பிற்காலப் பாண்டிய அரசை பேரரசாக மாற்றிய மன்னன் யார்?
அ) முதலாம் இராஜசிம்மன்
ஆ) முதலாம் ஜடாவர்மன் சுந்தரபாண்டியன்
இ) இரண்டாம் ஜடாவர்மன் சுந்தரபாண்டியன்
ஈ) ஆரியப்படை கடந்த நெடுஞ்செழியன்

11. வெனீஸின் 'மார்க்கோ போலோ' மற்றும் அரபு நாட்டின் 'வாசஃப்' ஆகியோர் தமிழகம் வந்தபோது தமிழகத்தை ஆட்சிபுரிந்த பாண்டிய மன்னன் யார்?

2. அ 3. ஆ 4. ஈ 5. ஆ 6. அ 7. ஆ 8. ஆ 9. ஈ 10. ஆ

சுராவின்

பொது அறிவு வினா-விடை

(கொள்குறி வகை)

வரலாறு
- தமிழகம் ■ இந்தியா

புவியியல்
- அண்டம் ■ புவி ■ இந்தியா
- தமிழகம்

பொருளாதாரம்

அறிவியல்
- இயற்பியல் ■ வேதியியல்
- தாவரவியல் ■ விலங்கியல்

இந்திய அரசியலமைப்பு

விருதுகள்
- மாநிலம் ■ தேசம் ■ சர்வதேசம்

சிறப்புப் பெயர்கள்
- உலகம் ■ இந்தியா ■ தமிழகம்
- தலைவர்கள்

முதன்மைகள்
- உலகம் ■ இந்தியா

பன்னாட்டு முகமைகள்

விளையாட்டு

பல்வகை
- மக்கள்தொகைக் கணக்கெடுப்பு – 2011
- தேசிய மற்றும் மாநிலச் சின்னங்கள்
- புகழ்பெற்ற முழக்கங்கள்
- அறிவியல் பிரிவுகள்
- தமிழ் இலக்கியங்கள்

ஆக்கியோன் :

வீ.வீ.கே. சுப்புராசு

சுரா பதிப்பகம்

சுரா பதிப்பகம்

(An imprint of Sura College of Competition)

சென்னை

பொது அறிவு வினா-விடை (கொள்குறி வகை)
வீ.வீ.கே. சுப்புராசு

© வெளியீட்டாளர்கள்

இந்தப் பதிப்பு : மார்ச், 2025
அளவு : 1/8 டெமி
பக்கங்கள் : 160

ISBN : 81-7254-089-2
குறியீடு : D 6

(வெளியீட்டாளர்களின் எழுத்து மூலமான அனுமதி இன்றி இப்புத்தகத்தை மறுபதிப்புச் செய்யவோ, வேறு மொழிகளில் மொழிபெயர்க்கவோ, அச்சடிக்கவோ, போட்டோகாபி செய்யவோ கூடாது)

சுரா பதிப்பகம்
(An imprint of Sura College of Competition)

தலைமை அலுவலகம்: 1620, 'ஜே' பிளாக், 16-ஆவது பிரதான சாலை,
அண்ணா நகர், சென்னை-600 040.
☎ 91-44-48629977, 42043273

சங்கர் பிரிண்டர்ஸ், சென்னை-600 042-இல் அச்சடிக்கப்பட்டு,
சுரா பதிப்பகம் (An imprint of Sura College of Competition)
1620, 'ஜே' பிளாக், 16-வது பிரதான சாலை, அண்ணா நகர், சென்னை - 600 040 இல்
திரு. வீ.வீ.கே. சுப்புராசு அவர்களால் வெளியிடப்பட்டது.
தொலைபேசி எண்: 91-44-4862 9977
e-mail: enquiry@surabooks.com   suracollege@gmail.com   website: www.surabooks.com

பொருளடக்கம்

பக்கம்

வரலாறு .... 1 – 24
தமிழகம்
- சங்ககாலத் தமிழகம் 1
- பல்லவர்கள் 2
- பாண்டியர்கள் 3
- சோழர்கள் 5
- பிற்காலத் தமிழகம் 6
- ஐரோப்பியர் காலத் தமிழகம் 8
- தமிழக சுதந்திரப் போராட்ட வீரர்கள் 9
- இந்தியா 10
- இந்திய அச்சுக்கலையின் வரலாறு 23

புவியியல் .... 25 – 34
- அண்டம் 25
- புவி 26
- இந்தியா 31
- தமிழகம் 33

பொருளாதாரம் .... 35 – 41

அறிவியல் .... 42 – 94
- இயற்பியல் 42
- வேதியியல் 59
- தாவரவியல் 75
- விலங்கியல் 87

இந்திய அரசியலமைப்பு .... 95 – 108

விருதுகள் .... 109 – 119
- மாநிலம் 109
- தேசம் 112
- சர்வதேசம் 117

சிறப்புப் பெயர்கள் .... 120 – 127
- உலகம் 120
- இந்தியா 121
- தமிழகம் 124
- தலைவர்கள் 126

முதன்மைகள் .... 128 – 131
- உலகம் 128
- இந்தியா 130

பன்னாட்டு முகமைகள் .... 132 – 135

விளையாட்டு .... 136 – 137

பல்வகை .... 138 – 156
- மக்கள்தொகைக் கணக்கெடுப்பு – 2011 138
- தேசிய மற்றும் மாநிலச் சின்னங்கள் 140
- புகழ்பெற்ற முழக்கங்கள் 142
- அறிவியல் பிரிவுகள் 143
- தமிழ் இலக்கியங்கள் 145

அ) பராங்குசன்
ஆ) சுந்தரபாண்டியன்
இ) முதலாம் மாறவர்மன் குலசேகரன்
ஈ) இரண்டாம் மாறவர்மன் குலசேகரன்

12. **'நைடதம்' எனும் நூலை இயற்றிய பாண்டிய மன்னன் யார்?**
அ) அதிவீரராம பாண்டியன்
ஆ) சுந்தரபாண்டியன்
இ) மாறவர்மன் அவனி சூளாமணி
ஈ) மாறவர்மன் அரிகேசரி

13. **பாண்டிய நாட்டில் வேளாண்மைக்கு அடுத்து முக்கியத்துவம் வாய்ந்த தொழில் யாது?**
அ) வேளாண்மை
ஆ) முத்துகுளித்தல்
இ) வணிகம்
ஈ) போர்

14. **பாண்டியர்களின் ஆட்சியில் 'அரையர்கள்' என்றழைக்கப்பட்டவர்கள் யார்?**
அ) ஊராட்சிமன்றத் தலைவர்கள்
ஆ) குறுநிலமன்னர்கள்
இ) சிற்றரசர்கள்
ஈ) அமைச்சர்கள்

15. **பாண்டிய அரசு நிர்வாகத்தின் சிறிய நிர்வாகப் பிரிவு எது?**
அ) ஊர் ஆ) குடி
இ) நகரம் ஈ) ஜனா

சோழர்கள்

1. **பிற்காலச் சோழ மரபை உருவாக்கிய விஜயலாயசோழன் கீழ்க்கண்ட எந்த மரபினரை வென்று தஞ்சையைக் கைப்பற்றினார்?**
அ) முத்தரையர்
ஆ) பல்லவர்
இ) பாண்டியர்
ஈ) இராட்டிரகூடர்

2. **'மதுரையும் ஈழமும் கொண்ட சோழன்' என்றழைக்கப்பட்ட சோழ மன்னன் யார்?**
அ) சுந்தரசோழன்
ஆ) ஆதித்த கரிகாலன்
இ) முதலாம் பராந்தகச்சோழன்
ஈ) விஜயலாயன்

3. **காஞ்சிபுரத்தில் பொன்மாளிகையொன்றைக் கட்டிய சோழமன்னன் யார்?**
அ) சுந்தரசோழன்
ஆ) ஆதித்த கரிகாலன்
இ) இராஜராஜசோழன்
ஈ) இரண்டாம் பராந்தகன்

4. **சோழப் பேரரசின் புகழ்பெற்ற அரசனான இராஜராஜனின் உண்மையான பெயர் என்ன?**
அ) அருண்மொழித் தேவன்
ஆ) ராஜன்
இ) அருண்மொழி வர்மன்
ஈ) அருணராஜன்

5. **கடாரம் கொண்டான், வங்கம் கொண்டான் என்றெல்லாம் அழைக்கப்பட்ட சோழமன்னன் யார்?**
அ) இராஜராஜ சோழன்
ஆ) சுந்தர சோழன்
இ) முதலாம் இராஜேந்திர சோழன்
ஈ) ஆதித்த கரிகாலன்

6. **நேரடி சோழப்பேரரசின் கடைசி மன்னன் யார்?**
அ) இரண்டாம் இராஜராஜ சோழன்
ஆ) அதி இராஜேந்திரன்
இ) இரண்டாம் இராஜேந்திர சோழன்
ஈ) முதலாம் இராஜேந்திர சோழன்

11. இ 12. அ 13. ஆ 14. ஈ 15. அ ஐ 1. அ 2. இ 3. ஈ 4. அ
5. இ 6. ஆ

7. முதலாம் குலோத்துங்க சோழன் பின்வரும் எந்த அரச மரபைச் சார்ந்தவன்?
அ) வெங்கி சாளுக்கிய மரபு
ஆ) மேலைச் சாளுக்கிய மரபு
இ) பல்லவ மரபு
ஈ) இராட்டிர கூட மரபு

8. கலிங்கத்துப்பரணி பின்வரும் எவரின் வெற்றியைக் குறிப்பிடுகிறது?
அ) முதலாம் குலோத்துங்க சோழன்
ஆ) இரண்டாம் இராஜேந்திர சோழன்
இ) இரண்டாம் குலோத்துங்கன்
ஈ) முதலாம் குலோத்துங்கன்

9. சிதம்பரம் கோயிலிலிருந்த பொருமாளின் திருவிக்ரகத்தை கடலில் வீச ஆணையிட்ட சோழ மன்னன் யார்?
அ) சுந்தரசோழன்
ஆ) இரண்டாம் இராஜேந்திர சோழன்
இ) இரண்டாம் குலோத்துங்கன்
ஈ) மூன்றாம் குலோத்துங்கன்

10. மதுரையைக் கைப்பற்றி சோழ பாண்டியன் எனும் சிறப்புப் பட்டத்தை பெற்ற சோழ மன்னன் யார்?
அ) முதலாம் குலோத்துங்கன்
ஆ) மூன்றாம் குலோத்துங்கன்
இ) இரண்டாம் குலோத்துங்கன்
ஈ) இராஜேந்திர சோழன்

11. பிற்காலச் சோழர்களின் கடைசி மன்னன் யார்?
அ) நான்காம் குலோத்துங்கன்
ஆ) நான்காம் இராஜேந்திரன்
இ) இரண்டாம் இராஜேந்திரன்
ஈ) மூன்றாம் பராந்தகசோழன்

12. சோழர்களின் சிறப்பு மிக்க தனித்துவமான, வலிமையான படை எது?
அ) விற்படை ஆ) காலாட்படை
இ) கப்பல்படை ஈ) தேர்படை

13. சோழர்களின் ஆட்சியில் மிகப்பெரிய மற்றும் சிறிய நிர்வாகப் பிரிவுகள் யாவை?
அ) மாகாணங்கள், கிராமம்
ஆ) மண்டலங்கள், கிராமம்
இ) நகரம், கிராமம்
ஈ) மாகாணங்கள், மண்டலங்கள்

14. சோழர்களின் ஆட்சியில் குடவோலை முறை மூலம் தேர்ந்தெடுக்கப்பட்டவர் யார்?
அ) அரசர்
ஆ) மாகாண தலைவர்
இ) கிராம தலைவர்
ஈ) கிராமசபை உறுப்பினர்

15. தென்னிந்தியாவிலேயே முதன் முதலாக சூரியனுக்காக கோயில் கட்டிய சோழ மன்னன் யார்?
அ) இராஜேந்திர சோழன்
ஆ) முதலாம் குலோத்துங்கன்
இ) இராஜராஜசோழன்
ஈ) இரண்டாம் இராஜேந்திரன்

பிற்காலத் தமிழகம்

1. முதன் முதலில் தமிழகம் மீது படையெடுத்து வந்த இசுலாமிய மன்னரின் பிரதிநிதி யார்?
அ) முகமது கோரி
ஆ) முகமது கஜினி
இ) முகமது பின் துக்ளக்
ஈ) மாலிக்கபூர்

2. மதுரை சுல்தானியத்திற்கு முடிவு கட்டிய விஜயநகரப் பேரரசின் படைத் தளபதி யார்?
அ) இராமராயர்
ஆ) குமாரகம்பணன்
இ) விட்டலராயர்
ஈ) அச்சுதநாயக்கன்

7. அ 8. அ 9. இ 10. ஆ 11. ஆ 12. இ 13. அ 14. ஈ 15. ஆ ஜ
1. ஈ 2. ஆ

3. தமிழகத்தின் பல்வேறு பகுதிகளை ஆண்ட நாயக்கர்கள் பின்வரும் எந்த பேரரசின் பிரதிநிதிகள்?
   அ) சோழப்பேரரசு
   ஆ) விஜயநகரப்பேரரசு
   இ) பாண்டியப் பேரரசு
   ஈ) பல்லவப் பேரரசு

4. பாளையக்காரர்கள் முறையை அறிமுகப்படுத்திய நாயக்க மன்னன் யார்?
   அ) விஸ்வநாத நாயக்கர்
   ஆ) சின்னபொம்மு நாயக்கர்
   இ) திருமலை நாயக்கர்
   ஈ) சொக்கலிங்க நாயக்கர்

5. புகழ்பெற்ற மூக்கறுப்பு போரை நடத்திய நாயக்க மன்னன் யார்?
   அ) சின்னபொம்மு நாயக்கர்
   ஆ) செவப்ப நாயக்கர்
   இ) விஸ்வநாத நாயக்கர்
   ஈ) திருமலை நாயக்கர்

6. முகலாய மன்னன் ஔரங்கசீப்பிடமிருந்து மதுரையைக் காத்தவர் யார்?
   அ) இராஜாதேசிங்கு
   ஆ) இராணி மங்கம்மாள்
   இ) விஸ்வநாத நாயக்கர்
   ஈ) சொக்கலிங்க நாயக்கர்

7. தஞ்சை நாயக்கர் மரபின் முதல் நாயக்கர் யார்?
   அ) விஸ்வநாத நாயக்கர்
   ஆ) செவப்ப நாயக்கர்
   இ) திருமலை நாயக்கர்
   ஈ) பெரிய பொம்மு நாயக்கர்

8. வையப்ப நாயக்கர் என்பவர் பின்வரும் எந்தப் பகுதியின் நாயக்கர்?
   அ) செஞ்சி   ஆ) தஞ்சை
   இ) மதுரை   ஈ) வேலூர்

9. செஞ்சியின் இராஜா தேசிங்கு பின்வரும் எந்த மரபைச் சார்ந்தவர்?
   அ) பாளையக்கார மரபு
   ஆ) நாயக்க மரபு
   இ) இராஜபுத்திர மரபு
   ஈ) மராட்டிய மரபு

10. இராஜா தேசிங்குவை தோற்கடித்து அவரைப் படுகொலை செய்தவர் யார்?
    அ) நவாப் சலீமுல்லாகான்
    ஆ) சொக்கலிங்க நாயக்கர்
    இ) ஆற்காடு நவாப்சாதத்துல்லாகான்
    ஈ) திருமலை நாயக்கர்

11. வேலூர் நாயக்கர் ஆட்சியைத் தோற்றுவித்தவர் யார்?
    அ) சின்ன பொம்மு நாயக்கர்
    ஆ) பெரிய பொம்மு நாயக்கர்
    இ) வையப்ப நாயக்கர்
    ஈ) விஸ்வாத நாயக்கர்

12. தஞ்சையிலுள்ள சரஸ்வதி நூலகத்தை உருவாக்கியவர் யார்?
    அ) வெங்காஜி
    ஆ) திருமலை நாயக்கர்
    இ) இரண்டாம் சரபோஜி
    ஈ) முதலாம் சரபோஜி

13. சின்னம்மை நோய்க்கு எதிரான தடுப்பூசி முறை பின்வரும் யாருடைய ஆட்சிக் காலத்தில் அறிமுகப்படுத்தப்பட்டது?
    அ) தொண்டைமான்கள்
    ஆ) நாயக்கர்கள்
    இ) பாளையக்காரர்கள்
    ஈ) சுல்தான்கள்

14. சேதுபதிகளின் தலைநகரம் எது?
    அ) திருநெல்வேலி
    ஆ) மதுரை
    இ) புதுக்கோட்டை
    ஈ) இராமநாதபுரம்

---

3. ஆ   4. அ   5. ஈ   6. ஆ   7. ஆ   8. அ   9. இ   10. இ   11. அ   12. இ
13. அ   14. ஈ

15. **வீரபாண்டிய கட்டப்பொம்மனை சிறைபிடித்து ஆங்கிலேயரிடம் ஒப்படைத்தவர் யார்?**
அ) விஜயரகுநாத தொண்டைமான்
ஆ) பெரியமருது
இ) எட்டப்ப நாயக்கர்
ஈ) தீரன் சின்னமலை

ஐரோப்பியர் காலத் தமிழகம்

1. **தமிழகத்தில் வணிகம் செய்ய முதன்முதலில் அனுமதி பெற்ற ஐரோப்பியர் யார்?**
அ) டேனியர்
ஆ) போர்த்துகீசியர்
இ) டச்சுகாரர்
ஈ) பிரெஞ்சுக்காரர்

2. **போர்த்துகீசியர்களையடுத்து தமிழகம் வந்த டச்சுக்காரர்கள் பின்வரும் எந்த நாட்டைச் சார்ந்தவர்கள்?**
அ) துனீசியா ஆ) இங்கிலாந்து
இ) ஹாலந்து ஈ) டென்மார்க்

3. **பிரெஞ்சுக்காரர்களுக்கு பாண்டிச்சேரியை தானமாகக் கொடுத்தவர் யார்?**
அ) செவப்ப நாயக்கர்
ஆ) அச்சுதப்ப நாயக்கர்
இ) திருமலை நாயக்கர்
ஈ) ஷெர்கான் லோடி

4. **கி.பி. 1639-இல் சந்திரகிரி ஆளுநரிடமிருந்து 'சென்னப் பட்டினத்தை' விலைக்கு வாங்கி தற்காலச் சென்னைக்கு அடித்தளமிட்ட ஆங்கிலேயர் யார்?**
அ) சர் அயர்கூட்
ஆ) பிரான்ஸிஸ்டே
இ) இராபர்ட் கிளைவ்
ஈ) சர் தாமஸ் ரோ

5. **முதல் கர்நாடகப்போரில் அடையாறு அருகே பிரெஞ்சுக்காரர்களிடம் தோல்வியுற்ற படை எது?**
அ) சந்தாசாகிப்பின் படை
ஆ) ஆற்காடு நவாப் அன்வாருத்தீன் படை
இ) திப்புசுல்தானின் படை
ஈ) ஆங்கிலேயரின் படை

6. **முதலாம் மைசூர் போரில் ஆங்கிலேயரை வெற்றிகொண்டவர் யார்?**
அ) மைசூர் உடையார்
ஆ) சந்தாசாகிப்
இ) திப்புசுல்தான்
ஈ) ஹைதர் அலி

7. **திப்புசுல்தான் பின்வரும் எந்தப் போரில் மரணத்தை தழுவினார்?**
அ) நான்காம் மைசூர் போர்
ஆ) முதலாம் கர்நாடக போர்
இ) இரண்டாம் கர்நாடக போர்
ஈ) மூன்றாம் மைசூர் போர்

8. **பூலித்தேவனின் தலைநகரக் கோட்டை பின்வரும் எங்கு அமைந்திருந்தது?**
அ) திருநெல்வேலி
ஆ) நெற்கட்டும் செவல்
இ) பாளையங்கோட்டை
ஈ) வாசுதேவநல்லூர்

9. **வீரபாண்டிய கட்டபொம்மனை எதிர்த்து போரிட்ட ஆங்கிலத் தளபதி யார்?**
அ) சர் அயர் கூட்
ஆ) பானர்மேன்
இ) ஜாக்ஸன்
ஈ) இராபர்ட் கிளைவ்

10. **மருதுபாண்டியர்கள் பின்வரும் எப்பகுதியை ஆட்சிபுரிந்து வந்தனர்?**
அ) காளையார்கோவில்
ஆ) நெற்கட்டும் செவல்
இ) இராமநாதபுரம்
ஈ) புதுக்கோட்டை

11. **1806-இல் ஏற்பட்ட வேலூர் கலகத்தை அடக்கிய ஆங்கிலப் படைத்தளபதி யார்?**

15. அ ஐ 1. ஆ 2. இ 3. ஈ 4. ஆ 5. ஆ 6. ஈ 7. அ 8. ஈ 9. ஆ 10. அ

அ) சர் தாமஸ் ரோ
ஆ) சர் அயர் கூட்
இ) பானர்மேன்
ஈ) கர்னல் கில்லெஸ்பி

12. **சென்னை மாகாணத்தில் மக்களின் உரிமைகளை நிலைநாட்ட முதன் முதலில் ஏற்படுத்தப்பட்ட சென்னை சுதேசி சங்கத்தை தோற்றுவித்தவர் யார்?**
அ) தியாகராயச் செட்டி
ஆ) இலட்சுமி நரசுச்செட்டி, சீனிவாசப்பிள்ளை
இ) ஈ.வெ.ரா.
ஈ) தாளமுத்து நடராசன்

13. **சுதந்திரப் போராட்டத்தின் போது தமிழகத்தில் பெரும் பங்காற்றிய சென்னை மகாஜன சபையைத் தோற்றுவித்தவர் யார்?**
அ) சீனிவாசப்பிள்ளை
ஆ) இராமசாமி நாயக்கர்
இ) தியாகராயச் செட்டி
ஈ) எஸ். இராமசாமி முதலியார், பி. அனந்தராயலு

14. **தீரன் சின்னமலையின் கோட்டை அமைந்திருந்த இடம் எது?**
அ) திருப்பூர்
ஆ) கோயம்புத்தூர்
இ) ஓடாநிலை
ஈ) ஈரோடு

15. **வேலுநாச்சியார் பின்வரும் எந்த பிரதேசத்திற்காக ஆங்கிலேயருடன் போரிட்டார்?**
அ) சிவகங்கை சீமை
ஆ) இராமநாதபுரம்
இ) பாளையங்கோட்டை
ஈ) திருநெல்வேலி

தமிழக சுதந்திரப் போராட்ட வீரர்கள்

1. **வ.வே. சுப்பிரமணி ஐயர் சேரன்மாதேவியில் நிறுவிய ஆசிரமத்தின் பெயரென்ன?**
அ) பாரதி ஆஸ்ரமம்
ஆ) பரத்வாஜ ஆஸ்ரமம்
இ) சுதந்திர சமத்துவ ஆஸ்ரமம்
ஈ) வ.வே.சு. ஆஸ்ரமம்

2. **பின்வருபவர்களுள் திருநெல்வேலி கலெக்டர் ஆஷ் கொலை வழக்கில் கைது செய்யப்பட்டவர் யார்?**
அ) சுப்ரமணிய சிவா
ஆ) வ.வே.சு. அய்யர்
இ) நீலகண்ட பிரம்மச்சாரி
ஈ) வ.உ. சிதம்பரம் பிள்ளை

3. **தருமபுரி மாவட்டம் பாப்பாரப்பட்டியில் 'பாரதி ஆசிரமத்தை' நிறுவியவர் யார்?**
அ) நீலகண்ட பிரம்மச்சாரி
ஆ) சுப்ரமணிய சிவா
இ) வ.வே.சு. அய்யர்
ஈ) இராஜாஜி

4. **நேதாஜி உருவாக்கிய 'ஆசாத் இ-ஹிந்த்' எனும் நாடு கடந்த அரசில் அமைச்சராகவும் 'இந்திய தேசிய இராணுவத்தின்' (INA) பெண்கள் பிரிவு தலைவராகவும் பணியாற்றியவர் யார்?**
அ) ஜான்சி
ஆ) அம்புஜத்தம்மாள்
இ) வள்ளியம்மை
ஈ) இலட்சுமி

5. **சுதேசி நாவாய் சங்கத்தை அமைத்து கப்பலோட்டிய தமிழன் என்ற சிறப்புப் பெயர் பெற்றவர் யார்?**
அ) சுப்ரமணிய சிவா
ஆ) வ.உ. சிதம்பரம் பிள்ளை
இ) வ.வே.சு. அய்யர்
ஈ) பாரதியார்

6. **ஆங்கிலேயரின் குற்றப்பரம்பரைச் சட்டத்தை எதிர்த்துப் போராடியவர் யார்?**

11. ஈ 12. ஆ 13. ஈ 14. இ 15. அ ஃ 1. ஆ 2. இ 3. ஆ 4. ஈ 5. ஆ

அ) பசும்பொன் முத்துராமலிங்கத்தேவர்

ஆ) வ.உ. சிதம்பரம் பிள்ளை

இ) ரெட்டைமலை சீனிவாசன்

ஈ) ஈ.வெ.ரா.

7. **பொதுவுடைமைச் செம்மல் என்றழைக்கப்படும் சுதந்திரப் போராட்ட தலைவர் யார்?**

அ) சத்தியமூர்த்தி

ஆ) நம்பூதிரி பாட்

இ) நீலகண்ட பிரம்மச்சாரி

ஈ) ஜீவானந்தம்

8. **திருநெல்வேலி கலெக்டர் ஆஷ்துரையை வாஞ்சிநாதன் சுட்டுக்கொன்ற இடம் எது?**

அ) உதகமண்டலம் இரயில் நிலையம்

ஆ) மணியாச்சி இரயில் நிலையம்

இ) திருச்சி இரயில் நிலையம்

ஈ) சேரன்மாதேவி இரயில் நிலையம்

9. **தமிழகத்தில் சுதேசி கருத்தைப் பரப்பி வந்த சுதந்திரப் போராட்ட தலைவர் யார்?**

அ) இராஜாஜி ஆ) ஈ.வெ.ரா.

இ) வ.உ.சி. ஈ) பாரதிதாசன்

10. **சுதேசமித்ரன், இந்தியா போன்ற பத்திரிகைகளின் மூலம் மக்களிடையே விடுதலையுணர்வை வளர்த்தவர் யார்?**

அ) பாரதிதாசன்

ஆ) பாரதியார்

இ) நாமக்கல் கவிஞர்

ஈ) அரவிந்தர்

இந்தியா

1. **இந்தியாவில் பழைய கற்காலத்தைச் சார்ந்த ஓவியம் எங்கு அமைந்துள்ளது?**

அ) கர்னூல், ஆந்திரப்பிரதேசம்

ஆ) பிம்பேட்கா, மத்தியப் பிரதேசம்

இ) சித்தன்ன வாசல், தமிழகம்

ஈ) அஜந்தா

2. **இடைக்கற்கால காலத்தின் மற்றொரு பெயரென்ன?**

அ) மேக்ரோலித்திக் காலம்

ஆ) இரும்புக் காலம்

இ) செம்புக்காலம்

ஈ) மைக்ரோலித்திக் காலம்

3. **புதிய கற்காலத்தில் நிகழ்த்தப்பட்ட மாபெரும் சாதனை என்ன?**

அ) வேளாண்மை

ஆ) சக்கரம் கண்டுபிடிப்பு

இ) அரசாங்கங்கள் உருவாக்கம்

ஈ) நெருப்பு கண்டுபிடிப்பு

4. **ஹரப்பா நாகரிகம் எந்தக் காலத்தைச் சார்ந்தது?**

அ) செம்புக்காலம்

ஆ) இரும்புக்காலம்

இ) மைக்ரோலித்திக் காலம்

ஈ) புதிய கற்காலம்

5. **வேதகால நாகரிகம் பின்வரும் எந்தக் காலத்தைச் சார்ந்தது?**

அ) இரும்புக்காலம்

ஆ) செம்புக்காலம்

இ) மைக்ரோலித்திக் காலம்

ஈ) புதிய கற்காலம்

6. **மொகஞ்சதோராவைக் கண்டுபிடித்த தொல்லியல் ஆராய்ச்சியாளர் யார்?**

அ) அலெக்சாண்டர் கன்னிங்காம்

ஆ) ஆ.டி. பானர்ஜி

இ) வி.டி. சவார்க்கர்

ஈ) தயாராம் சாஹினி

7. **சிந்து சமவெளி மக்களால் கட்டப்பட்ட கட்டடங்கள் எதனைப் பயன்படுத்திக் கட்டப்பட்டன?**

6. அ 7. ஆ 8. ஆ 9. இ 10. ஆ ஐ 1. ஆ 2. ஈ 3. ஆ 4. அ 5. அ 6. ஆ

அ) களிமண்
ஆ) கருங்கல்
இ) சுண்ணாம்புக் களவாய்
ஈ) செங்கல்

8. **சிந்து சமவெளி நாகரிகத்தின் செயற்கைத் துறைமுகம் எது?**
அ) லோத்தல்
ஆ) சங்குதாரோ
இ) மொகஞ்சதாரோ
ஈ) சுர்கோட்டா

9. **சிந்து சமவெளி மக்கள் வணங்கிய தெய்வம் எது?**
அ) இந்திரன் ஆ) வருணன்
இ) பசுபதி ஈ) விஷ்ணு

10. **ஆரியர்கள் இந்தியாவில் பின்வரும் எந்தக் கணவாய்களின் வழியே ஊடுருவினர்?**
அ) கைபர் மற்றும் போலன்
ஆ) ஷிப்கிலா
இ) சொஜிலா
ஈ) நாதுலா

11. **ஆரியர்களின் முக்கியத் தொழில் யாது?**
அ) போர்புரிதல்
ஆ) வேளாண்மை
இ) யாகம் நடத்துதல்
ஈ) கால்நடை வளர்ப்பு

12. **மிகவும் பழைமையான மற்றும் முதன்முதலில் தோன்றிய வேதம் எது?**
அ) ரிக் வேதம்
ஆ) யஜூர் வேதம்
இ) சாம வேதம்
ஈ) அதர்வண வேதம்

13. **சடங்கின் போது இசைப்பதற்காகத் தோன்றிய வேதம் எது?**
அ) ரிக் வேதம்
ஆ) சாம வேதம்
இ) யஜூர் வேதம்
ஈ) அதர்வண வேதம்

14. **மந்திரம், வேள்வி, பலியிடுதல் போன்றவற்றைப் பற்றி குறிப்பிடுவது எது?**
அ) ஆரண்யகங்கள்
ஆ) உபநிடதங்கள்
இ) பிராமணங்கள்
ஈ) யஜூர் வேதம்

15. **ரிக்வேத காலத்தில் ஆரியர்கள் வாழ்ந்த இடம் தற்போது எங்குள்ளது?**
அ) ஹரியானா, இந்தியா
ஆ) காபூல், ஆப்கானிஸ்தான்
இ) சிந்து, பாகிஸ்தான்
ஈ) இராஜஸ்தான், இந்தியா

16. **வேதகால சமுதாயத்தின் அடிப்படை அலகு யாது?**
அ) சபா ஆ) கிராமம்
இ) சமிதி ஈ) குடும்பம்

17. **ஆரியர்களால் தென்னிந்தியா எவ்வாறு அழைக்கப்பட்டது?**
அ) தட்சிணபாதம்
ஆ) தக்காணம்
இ) ஆரியவர்த்தம்
ஈ) திராவிடவர்த்தம்

18. **பூசாரிகளின் ஆதிக்கம், வேள்விகள் மற்றும் சடங்குகள் எப்பொழுது முக்கியத்துவம் பெற்றன?**
அ) குப்தர்களின் காலம்
ஆ) முந்தைய வேதகாலம்
இ) மௌரியர்களின் காலம்
ஈ) பிந்தைய வேதகாலம்

19. **புத்த, சமண மதங்கள் தோன்ற முக்கியக் காரணம் யாது?**
அ) சாதி ஏற்றத்தாழ்வுகள்
ஆ) பூசாரிகளின் ஆதிக்கம் மற்றும் சடங்குகள்
இ) வழிபாட்டுமுறைகள்
ஈ) பொருளாதார ஏற்றத்தாழ்வுகள்

7. ஈ 8. அ 9. இ 10. அ 11. ஈ 12. அ 13. ஆ 14. அ 15. இ 16. ஈ
17. அ 18. ஈ 19. ஆ

20. சமண சமயத்தை தோற்றுவித்த மகாவீரர் எத்தனையாவது தீர்த்தங்கரர் ஆவார்?
அ) 23 ஆ) 21
இ) 24 ஈ) 25

21. சமண சமயத்தின் இருபெரும் பிரிவுகள் யாவை?
அ) ஸ்வேதாம்பரர்கள்
ஆ) திகம்பரர்கள்
இ) களாமுகர்கள் மற்றும் சைவர்கள்
ஈ) (அ) மற்றும் (ஆ)

22. சமண சமயம் இரண்டாகப் பிரியும் போது திகம்பரர்கள் எனப்படும் ஆடையணியாதவர்களின் தலைவர் யார்?
அ) பத்திரபாகு ஆ) ஸ்தூலபாகு
இ) சந்திரகுப்தர் ஈ) ரிஷப தேவர்

23. சமண சமயத்தில் ஸ்வேதாம்பரர்கள் என்பவர்கள் யார்?
அ) வெள்ளையுடை அணிந்தவர்கள்
ஆ) திசையை ஆடையாகக் கொண்டவர்கள்
இ) மகாவீரரை கடவுளாக ஏற்றுக்கொண்டவர்கள்
ஈ) மகாவீரரை மட்டும் பின்பற்றியவர்கள்

24. கி.பி. 5-ஆம் நூற்றாண்டில் இரண்டாவது சமணசமய மாநாடு எங்கு நடைபெற்றது?
அ) இராஜகிரகம்
ஆ) காஷ்மீர்
இ) குண்டல கிராமம்
ஈ) வாதாபி

25. சந்திரகுப்த மௌரியர் சமண சமயத்தின் எப்பிரிவைச் சார்ந்தவர்?
அ) ஸ்வேதாம்பரர்
ஆ) திகம்பரர்
இ) இரண்டுமல்ல
ஈ) அவர் புத்தசமயம் சார்ந்தவர்

26. புத்தமதத்தைத் தோற்றுவித்த சித்தார்த்தர் பின்வரும் எந்த மரபைச் சார்ந்தவர்?
அ) லிச்சாவி மரபு
ஆ) சுங்க மரபு
இ) சாக்கிய மரபு
ஈ) வர்தமான மரபு

27. புத்தர் தனது முதல் உரையை நிகழ்த்திய இடம் எது?
அ) கயா ஆ) சாரநாத்
இ) குண்டலவனம் ஈ) அயோத்தி

28. 45 ஆண்டுகள் இடைவிடாமல் பிரச்சாரம் செய்த புத்தர் மரணமடைந்த இடம் எது?
அ) கபிலவஸ்து ஆ) சாரநாத்
இ) குசி நகரம் ஈ) கயா

29. சமணர்களின் சமய இலக்கியங்கள் எழுதப்பட்ட மொழி எது?
அ) பிராகிருதம் ஆ) அர்த்தமகதி
இ) சமஸ்கிருதம் ஈ) பார்சி

30. புத்தசமயத்தின் புனித நூல் எனப்படுவது எது?
அ) அட்ட பீடகம்
ஆ) திரிபீடகம்
இ) நேமிநாதம்
ஈ) பரிசுத்த பீடகம்

31. பர்மா, ஜப்பான், திபெத் போன்ற நாடுகளில் புத்தமதம் பரவக் காரணமான அரசர் யார்?
அ) கனிஷ்கர் ஆ) அசோகர்
இ) பிம்பிசாரர் ஈ) அஜாதசத்ரு

32. இலங்கை மற்றும் மேற்கு ஆசிய நாடுகளுக்கு புத்த சமயத்தைப் பரப்ப தூதுவர்களை அனுப்பிய மன்னன் யார்?
அ) கனிஷ்கர் ஆ) அஜாதசத்ரு
இ) பிம்பிசாரர் ஈ) அசோகர்

33. கீழ்க்கண்ட யாருடைய காலத்தில் புத்தசமயம் மஹாயானம், ஹீனயானம் என இரு பிரிவுகளாகப் பிரிந்தது?

20. இ 21. ஈ 22. ஆ 23. அ 24. ஈ 25. ஆ 26. இ 27. ஆ 28. இ 29. ஆ
30. ஆ 31. அ 32. ஈ

சுராவின் ✷ பொது அறிவு வினா - விடை

அ) பிம்பிசாரர் ஆ) அசோகர்
இ) கனிஷ்கர் ஈ) அஜாதசத்ரு

34. கி.மு. 483-இல் முதலாவது புத்த சமய மாநாட்டினை இராஜகிரகத்தில் கூட்டிய மன்னன் யார்?
அ) அஜாதசத்ரு ஆ) பிம்பிசாரர்
இ) காலசோகர் ஈ) அசோகர்

35. கனிஷ்கரால் காஷ்மீரின் குண்டலவானாவில் கூட்டப்பட்ட புத்தசமய மாநாடு எத்தனையாவது புத்தசமய மாநாடு?
அ) முதலாவது ஆ) இரண்டாவது
இ) நான்காவது ஈ) மூன்றாவது

36. பிம்பிசாரன், அஜாதசத்ரு போன்றோர் பின்வரும் எந்த நாட்டின் ஆட்சியாளர்கள்?
அ) அவந்தி ஆ) மகதம்
இ) கோசலம் ஈ) லிச்சாவி

37. சிசுநாக வம்சத்தையடுத்து மகதப் பேரரசை ஆட்சி செய்த வம்சம் எது?
அ) நந்த வம்சம்
ஆ) மௌரிய வம்சம்
இ) குப்த வம்சம்
ஈ) சுங்க வம்சம்

38. அலெக்சாண்டர் இந்தியாவின் மீது படையெடுத்த போது வட இந்தியாவிலிருந்த முக்கிய அரசு எது?
அ) குப்தர்களின் பாடலிபுத்திர அரசு
ஆ) நந்தர்களின் மகத அரசு
இ) சாதவாகனர்களின் அமராவதி அரசு
ஈ) மௌரியர்களின் மகத அரசு

39. இந்தியாவிற்கெதிராக படையெடுத்த முதல் அந்நியப் படையெடுப்பாளர் யார்?
அ) அலாவுதீன் கில்ஜி
ஆ) அலெக்சாண்டர்
இ) செங்கிஸ்கான்
ஈ) அக்கமேனியாவின் சைரஸ்

40. அலெக்சாண்டர் மற்றும் புருஷோத்தமன் (போரஸ்) இடையே நடைபெற்ற போரின் பெயரென்ன?
அ) ஹைடாஸ்பஸ் போர்
ஆ) ராக்ஷ ஹைதாங்கடி போர்
இ) முதலாம் தரெயின் போர்
ஈ) முதலாம் பானிபட் போர்

41. அலெக்சாண்டர் வெற்றி கொண்ட இந்தியப் பகுதிகளை அவரின் பிரதிநிதியாக ஆட்சிபுரிந்தவர் யார்?
அ) சந்திரகுப்தர்
ஆ) செல்யூகஸ் நிகேடர்
இ) தனநந்தர்
ஈ) போரஸ்

42. மௌரிய வம்சத்தை சாணக்கியரின் உதவியுடன் தோற்றுவித்தவர் யார்?
அ) அசோகர்
ஆ) சந்திரகுப்தர்
இ) பிந்துசாரன்
ஈ) சமுத்திரகுப்தர்

43. சந்திரகுப்தரின் அவையிலிருந்த கிரேக்கத் தூதர் யார்?
அ) மெகஸ்தனிஸ்
ஆ) செல்யூகஸ் நிகேடர்
இ) அம்பி
ஈ) போரஸ்

44. 'அமித்ரகாதன்' எனப்படும் பிந்துசாரனின் அவையிலிருந்த சிரிய நாட்டு தூதர் யார்?
அ) மெகஸ்தனிஸ்
ஆ) போரஸ்
இ) டைமக்கஸ்
ஈ) செல்யூகஸ் நிகேடர்

45. அசோகரின் கலிங்கப்போர் வெற்றி பற்றிய கல்வெட்டு எது?
அ) 13-ஆவது கல்வெட்டு
ஆ) 2-ஆவது கல்வெட்டு
இ) 8-ஆவது கல்வெட்டு
ஈ) 5-ஆவது கல்வெட்டு

33. இ 34. அ 35. இ 36. ஆ 37. அ 38. ஆ 39. ஈ 40. அ 41. ஆ 42. ஆ
43. அ 44. இ 45. அ

46. அசோகரை புத்த மதத்திற்கு மதமாற்றம் செய்த புத்தபிக்கு யார்?
அ) கவுண்டில்யா ஆ) உபகுப்தர்
இ) வஸ்ப்பா ஈ) அஸ்வஜித்

47. மௌரிய வம்சத்தின் கடைசி அரசனான பிருகத்ரதனை படுகொலை செய்து சுங்கவம்சத்தை தோற்றுவித்தவன் யார்?
அ) அக்னிபுத்ரன் ஆ) வாசுதேவன்
இ) தேவபூதி ஈ) புஷ்யமித்ரன்

48. மௌரிய வம்சத்தின் வீழ்ச்சிக்கு முக்கியக் காரணம் யாது?
அ) அளவுகடந்த ஆட்சிப்பகுதி
ஆ) அதீத அகிம்சைக் கொள்கை
இ) போதிய படைபலமின்மை
ஈ) போதிய போர்வீரர்களின்மை

49. சுங்க வம்சத்தின் கடைசி மன்னன் தேவபூதியைக் கொன்று 'வாசுதேவர்' துவங்கிய வம்சம் எது?
அ) பாலர் வம்சம்
ஆ) கன்வ வம்சம்
இ) சேதி வம்சம்
ஈ) சாதவாகன வம்சம்

50. சாதவாகனர்கள் பின்வரும் எந்தப் பகுதியை ஆட்சிபுரிந்தனர்?
அ) வட இந்தியா ஆ) மைசூர்
இ) வங்காளம் ஈ) தக்காணம்

51. குஷாண மரபைத் தோற்றுவித்தவர் யார்?
அ) குஜூலா காட்பீசஸ்
ஆ) வீமா காட்பீசஸ்
இ) கனிஷ்கர்
ஈ) கிபுநாடா

52. குஷாண மரபின் சிறப்புமிக்க ஆட்சியர் யார்?
அ) குஜூலா காட்பீசஸ்
ஆ) வீமா காட்பீசஸ்
இ) கிபுநாடா
ஈ) கனிஷ்கர்

53. இந்திய மற்றும் கிரேக்க - ரோமானியக் கூறுகளடங்கிய புகழ்பெற்ற கலையின் பெயர் என்ன?
அ) அமராவதி கலை
ஆ) காந்தாரக் கலை
இ) மதுரா கலை
ஈ) திராவிடக் கலை

54. மதுரா கலைப்பாணியில் சிலைகளை வடிக்க பயன்படுத்தப்பட்ட கற்கள் எவை?
அ) கருப்பு பளிங்குக் கற்கள்
ஆ) வெண் பளிங்குக் கற்கள்
இ) வெள்ளை புள்ளியுடைய மணற்கற்கள்
ஈ) சிவப்பு புள்ளியுடைய மணற்கற்கள்

55. கீழ்க்கண்ட எந்தக் கலையில் சிலைகள் வடிக்க வெண்சலவைக் கற்கள் பயன்படுத்தப்பட்டன?
அ) மதுரா கலை
ஆ) காந்தாரக் கலை
இ) அமராவதி கலை
ஈ) திராவிடக் கலை

56. குப்த மரபைத் தோற்றுவித்தவர் யார்?
அ) உபகுப்தர் ஆ) ஸ்ரீகுப்தர்
இ) சமுத்திரகுப்தர் ஈ) சந்திரகுப்தர்

57. சமுத்திர குப்தரின் ஆட்சி குறித்த விவரங்களைக் குறிப்பிடும் கல்வெட்டு எது?
அ) அலகாபாத் கல்வெட்டு
ஆ) ஹதிகும்பா கல்வெட்டு
இ) காஷ்மீர் கல்வெட்டு
ஈ) சாரநாத் கல்வெட்டு

58. குப்தர்களின் மாற்றுத் தலைநகராக விளங்கிய நகரம் எது?
அ) அமராவதி
ஆ) பாடலிபுத்திரம்
இ) உஜ்ஜைனி
ஈ) தானேஷ்வரம்

46. ஆ 47. ஈ 48. ஆ 49. ஆ 50. ஈ 51. அ 52. ஈ 53. ஆ 54. ஈ 55. இ 56. ஆ 57. அ 58. இ

59. 'விக்ரமாதித்தன்' எனும் பட்டப் பெயரை பெற்ற குப்த மன்னன் யார்?
அ) முதலாம் சமுத்திரகுப்தன்
ஆ) முதலாம் சந்திரகுப்தர்
இ) இரண்டாம் சமுத்திரகுப்தன்
ஈ) இரண்டாம் சந்திரகுப்தர்

60. இரண்டாம் சந்திரகுப்தரின் ஆட்சிக்காலத்தில் இந்தியாவிற்கு வருகை புரிந்த சீனப்பயணி யார்?
அ) பாஹியான்
ஆ) யுவான் சுவாங்
இ) சங்யென்
ஈ) மெகஸ்தனிஸ்

61. புகழ்பெற்ற நாளந்தா பல்கலைக்கழகத்தை நிறுவிய மன்னன் யார்?
அ) உபகுப்தர் ஆ) அசோகர்
இ) குமாரகுப்தர் ஈ) கனிஷ்கர்

62. குப்த பேரரசு மறையக் காரணம் யாது?
அ) மௌரியர்களின் எழுச்சி
ஆ) ஹூணர்களின் படையெடுப்பு
இ) பஞ்சம்
ஈ) உள்நாட்டுக் குழப்பம்

63. 'நவரத்தினங்கள்' எனப்படும் அவை பின்வரும் எந்த மன்னனின் அவையை அலங்கரித்தது?
அ) முதலாம் சந்திரகுப்தர்
ஆ) அசோகர்
இ) இரண்டாம் சந்திரகுப்தர்
ஈ) சத்ரபதி சிவாஜி

64. குப்தர்களின் ஆட்சிக்காலத்தில் வாழ்ந்த மருத்துவமேதை யார்?
அ) அகத்தியர் ஆ) வாக்பதர்
இ) தன்வந்திரி ஈ) சுஸ்ருதர்

65. ஹர்ஷவர்தனரின் தலைநகராக விளங்கிய நகரம் எது?
அ) பாடலிபுத்திரம்
ஆ) தானேஸ்வரம்
இ) இந்திரப்பிரஸ்தம்
ஈ) கனோஜ்

66. ஹர்ஷவர்தனரின் ஆட்சிகாலத்தில் வருகை புரிந்த சீனப்பயணி யார்?
அ) பாஹியான்
ஆ) யுவான்சுவாங்
இ) இபின் பதூதா
ஈ) மெகஸ்தனிஸ்

67. மேலைச் சாளுக்கியர்களின் தலைநகரம் எது?
அ) மான்யகேடகம்
ஆ) வேங்கி
இ) வாதாபி
ஈ) காஞ்சி

68. சாளுக்கிய வம்சத்தை முறியடித்து தோன்றிய வம்சம் எது?
அ) பல்லவ வம்சம்
ஆ) இராஷ்டிரகூட வம்சம்
இ) மேலைச் சாளுக்கிய வம்சம்
ஈ) சோழ வம்சம்

69. இராஷ்டிரகூடர்களின் தாய்மொழி எது?
அ) தெலுங்கு ஆ) தமிழ்
இ) ஒரியா ஈ) கன்னடம்

70. இராமேஸ்வரத்திலுள்ள கிருஷ்ணேஸ்வரர் ஆலயத்தை கட்டியவர் யார்?
அ) முதலாம் கிருஷ்ணன்
ஆ) மூன்றாம் கிருஷ்ணன்
இ) முதலாம் கோவிந்தர்
ஈ) இரண்டாம் கோவிந்தர்

71. எல்லோரா எலிபெண்டா குகைக்கோயிலை கட்டியவர்கள் யார்?
அ) இராட்டிரகூடர்
ஆ) சாளுக்கியர்கள்
இ) பாலர்கள்
ஈ) இராஜபுத்திரர்கள்

59. ஈ 60. அ 61. இ 62. ஆ 63. இ 64. ஆ 65. ஈ 66. ஆ 67. இ 68. ஆ
69. ஈ 70. ஆ 71. அ

72. பிரதிகாரர்களின் தலைநகரம் எது?

அ) தானேஸ்வரம் ஆ) ஜெய்ப்பூர்
இ) கன்னோஜ் ஈ) புதுடெல்லி

73. 1191-ஆம் ஆண்டில் நடந்த முதலாம் தரெயின் போரில் ஈடுபட்டவர்கள் யாவர்?

அ) அலெக்சாண்டர் – போரஸ்
ஆ) பிரிதிவிராஜன் – முகமது கோரி
இ) அசோகர் – கலிங்க மன்னன்
ஈ) பிரிதிவிராஜன் – முகமது கஜினி

74. இராஜேந்திர சோழனிடம் தோல்விடையந்த பாலர் மரபைச் சார்ந்த மன்னன் யார்?

அ) தர்மபாலன் ஆ) கோபாலன்
இ) தேவபாலன் ஈ) மகிபாலன்

75. பூரிஜெகந்நாதர் ஆலயத்தை கட்டியவர்கள் யார்?

அ) பாலர்கள்
ஆ) கலிங்க மன்னர்கள்
இ) இராஜபுத்திரர்கள்
ஈ) மௌரியர்கள்

76. கி.பி. 1025-இல் குஜராத்தின் சோமநாதபுர ஆலயத்தை கொள்ளையடித்தவர் யார்?

அ) அலாவுதீன் கில்ஜி
ஆ) முகமது கோரி
இ) மாலிக் கபூர்
ஈ) கஜினி முகமது

77. கி.பி. 1206-இல் டெல்லி சுல்தானியத்தை நிறுவியவர் யார்?

அ) குத்புதீன் ஐபெக்
ஆ) இரசியா பேகம்
இ) பாபர்
ஈ) முகமது கோரி

78. குத்புதீன் ஐபெக்கின் தலைநகரம் எது?

அ) தட்ஷசீலம் ஆ) புதுடெல்லி
இ) மகதம் ஈ) லாகூர்

79. டெல்லி சுல்தானியத்தின் தலைநகரை லாகூரிலிருந்து டெல்லிக்கு மாற்றியவர் யார்?

அ) குத்புதீன் ஐபக்
ஆ) இல்டுமிஷ்
இ) பால்பன்
ஈ) பாபர்

80. நிலஅளவைமுறை, குதிரைக்கு சூடுபோடும் முறை மற்றும் அங்காடி சீர்திருத்தம் ஆகியவற்றை கொண்டு வந்தவர் யார்?

அ) ஷெர்ஷா சூரி
ஆ) அலாவுதீன் கில்ஜி
இ) முகமது கஜினி
ஈ) பாபர்

81. இராஜபுத்திரர்களின் பழக்கவழக்கங்களில் ஒன்றான ‘ஜவுஹர் முறை’ என்பது என்ன?

அ) படையெடுத்தல்
ஆ) பெண்கள் தீக்குளிப்பு
இ) தற்கொலை
ஈ) சமாதான பேச்சுவார்த்தை

82. முகமது பின் துக்ளக்கின் உண்மையான பெயர் என்ன?

அ) அபுல்காசிம் ஆ) உலூக்கான்
இ) குஸ்ரூகான் ஈ) ஜீனாகான்

83. தைமூர் இந்தியாவின் மீது படையெடுத்தது எப்பொழுது?

அ) 1398 ஆ) 1389
இ) 1399 ஈ) 1397

84. இந்தியாவின் மீது படையெடுக்க பாபருக்கு அழைப்பு விடுத்தவர் யார்?

அ) ஷெர்கான்
ஆ) தௌலத்கான் லோடி
இ) சிக்கந்தர் லோடி
ஈ) இப்ராஹிம் லோடி

85. முகமது பின் துக்ளக்கினால் ஏற்படுத்தப்பட்ட ‘திவானி இ-கோஹி’ என்பது கீழ்க்கண்ட எந்தத் துறையைக் குறிக்கின்றது?

72. இ 73. ஆ 74. ஈ 75. இ 76. ஈ 77. அ 78. ஈ 79. ஆ 80. ஆ 81. ஆ
82. ஈ 83. அ 84. ஆ

அ) இராணுவத்துறை
ஆ) வருவாய்த் துறை
இ) வணிகத்துறை
ஈ) வேளாண்மைத் துறை

86. டெல்லி சுல்தானியர்களின் ஆட்சிக் காலத்தில் இந்துக்கள் எவ்வாறு அழைக்கப்பட்டனர்?
அ) ஒதுக்கிவைப்பட்டவர்கள்
ஆ) உயர்ந்தவர்கள்
இ) வைதீகர்கள்
ஈ) சிம்மிக்கள்

87. குதுப்மினார் யாருடைய நினைவாகக் கட்டப்பட்டது?
அ) குத்புதீன்ஐபெக்
ஆ) குத்புதீன் பக்தியார் கில்ஜி
இ) இரசியா பேகம்
ஈ) முகமது கோரி

88. டெல்லியிலுள்ள கோட்லா கோட்டையைக் கட்டியவர் யார்?
அ) ஷெர்ஷா சூரி
ஆ) முகமது பின் துக்ளக்
இ) பிரோஸ் துக்ளக்
ஈ) இப்ராஹிம்லோடி

89. கியாசுதீன் துக்ளக்கின் வாழ்க்கை வரலாற்றை விவரிக்கும் நூல்
அ) துசுகி–இ–பாபரி
ஆ) துக்ளக் நாமா
இ) அக்பர்–இ–நாமா
ஈ) தாரிக்–இ–இலாய்

90. இராஜதரங்கிணி எனும் நூலை இயற்றியவர் யார்?
அ) வால்மீகி ஆ) வேதவியாசர்
இ) காளிதாசர் ஈ) கல்ஹணர்

91. அத்வைத கோட்பாட்டை பரப்பிய சங்கரர் எங்கு பிறந்தார்?
அ) கும்பகோணம்
ஆ) ஸ்ரீவில்லிபுத்தூர்
இ) காலடி
ஈ) காஞ்சி

92. வசிஷ்டாத்வைதம் எனும் கோட்பாட்டை பரப்பியவர் யார்?
அ) சங்கரர்
ஆ) திருமூலர்
இ) இராமானுஜர்
ஈ) விவேகானந்தர்

93. இடைக்கால பக்தி இயக்கத்தின் தூண் யார் / யாவர்?
அ) குருநானக்
ஆ) கபீர்
இ) (அ), (ஆ), (ஈ) மூன்றும்
ஈ) இராமானந்தர்

94. சீக்கிய மதத்தை தோற்றுவித்த குருநானக்கின் குரு யார்?
அ) இராமானந்தர்
ஆ) கபீர்
இ) இராமானுஜர்
ஈ) மேற்கண்ட எவரும் இல்லை

95. விஜயநகரம் பேரரசினைத் தோற்றுவித்த ஹரிஹரரும் புக்கரும் பின்வரும் எந்த மரபைச் சார்ந்தவர்கள்?
அ) சங்கம ஆ) சாளுவ
இ) துளுவ ஈ) ஆரவீடு

96. விஜயநகரப் பேரரசின் அழிவிற்கு வழிவகுத்த போர் எது?
அ) மதுரைப்போர்
ஆ) ஹைடாஸ்பஸ்
இ) ராக்ஷு ஹைதாங்கிடி
ஈ) தக்கோலப் போர்

97. துசுகி இ பாபரி எனும் பாபரின் நினைவுக் குறிப்புகள் பின்வரும் எந்த மொழியில் இயற்றப்பட்டது?
அ) அரபு ஆ) பாரசீகம்
இ) உருது ஈ) துருக்கி

98. முகலாயர்கள் பின்வரும் எவரின் வழிவந்தவர்கள்?
அ) ஈரானியர்கள்
ஆ) தைமூர்
இ) பாரசீகர்கள்
ஈ) ஆப்கானியர்கள்

85. ஈ 86. ஈ 87. ஆ 88. இ 89. ஆ 90. ஈ 91. இ 92. இ 93. இ 94. ஆ
95. அ 96. இ 97. ஈ 98. ஆ

99. ஹுமாயூன் பின்வரும் எந்த மன்னரால் தோற்கடிக்கப்பட்டு நாடோடி வாழ்க்கைக்கு ஆளானார்?
அ) ஹெமு ஆ) அக்பர்
இ) ஷெர்ஷா சூரி ஈ) பாபர்

100. ஷெர்ஷாவின் ஆட்சியில் சிறப்பாக இருந்தது எது?
அ) வரிவசூல் ஆ) இராணுவம்
இ) சட்டம் ஒழுங்கு ஈ) வேளாண்மை

101. அக்பரின் ஆட்சிக்காலத்தில் நிலவருவாய் முறையின் பெயர் என்ன?
அ) ஜப்தி ஆ) மன்சப்தாரி
இ) தண்டல் ஈ) தீன் இலாஹி

102. அக்பர் தோற்றுவித்த மதத்தின் பெயர் என்ன?
அ) ஜொராஸ்டிரம் ஆ) மன்சப்தாரி
இ) தீன் இலா ஹி ஈ) சூஃபி

103. ஐந்தாவது சீக்கிய குருவான 'அர்ஜுன் சிங்கை' சிரச்சேதம் செய்த முகலாய அரசன் யார்?
அ) ஷாஜகான் ஆ) ஜஹாங்கீர்
இ) ஔரங்கசீப் ஈ) ஷா ஆலம்

104. ஷாஜகானின் இயற்பெயர் என்ன?
அ) குர்ரம் ஆ) மூசா
இ) சலீம் ஈ) குஸ்ரூ

105. ஆலம்கீர் என்ற பட்டப்பெயரை உடைய முகலாய அரசர் யார்?
அ) ஔரங்கசீப் ஆ) அக்பர்
இ) ஷாஜகான் ஈ) ஜஹாங்கீர்

106. அக்பரால் நீக்கப்பட்ட ஜிஸியா எனும் புனிதப்பயண வரியை மீண்டும் விதித்தவர் யார்?
அ) ஷாஜகான்
ஆ) ஔரங்கசீப்
இ) பெரோஸ் ஷா துக்ளக்
ஈ) தௌலத்கான் லோடி

107. நாதிர்ஷா பின்வரும் எந்த முகலாய மன்னனை சிறை பிடித்தார்?
அ) ஷா ஆலம் I
ஆ) ஷா ஆலம் II
இ) ஔரங்கசீப்
ஈ) முகமதுஷா (ரங்கீலா)

108. 1498-இல் முதன் முதலில் கடல் மார்க்கமாக இந்தியா வந்த ஐரோப்பியரான வாஸ்கோடகாமா பின்வரும் எந்த நாட்டைச் சார்ந்தவர்?
அ) இத்தாலி ஆ) போர்ச்சுக்கல்
இ) ஸ்பெயின் ஈ) பிரான்ஸ்

109. கிழக்கிந்திய வணிகக் கம்பெனி எப்போது உருவாக்கப்பட்டது?
அ) 1605 ஆ) 1599
இ) 1653 ஈ) 1611

110. இந்தியாவில் டேனியர்களின் தலைநகரம் எது?
அ) பழவேற்காடு ஆ) தரங்கம்பாடி
இ) பாண்டிச்சேரி ஈ) சொராம்பூர்

111. பக்ஸார் போரில் ஆங்கிலேயரிடம் தோல்வியுற்ற முகலாய அரசன் யார்?
அ) ஷா ஆலம்–II
ஆ) ஷா ஆலம்–I
இ) இரண்டாம் அக்பர்
ஈ) ஔரங்கசீப்

112. கடைசி முகலாய அரசர் யார்?
அ) ஔரங்கசீப்
ஆ) ஷா ஆலம்–II
இ) அக்பர்–II
ஈ) பகதூர்ஷா–II

113. 1757-இல் நடைபெற்ற பிளாசிப் போரில் ஆங்கிலேயருடன் போரிட்டவர் யார்?
அ) சுஜா உத்தௌலா
ஆ) நவாப் அன்வாருத்தீன்
இ) அலிவர்திகான்
ஈ) சிராஜ் உத்தௌலா

114. இந்தியாவில் முதன்முதலாக இரட்டையாட்சி முறை எங்கு அறிமுகப்படுத்தப்பட்டது?

99. இ 100. இ 101. அ 102. இ 103. ஆ 104. அ 105. அ 106. ஆ 107. ஈ 108. ஆ
109. ஆ 110. ஈ 111. அ 112. ஈ 113. ஈ

அ) மெட்ராஸ் ஆ) மைசூர்
இ) வங்காளம் ஈ) ஐதராபாத்

115. 'ஜிட் முகமது ஷாஜி' எனும் வானிலை அட்டவணையை வெளியிட்டவர் யார்?

அ) அக்ப
ஆ) ஜஹாங்கீர்
இ) ராஜா ஜெய்சிங்
ஈ) சிவாஜி

116. 1775 - 82 இல் நடைபெற்ற முதல் ஆங்கிலேய - மராத்திய போரின் முடிவில் மேற்கொள்ளப்பட்ட ஒப்பந்தம்

அ) சல்பாய் ஒப்பந்தம்
ஆ) மும்பை ஒப்பந்தம்
இ) சூரத் ஒப்பந்தம்
ஈ) பசைன் ஒப்பந்தம்

117. துப்பாக்கிப்போர் (Battle of Guns) என வர்ணிக்கப்பட்ட போர் எது?

அ) முதல் கர்நாடகப் போர்
ஆ) முதல் மைசூர் போர்
இ) முதல் ஆப்கானிய–ஆங்கிலப் போர்
ஈ) முதல் சீக்கிய – ஆங்கிலப் போர்

118. இரயத்துவாரி முறையை அறிமுகப்படுத்தியவர் யார்?

அ) அக்பர்
ஆ) ஷெர்ஷா
இ) தாமஸ் மன்றோ
ஈ) சிவாஜி

119. கல்கத்தாவில் புகழ்மிக்க 'வில்லியம் கோட்டை கல்லூரி'யை கட்டியவர் யார்?

அ) டல்ஹௌசி
ஆ) கர்சன்
இ) வெல்லெஸ்லி பிரபு
ஈ) வில்லியம் பெண்டிங்

120. துணைப்படைத் திட்டத்தை அறிமுகப்படுத்திய ஆங்கிலேய ஆளுநர் யார்?

அ) டல்ஹௌசி
ஆ) வெல்லெஸ்லி பிரபு
இ) கானிங் பிரபு
ஈ) வில்லியம் பெண்டிங்

121. வாரிசு இழப்புக் கொள்கையை கொண்டு வந்த ஆங்கில ஆளுநர் யார்?

அ) வெல்லெஸ்லி பிரபு
ஆ) கர்சன்
இ) கானிங் பிரபு
ஈ) டல்ஹௌசி பிரபு

122. இந்தியாவில் இருப்புப் பாதை, தந்தி முறை போன்றவற்றை ஏற்படுத்தியவர் யார்?

அ) வெல்லெஸ்லி பிரபு
ஆ) டல்ஹௌசி பிரபு
இ) கானிங் பிரபு
ஈ) கர்சன்

123. சென்னை - அரக்கோணம் இருப்புப்பாதை எந்த ஆண்டு அமைக்கப்பட்டது?

அ) 1854 ஆ) 1856
இ) 1868 ஈ) 1853

124. 1857 பெரும் புரட்சியின் போது இந்தியாவின் தலைமை ஆளுநராக பதவி வகித்தவர் யார்?

அ) கானிங் பிரபு ஆ) கர்சன் பிரபு
இ) ரிப்பன் பிரபு ஈ) லிட்டன் பிரபு

125. 1857 பெரும் புரட்சியினை பரத்பூரில் துவக்கி வைத்தவர் யார்?

அ) திப்புசுல்தானின் இளைய மகன்
ஆ) ஷா ஆலம்–II
இ) இராணி லட்சுமிபாய்
ஈ) மங்கள் பாண்டே

126. இந்திய மக்களின் மகாசாசனம் அல்லது விக்டோரியா மகாராணியின் பேரறிக்கை எப்போது வெளியிடப்பட்டது?

அ) 1858 ஆ) 1856
இ) 1947 ஈ) 1857

114. இ 115. இ 116. அ 117. ஈ 118. இ 119. இ 120. ஆ 121. ஈ 122. ஆ 123. ஆ 124. அ 125. ஈ 126. அ

127. இந்திய மறுமலர்ச்சி இயக்கத்தின் முன்னோடி யார்?
அ) இராமகிருஷ்ண பரமஹம்சர்
ஆ) இராஜாராம் மோகன்ராய்
இ) தயானந்த சரஸ்வதி
ஈ) விவேகானந்தர்

128. 'சதி' எனும் உடன்கட்டை ஏறும் வழக்கத்தை 1829-இல் தடைசெய்தவர் யார்?
அ) இராஜா ராம்மோகன்ராய்
ஆ) வில்லியம் பெண்டிங்
இ) கர்சன் பிரபு
ஈ) டல்ஹௌசி

129. இராஜாராம் மோகன்ராயின் சிந்தனைகளைப் பரப்ப 'தத்துவ போதினி' சபாவை நிறுவியவர் யார்?
அ) தயானந்த சரஸ்வதி
ஆ) தேவேந்திரநாத் தாகூர்
இ) ஆத்மராம் பண்டரிநாத்
ஈ) கேசப் சந்திரசென்

130. இந்திய பிரம்ம சமாஜம் கேசப் சந்திரசென்னால் எப்போது துவக்கப்பட்டது?
அ) 1875 ஆ) 1840
இ) 1890 ஈ) 1838

131. ஆரிய சமாஜத்தை நிறுவிய தயானந்த சரஸ்வதியின் புகழ்பெற்ற முழக்கம் யாது?
அ) வேதங்களை நோக்கி செல்
ஆ) டெல்லியை நோக்கி செல்
இ) கல்வியை நோக்கி செல்
ஈ) மேற்கண்ட எதுவுமில்லை

132. இந்து சமயத்தின் மார்டின் லூதர்கிங் என்றழைக்கப்பட்டவர் யார்?
அ) தயானந்த சரஸ்வதி
ஆ) இராஜாராம் மோகன்ராய்
இ) இராமகிருஷ்ணன்
ஈ) விவேகானந்தர்

133. இராமகிருஷ்ணமடம் (1886), இராமகிருஷ்ணமிஷன் (1897) ஆகியவற்றை தோற்றுவித்தவர் யார்?
அ) சாரதா அம்மையார்
ஆ) விவேகானந்தர்
இ) சகோதரி நிவேதிதா
ஈ) இராமகிருஷ்ணர்

134. சுவாமி விவேகானந்தர் உரையாற்றிய புகழ்பெற்ற சிகாகோ மாநாடு நடைபெற்ற ஆண்டு எது?
அ) 1896 ஆ) 1893
இ) 1900 ஈ) 1892

135. 1875-இல் நியூயார்க்கில் பிரம்மஞான சபையைத் தோற்றுவித்தவர் யார்?
அ) அன்னிபெசன்ட் அம்மையார்
ஆ) மேடம் பிக்காஜிகாமா
இ) இராஜாராம் மோகன்ராய்
ஈ) H.S. பிளாவட்ஸ்கி, H.S. ஆல்காட்

136. அலிகார் இயக்கத்தை துவக்கியவர் யார்?
அ) சலிமுல்லா கான்
ஆ) M.A. ஜின்னா
இ) சர் சையது அகமதுகான்
ஈ) சர் சையது அப்துல்லா

137. உள்ளாட்சி அரசின் தந்தை எனப்படுபவர் யார்?
அ) ரிப்பன் பிரபு
ஆ) லிட்டன் பிரபு
இ) வில்லியம் பெண்டிங் பிரபு
ஈ) கர்சன் பிரபு

138. ரிப்பன்பிரபுவின் ஆட்சிக்காலத்தில் மேற்கொள்ளப்பட்ட முதல் முழுமையான மக்கள் தொகைக் கணக்கெடுப்பு எந்த ஆண்டு நடத்தப்பட்டது?
அ) 1885 ஆ) 1900
இ) 1881 ஈ) 1901

127. ஆ 128. ஆ 129. ஆ 130. ஈ 131. அ 132. அ 133. ஆ 134. ஆ 135. ஈ 136. இ 137. அ 138. இ

139. 1885-இல் தோற்றுவிக்கப்பட்ட இந்திய தேசிய காங்கிரஸின், முதல் தலைவர் யார்?

அ) A.O. ஹியூம்
ஆ) உமேஷ் சந்திர பானர்ஜி
இ) மேடம் பிக்காஜிகாமா
ஈ) அன்னிபெசன்ட்

140. 1893-இல் விநாயகர் சதுர்த்தி விழாவை அறிமுகப்படுத்தி முதன்முதலாகக் கொண்டாடத் துவங்கியவர் யார்?

அ) A.O. ஹியூம்
ஆ) விவேகானந்தர்
இ) பகத்சிங்
ஈ) பாலகங்காதர திலகர்

141. இந்திய 'புரட்சி சிந்தனைகளின் தந்தை' என்றழைக்கப்பட்டவர் யார்?

அ) லாலா லஜபதிராய்
ஆ) பிபின் சந்திரபால்
இ) திலகர்
ஈ) பகத்சிங்

142. முஸ்லிம் லீக்கைத் தோற்றுவித்தவர் யார்?

அ) M.A. ஜின்னா
ஆ) ஆகாகான்
இ) அலி சகோதரர்கள்
ஈ) சலிமுல்லாகான்

143. காங்கிரஸின் மித மற்றும் தீவிரவாதிகளுக்கிடையே ஏற்பட்ட சூரத் பிளவு பின்வரும் எந்த வருடம் ஏற்பட்டது?

அ) 1905 ஆ) 1907
இ) 1906 ஈ) 1916

144. மகாத்மா காந்தி இந்தியாவில் நடத்திய முதல் போராட்டம் எது?

அ) சாம்பரான் சத்தியாகிரகம்
ஆ) சௌரி சௌரா
இ) பர்டோலி சத்தியாகிரகம்
ஈ) ஒத்துழையாமை இயக்கம்

145. பஞ்சாபின் ஜாலியன் வாலாபாக் படுகொலை கீழ்க்கண்ட எந்த நாளில் நடைபெற்றது?

அ) தீபாவளி
ஆ) பஞ்சாப் புத்தாண்டு
இ) விநாயகர் சதுர்த்தி
ஈ) ஹோலி

146. ஒத்துழையாமை இயக்கம் எப்போது நடைபெற்றது?

அ) 1922 ஆ) 1930
இ) 1925 ஈ) 1920

147. 1922-இல் காவல் நிலையம் கொளுத்தப்பட்டு 22 போலீசார் உயிரிழந்த சௌரிசௌரா தற்போது எங்கு அமைந்துள்ளது?

அ) குஜராத்
ஆ) பீகார்
இ) மேற்குவங்கம்
ஈ) உத்திரப்பிரதேசம்

148. 1923-இல் சுயராஜ்ஜிய கட்சி எங்கு துவக்கப்பட்டது?

அ) அலிப்பூர் சிறை
ஆ) கொல்கத்தா
இ) மும்பை
ஈ) புதுடெல்லி

149. புகழ்பெற்ற நேரு அறிக்கை - 1928 ஐ சமர்ப்பித்தவர் யார்?

அ) வி.கே. கிருஷ்ணமேனன்
ஆ) ஜவஹர்லால் நேரு
இ) மோதிலால் நேரு
ஈ) C.R. தாஸ்

150. இந்தியப் பிரிவினைக்கு வித்திட்டவர் யார்?

அ) முகமது அலி ஜின்னா
ஆ) ஆகாகான்
இ) நவாப் சலீமுல்லா
ஈ) மவுண்ட் பேட்டன்

151. 1927 ஜனவரி 26 அன்று, பூர்ண சுதந்திர தீர்மானம் நிறைவேற்றப்பட்ட லாகூர் காங்கிரஸ் மாநாட்டின் தலைவர் யார்?

அ) லாலா லஜபதிராய்
ஆ) சர்தார் வல்லபாய் படேல்
இ) ஜவஹர்லால் நேரு
ஈ) ஆகாகான்

139. ஆ 140. ஈ 141. ஆ 142. ஈ 143. ஆ 144. அ 145. ஆ 146. ஈ 147. ஈ 148. அ
149. இ 150. அ 151. இ

152. 1930, 1931, 1932 ஆகிய ஆண்டுகளில் நடைபெற்ற மூன்று வட்ட மேசை மாநாடுகளிலும் பங்குபெற்றவர் யார்?
அ) ஜவஹர்லால் நேரு
ஆ) B.R. அம்பேத்கர்
இ) ஈ.வெ.ரா.
ஈ) மகாத்மா காந்தி

153. காந்தியடிகளால் 1940-இல் அறிவிக்கப்பட்ட தனிநபர் சத்தியாகிரகத்தின் முதல் சத்தியாகிரகி யார்?
அ) நேதாஜி
ஆ) ஜவஹர்லால் நேரு
இ) வல்லபாய் படேல்
ஈ) ஆச்சார்ய வினோபா பாவே

154. கிரிப்ஸ் தூதுக் குழு தோல்வியடைந்ததையடுத்து காந்தியடிகளால் ஏற்படுத்தப்பட்ட இயக்கம் எது?
அ) வரிகொடா இயக்கம்
ஆ) வெள்ளையனே வெளியேறு இயக்கம்
இ) தனிநபர் சத்தியாகிரகம்
ஈ) இண்டிகோ விவசாயிகள் சங்கம்

155. சுதந்திரத்திற்கு முன்பு கடைசியாக நடைபெற்ற மிகப்பெரிய போராட்டம் எது?
அ) வெள்ளையனே வெளியேறு போராட்டம்
ஆ) உப்புச் சத்தியாகிரகம்
இ) ஒத்துழையாமை இயக்கம்
ஈ) தனிநபர் சத்தியாகிரகம்

156. 1930-இல் நடத்தப்பட்ட உப்புச் சத்தியாகிரகத்தின் மறுபெயர் என்ன?
அ) சாம்பரன் சத்தியாகிரகம்
ஆ) வெள்ளைனே வெளியேறு இயக்கம்
இ) தனி நபர் சத்தியாகிரகம்
ஈ) சட்டமறுப்பு இயக்கம்

157. காந்தியடிகளை 'மகாத்மா' என்று முதன்முதலாக அழைத்தவர் யார்
அ) M.A. ஜின்னா
ஆ) இராஜாஜி
இ) வல்லபாய் படேல்
ஈ) ஜவஹர்லால் நேரு

158. காந்தியடிகள் காங்கிரஸின் தலைவராகப் பதவி வகித்த ஆண்டு எது?
அ) 1919 ஆ) 1932
இ) 1924 ஈ) 1931

159. இந்தியா சுதந்திரம் பெற்ற பொழுது காங்கிரஸின் தலைவர் யார்?
அ) முகமது அலி ஜின்னா
ஆ) இராஜேந்திர பிரசாத்
இ) சுசேதா கிருபளானி
ஈ) ஜவஹர்லால் நேரு

160. கீழ்க்கண்ட எந்தப் படைப்பிரிவை நேதாஜி உருவாக்கவில்லை?
அ) பாரத் படைப்பிரிவு
ஆ) நேதாஜி படைப்பிரிவு
இ) நேரு படைப்பிரிவு
ஈ) காந்தி படைப்பிரிவு

161. நேரடி நடவடிக்கை நாள், என முஸ்லிம் லீக்கினால் கொண்டாடப்பட்ட நாள் எது?
அ) 14 ஆகஸ்ட் 1946
ஆ) 15 ஆகஸ்ட் 1946
இ) 14 ஆகஸ்ட் 1947
ஈ) 16 ஆகஸ்ட் 1946

162. 1946-இல் நேரு தலைமையில் அமைந்த இடைக்கால அரசு பின்வரும் எந்தக் குழுவின் பரிந்துரையின் அடிப்படையில் உருவாக்கப்பட்டது?
அ) அமைச்சரவைத் தூதுக்குழு
ஆ) சைமன் குழு
இ) காங்கிரஸ் தூதுக்குழு
ஈ) மாண்டேகு–செம்ஸ்போர்டு

163. இந்தியா-பாகிஸ்தான் பிரிவினை பின்வரும் எந்தத் திட்டத்தின் அடிப்படையில் நடைபெற்றது?

152. ஆ 153. ஈ 154. ஆ 155. அ 156. ஈ 157. அ 158. இ 159. ஆ 160. அ 161. ஈ 162. அ

அ) மவுண்ட்பேட்டன் திட்டம்
ஆ) வேவல் திட்டம்
இ) M.A. ஜின்னா திட்டம்
ஈ) சி.ஆர். திட்டம்

164. இந்தியா - பாகிஸ்தான் எல்லையை பிரிக்க ராட்-கிளிப் எல்லைக் கமிஷன் எப்போது அமைக்கப்பட்டது?
அ) 1946 ஆ) 1948
இ) 1947 ஈ) 1950

165. இந்திய சுதந்திரச் சட்டம் எப்போது இங்கிலாந்து நாடாளுமன்றத்தினால் ஏற்றுக்கொள்ளப்பட்டது?
அ) 15 ஜூலை 1946
ஆ) 18 ஜூலை 1947
இ) 15 ஜூலை 1947
ஈ) 14 ஆகஸ்ட் 1947

இந்திய அச்சுக்கலையின் வரலாறு

1. இந்தியாவின் முதல் அச்சுக்கூடத்தை நிறுவியவர்கள் யார்?
அ) டேனியர்கள்
ஆ) போர்ச்சுகீசியர்
இ) பிரஞ்சுகாரர்கள்
ஈ) ஆங்கிலேயர்கள்

2. இந்தியாவின் முதல் செய்திதாள் மற்றும் அதை வெளியிட்டவர் யார்?
அ) மெட்ராஸ் மெயில், ஜேம்ஸ் அகஸ்டஸ் கிக்கி
ஆ) பெங்கால் கெசட், கேசப் சந்திரசென்
இ) இந்தியா டுடே, சுப்ரமணியம் ஐயர்
ஈ) மெட்ராஸ் கூரியர்ஸ், சர் அயர் கூட்

3. 1784-இல் வெளியிடப்பட்ட மதராஸ் மாகாணத்தின் முதல் செய்தித்தாள் எது?
அ) மெட்ராஸ் கூரியர்
ஆ) மெட்ராஸ் மெயில்
இ) தி இந்து
ஈ) சுதேசமித்ரன்

4. இந்தியாவின் முதல் மாலை நேர பத்திரிகை மற்றும் வெளியிடப்பட்ட ஆண்டு என்ன?
அ) 1875, சுதேசமித்ரன்
ஆ) 1896, ஈவ்னிங் இந்தியா
இ) 1880, இந்து
ஈ) 1868, மெட்ராஸ் மெயில்

5. இந்தியன் ஹெரால்ட் எனும் ஆங்கில செய்தித்தாளை 1795-இல் வெளியிட்டவர் யார்?
அ) ஆர். வில்லியம் மற்றும் ஹம்பரீஸ்
ஆ) ஜேம்ஸ் அகஸ்டஸ்கிக்கி
இ) தாதாபாய் நௌரோஜி
ஈ) ஜவஹர்லால் நேரு

6. இந்தியாவின் முதல் பாரசீக இதழான 'மீரத்-துள்-அக்பர்' ஐ வெளியிட்டவர் யார்?
அ) அல்பரூனி
ஆ) ராஜாராம் மோகன்ராய்
இ) சர் சையது அகமதுகான்
ஈ) நவாப் சலீமுல்லாகான்

7. 'தாதாபாய் நௌரோஜி'யினால் குஜராத்தி மொழியில் வெளியிடப்பட்ட இதழ் எது?
அ) இந்தியன் மிர்ரர்
ஆ) தீன் குஜராத்தி
இ) இந்தியன் ஹெரால்ட்
ஈ) ரஸ்ட் கோப் தார்

8. 'இந்தியன் மிர்ரர்' எனும் இதழை தேவேந்திர நாத் தாகூர் எங்கிருந்து வெளியிட்டார்?
அ) அலகாபாத் ஆ) கல்கத்தா
இ) மும்பை ஈ) லக்னோ

9. 'சுதேசமித்ரன்' எனும் செய்தித்தாள் பின்வரும் எந்த மொழியில் வெளியிடப்பட்டது?

163. அ 164. இ 165. ஆ ❀ 1. ஆ 2. ஆ 3. அ 4. ஈ 5. அ 6. ஆ 7. ஈ 8. ஆ

அ) தமிழ் ஆ) மராத்தி
இ) ஆங்கிலம் ஈ) வங்கம்

10. சுதேசமித்ரன் எனும் செய்தித்தாளை வெளியிட்டவர் யார்?

அ) வ.உ.சி.
ஆ) பாரதி
இ) ஜி. சுப்பிரமணிய அய்யர்
ஈ) திலகர்

11. பாரீஸிலிருந்து வெளியிடப்பட்ட வந்தே மாதரம் எனும் இதழை வெளியிட்டவர் யார்?

அ) அன்னிபெசண்ட்
ஆ) H.S. பிளாவட்ஸ்கி, H.S. ஆல்காட்
இ) மேடம் பிக்காஜி காமா
ஈ) தாதாபாய் நெளரோஜி

12. 'குடியரசு' எனும் இதழை வெளியிட்டவர் யார்?

அ) ஈ.வெ.ரா. ஆ) அம்பேத்கர்
இ) பாரதிதாசன் ஈ) இராஜாஜி

13. அம்பேத்கர் அவர்களால் வெளியிடப்பட்ட இதழ் எது?

அ) சுதேசமித்ரன்
ஆ) பகிஸ்கரி பாரத்
இ) புத்தமித்ரா
ஈ) குடியரசு

14. 'இந்து' எனும் பத்திரிகை ஜி. சுப்ரமணிய அய்யரால் வெளியிடப்பட்ட ஆண்டு எது?

அ) 1901 ஆ) 1875
இ) 1900 ஈ) 1878

15. 1861-இல் துவங்கப்பட்ட 'பம்பாய் டைம்ஸின்' தற்போதைய பெயர் என்ன?

அ) பம்பாய் சமச்சார்
ஆ) இந்தியா டுடே
இ) டைம்ஸ் ஆப் இந்தியா
ஈ) மும்பை டுடே

9. அ 10. இ 11. இ 12. அ 13. ஆ 14. ஈ 15. இ

புவியியல்

அண்டம் (Universe)

1. நமது சூரியக் குடும்பம் பின்வரும் எந்த அண்டத்தைச் சார்ந்தது?
அ) எல்.எம்.சி. அண்டம்
ஆ) ஆண்ட்ரோமீடா அண்டம்
இ) பால்வெளி அண்டம்
ஈ) நீர்ச்சுழி அண்டம்

2. சூரியக் குடும்பத்தில் தானே ஒளிரும் பொருள் எது?
அ) சூரியன் ஆ) புவி
இ) வியாழன் ஈ) நிலவு

3. கோள்கள் சூரியனை பின்வரும் எந்த வடிவிலான பாதையில் சுற்றி வருகின்றன?
அ) வட்டம்
ஆ) நீள்வட்டம்
இ) அரைவட்டம்
ஈ) குறுக்குவட்டம்

4. வியாழன், சனி, யுரேனஸ், நெப்டியூன் ஆகியவற்றினை எவ்வாறு அழைப்பர்?
அ) கனக்கோள்கள்
ஆ) நம்பிக்கை நட்சத்திரங்கள்
இ) திடக்கோள்கள்
ஈ) வாயுக்கோள்கள்

5. சூரியனை தங்களது அச்சில் மேற்கிலிருந்து கிழக்காகச் சுற்றும் கோள் /கோள்கள் எவை?
அ) வெள்ளி, யுரேனஸ்
ஆ) புவி, செவ்வாய்
இ) சனி, வியாழன்
ஈ) வெள்ளி, புளூட்டோ

6. சூரியக் குடும்பத்தில் உள்ள கோள்களில் முறையே மெதுவாக மற்றும் வேகமாக சுற்றும் கோள்கள் எவை?
அ) முறையே வியாழன் மற்றும் வெள்ளி
ஆ) முறையே வெள்ளி மற்றும் வியாழன்
இ) முறையே புதன் மற்றும் நெப்டியூன்
ஈ) முறையே நெப்டியூன் மற்றும் புதன்

7. சூரியக் குடும்பத்திலுள்ள கோள்களில் பிரகாசமானது எது?
அ) புவி ஆ) புதன்
இ) வியாழன் ஈ) வெள்ளி

8. போபோஸ் மற்றும் டைமோஸ் ஆகியவை பின்வரும் எந்த ஒரு கோளின் துணைக் கிரகங்கள்?
அ) சனி ஆ) செவ்வாய்
இ) வியாழன் ஈ) வெள்ளி

9. சூரியக் குடும்பத்தில் அதிக துணைக் கோள்களைக் கொண்ட கிரகம் எது?
அ) வியாழன் ஆ) சனி
இ) யுரோஸ் ஈ) நெப்டியூன்

10. சூரியக் குடும்பத்தில் துணைக் கோளற்ற கிரகம் எது?
அ) புளூட்டோ, நெப்டியூன்
ஆ) புதன், வெள்ளி
இ) யுரேனஸ், புளூட்டோ
ஈ) யுரேனஸ், புதன்

11. புளூட்டோ எனும் கோள் எப்பொழுது ‘குள்ளக்கோளாக’ வகைப்படுத்தப்பட்டது?
அ) 2008 ஆ) 2010
இ) 2006 ஈ) 2014

1. இ 2. அ 3. ஆ 4. ஈ 5. அ 6. ஆ 7. ஈ 8. ஆ 9. அ 10. ஆ 11. இ

12. 'குறுங்கோள்' பட்டை என்பது பின்வரும் எந்த இரு கிரகங்களுக்கிடையே அமைந்துள்ளது?

அ) செவ்வாய் மற்றும் வியாழன்
ஆ) புதன் மற்றும் வெள்ளி
இ) புவி மற்றும் செவ்வாய்
ஈ) சனி மற்றும் வியாழன்

13. குள்ளக்கோள்கள் எனப்படும் பொருட்கள் எதைச் சுற்றி வருகின்றன?

அ) சூரியன் ஆ) வியாழன்
இ) செவ்வாய்
ஈ) முறையற்ற சுழற்சியுடையன

14. சந்திரன் புவியைச் சுற்றிவரவும், தன்னைத்தானே சுற்றிக்கொள்ளவும் தேவைப்படும் கால அளவு என்ன?

அ) முறையே 27.3 மற்றும் 20
ஆ) முறையே 30 மற்றும் 27.3
இ) முறையே 30 மற்றும் 30
ஈ) இரண்டிற்குமே 27.3 நாட்கள் தான்

15. வால் நட்சத்திரத்தின் வால் எப்பொழுதும் .... திசையில் நீண்டிருக்கும்

அ) சூரியனுக்கு எதிர்
ஆ) சூரியனுக்கு நேர்
இ) சூரியனுக்கு வலப்பக்கம்
ஈ) சூரியனுக்கு இடப்பக்கம்

16. எரிநட்சத்திரங்கள் என்பது .... ஆகும்

அ) எரிகற்கள்
ஆ) நட்சத்திரங்களின் ஒருபகுதி
இ) வால் நட்சத்திரம் விட்டு சென்ற துகள்கள்
ஈ) இவை தனி நட்சத்திரங்கள்

17. சூரியக் குடும்பத்திற்கு அருகிலுள்ள நட்சத்திரம் எது?

அ) ஆண்ட்ரோமீடா
ஆ) பிராக்ஸிமா சென்டாரி
இ) L.M.C.
ஈ) சைரஸ்

18. சூரியக் குடும்பத்திற்கு அருகிலுள்ள மிகுந்த பொலிவான நட்சத்திரம் எது?

அ) ஆண்ரோமீடா
ஆ) பிராக்ஸிமா சென்டாரி
இ) ஆல்ஃபா சென்டாரி AB
ஈ) சைரஸ்

19. அண்டவெளியின் (Universe) தோற்றம் பற்றிய கோட்பாடு எது?

அ) குவாண்டம் கோட்பாடு
ஆ) பிளாஸ்மா கோட்பாடு
இ) கண்டப்பிளவு (Condinendal drift)
ஈ) பெருவெடிப்பு (Big Bang)

20. கருந்துளைகள் என்பவை .... ஆகும்

அ) கணக்கில்லா ஈர்ப்புவிசை கொண்ட பகுதி.
ஆ) ஒளியை மட்டும் அனுமதிப்பவை
இ) இதிலிருந்து புதிய நட்சத்திரங்கள் உருவாகின்றன.
ஈ) அனைத்தும் சரி

புவி

1. புவியின் வயது என்ன?

அ) 4.52 பில்லியன் ஆண்டுகள்
ஆ) 4.54 பில்லியன் ஆண்டுகள்
இ) 6.02 பில்லியன் ஆண்டுகள்
ஈ) 8.10 பில்லியன் ஆண்டுகள்

2. புவியின் அடர்த்தி மற்றும் மேற்பரப்பளவு என்ன?

அ) முறையே 7.8 g/cm^3 மற்றும் 410,078000 km^2
ஆ) முறையே 2.25 g/cm^3 மற்றும் 410,078000 km^2
இ) முறையே 5.52 g/cm^3 மற்றும் 510,072000 km^2
ஈ) முறையே 1.0 g/cm^3 மற்றும் 710,00000 km^2

12. அ 13. அ 14. ஈ 15. அ 16. இ 17. ஆ 18. இ 19. ஈ 20. அ ஜ
1. ஆ 2. இ

3. புவியில் அட்சக்கோடுகள் என்பவை .... ஆகும்.
   அ) கிழக்கு மேற்காக வரையப்பட்ட கற்பனைக்கோடுகள்
   ஆ) வடக்கு தெற்காக வரையப்பட்ட கற்பனைக்கோடுகள்
   இ) புவியின் மத்தியில் வரையப்பட்ட கற்பனைக்கோடுகள்
   ஈ) புவியின் துருவப்பகுதிகளில் வரையப்பட்ட கற்பனைக்கோடுகள்

4. பூமத்திய ரேகை என்பது .... ஆகும்.
   அ) 90° தீர்க்க ரேகை
   ஆ) 180° அட்ச ரேகை
   இ) 0° தீர்க்க ரேகை
   ஈ) 0° அட்ச ரேகை

5. 0° தீர்க்கக் கோடு .... என்றும் அறியப்படும்.
   அ) சர்வதேச தேதி கோடு
   ஆ) கிரீன்விச் தீர்க்கக்கோடு
   இ) 80° தீர்க்கக்கோடு
   ஈ) 180° தீர்க்கக்கோடு

6. பூமத்தியரேகைப் பகுதியில் புவியின் சுற்றளவு என்ன?
   அ) 12,715.43 கி.மீ.
   ஆ) 12,756.36 கி.மீ.
   இ) 40,005 கி.மீ.
   ஈ) 40,077 கி.மீ.

7. 66 1/2° தெற்கு மற்றும் 66 வடக்கு ஆகியன எவ்வாறு அழைக்கப்படும்?
   அ) முறையே அண்டார்டிக் மற்றும் ஆர்டிக் வட்டம்
   ஆ) முறையே தென் அயனக்கோடு மற்றும் வட அயனக்கோடு
   இ) முறையே ஆர்டிக் மற்றும் அண்டார்டிக் வட்டம்
   ஈ) முறையே கடகரேகை மற்றும் மகரரேகை

8. ஒரு தீர்க்கக் கோட்டிற்கு இணையான கால அளவு எவ்வளவு?
   அ) 3 நிமிடங்கள் ஆ) 5 நிமிடங்கள்
   இ) 4 நிமிடங்கள் ஈ) 7 நிமிடங்கள்

9. அருணாச்சலப் பிரதேசத்திற்கும் குஜராத்திற்கும் இடையிலான கால வித்தியாசம் எவ்வளவு?
   அ) 2 மணி 50 நிமிடங்கள்
   ஆ) 4 மணி 63 நிமிடங்கள்
   இ) 3 மணி 52 நிமிடங்கள்
   ஈ) 1 மணி 56 நிமிடங்கள்

10. சூரியனை புவி தனது அச்சில் 23 1/2° சாய்ந்த வண்ணம் சுற்றி வருவதால் ஏற்படும் பயன் யாது?
    அ) இரவு – பகல் மாற்றம்
    ஆ) பருவநிலை மாற்றம்
    இ) காற்று சுழற்சி
    ஈ) வசந்தகால மாற்றம்

11. சூரியன் பூமத்தியரேகைக்கு நேராகப் பிரகாசிக்கும் நாட்கள் யாவை?
    அ) செப்டம்பர் 23, மார்ச் 21
    ஆ) ஜூன் 21, செப்டம்பர் 23
    இ) மார்ச் 23, செப்டம்பர் 21
    ஈ) செப்டம்பர் 21, மார்ச் 23

12. புவியில் உயிரினங்கள் கீழ்க்கண்ட எந்த ஒன்றில் காணப்படுகின்றன?
    அ) நிலக்கோளம் (Lithosphere)
    ஆ) நீர்க்கோளம் (Hydrosphere)
    இ) வளிமண்டலம் (Atmosphere)
    ஈ) மேற்கண்ட மூன்றிலும்

13. 'பான்தலாசா' எனப்படும் புவியின் ஆரம்பகால நிலப்பகுதிகள் புவியின் எப்பகுதியில் அமைந்திருந்தன?
    அ) கிழக்குத் துருவம்
    ஆ) மேற்குத் துருவம்
    இ) வட துருவம்
    ஈ) தென் துருவம்

14. புவியில் உள்ள பெரிய நிலத்திட்டுகள் எத்தனை?
    அ) எட்டு   ஆ) ஏழு
    இ) ஆறு   ஈ) ஐந்து

---

3. அ 4. ஈ 5. ஆ 6. ஈ 7. அ 8. இ 9. ஈ 10. ஆ 11. அ 12. அ
13. ஈ 14. ஆ

15. புவி மேலோட்டின் பகுதிகள் எவை?
அ) தீப்பாறைகள்
ஆ) உருமாறிய பாறைகள்
இ) அலுமினோ, சிலிகேட்
ஈ) சியால், சிமா

16. புவியின் காந்தப்புலத்திற்கு காரணமான புவி அடுக்கு எது?
அ) கருவம் (NIFE)
ஆ) சியால் (SIAL)
இ) சிமா (SIMA)
ஈ) மேண்டில்

17. நிலநடுக்க அலைகளை பதிவு செய்ய பயன்படும் கருவி யாது?
அ) வேரியோ மீட்டர்
ஆ) சீஸ்மோகிராஃப்
இ) டாக்கோ மீட்டர்
ஈ) ஸ்பீடோமீட்டர்

18. மோசமான பாதிப்புகளை ஏற்படுத்தும் நிலநடுக்க அலை எது?
அ) R மற்றும் S அலைகள்
ஆ) P மற்றும் L அலைகள்
இ) கீழ்ப்புற (அ)P, S **அலைகள்**
ஈ) மேற்புற (அ)L, R **அலைகள்**

19. எரிமலையிலிருந்து வெளியேறும் பொருள் யாது?
அ) லாவா ஆ) ஆஷ்
இ) ஸ்டீம் ஈ) பியூமிஸ்

20. உலகின் மிகப்பெரிய செயல்படும் எரிமலை எது?
அ) குர்திஸ் தீவு, கொலம்பியா
ஆ) அகுவா
இ) மோனோலோவா, ஹவாய் தீவு
ஈ) அமுக்கா, அலூட்டியன் தீவு

21. கடல் அரிப்புடன் தொடர்புடைய நிலத்தோற்றங்களில் சரியான வரிசை எது?
அ) வளைகுடா – ஓங்கல் – குகை – கடல்வளைவு– கடல்தூண் – எஞ்சியபாறை
ஆ) கடல்வளைவு – வளைகுடா – குகை – எஞ்சியபாறை – கடல்தூண் – ஓங்கல்
இ) குகை – வளைகுடா – கடல்வளைவு – கடல்தூண் – எஞ்சியபாறை – ஓங்கல்
ஈ) ஓங்கல் – கடல்தூண் – குகை – எஞ்சியபாறை – கடல்வளைவு– வளைகுடா

22. சுற்றியுள்ள நிலப்பகுதிகளை விட உயரமாகவும், மேற்பகுதி தட்டையாகவும் அமைந்துள்ள நிலப்பகுதி யாது?
அ) சிகர பூமி
ஆ) தட்டைப் பரப்பு
இ) மேற்பரப்பு
ஈ) பீடபூமி

23. விரிந்த இரு நிலப்பரப்புகளை இணைக்கும் மிகக்குறுகிய இயற்கையான நிலப்பரப்பு எவ்வாறு அழைக்கப்படும்?
அ) வளைகுடா ஆ) நிலச்சந்தி
இ) வரிகுடா ஈ) பீடபூமி

24. மூன்று பக்கங்களும் நிலத்தால் சூழப்பட்ட நீர்ப்பரப்பின் பெயர் என்ன?
அ) நன்னிலம்
ஆ) நீர்ச்சேர்கை
இ) பீடபூமி
ஈ) விரிகுடா (Bay)

25. செம்மண்ணின் செம்மை நிறத்திற்கு காரணம் என்ன?
அ) அதில் கலந்துள்ள குப்ரஸ் ஆக்ஸைடுகள்
ஆ) அதில் கலந்துள்ள இரும்பு ஆக்ஸைடுகள்
இ) அதில் கலந்துள்ள சல்ஃப்ர் ஆக்ஸைடுகள்
ஈ) அதில் கலந்துள்ள சிங்க் ஆக்ஸைடுகள்

26. ஒரு குறிப்பிட்ட இடத்தில் குறிப்பிட்ட நாளில் நிலவும் வெப்பநிலை, காற்றழுத்தம், காற்றின் திசை, மழைப் பொழிவு போன்றவற்றை குறிப்பது எது?
அ) வானிலை ஆ) காலநிலை
இ) பருவநிலை ஈ) மாற்றநிலை

15. ஈ 16. அ 17. ஆ 18. ஈ 19. அ 20. இ 21. அ 22. ஈ 23. ஆ 24. ஈ 25. ஆ 26. அ

27. நைட்ரஜன், ஆக்சிஜனுக்கு அடுத்தபடியாக வளிமண்டலத்தில் அதிக அளவில் கலந்துள்ள வாயு எது?

அ) கார்பன் ஆ) ஹைட்ரஜன்
இ) ஆர்கான் ஈ) ஹீலியம்

28. வளிமண்டலத்திலுள்ள நீராவியை மழைத்துளிகளாக மாற்றுவதில் முக்கியப் பங்காற்றுவது எது?

அ) மாசுகள் ஆ) காற்று
இ) மண் ஈ) தூசிகள்

29. இடி, மின்னல், மழை போன்ற நிகழ்வுகள் புவிப்பரப்பிலிருந்து எவ்வளவு உயரத்திற்குள் நடைபெறுகின்றன?

அ) 15 கி.மீ. ஆ) 16 கி.மீ.
இ) 17 கி.மீ. ஈ) 18 கி.மீ.

30. ஓசோன் படலம் எவ்வளவு உயரத்தில் பரவியுள்ளது?

அ) 20 - 30 கி.மீ.–க்குள்
ஆ) 45 - 20 கி.மீ.–க்குள்
இ) 20 - 35 கி.மீ.–க்குள்
ஈ) 35 - 40 கி.மீ.–க்குள்

31. வெளியடுக்கில் (Exosphere) உள்ள வாயுக்கள் யாவை?

அ) ஹைட்ரஜன், ஹீலியம்
ஆ) நைட்ரஜன், ஹீலியம்
இ) ஆக்சிஜன், ஹைட்ரஜன்
ஈ) ஹீலியம், ஹைட்ரஜன்

32. மித வெப்ப மண்டலம் பரவியுள்ள அட்சம் யாது?

அ) 30° முதல் 90° வரை
ஆ) 60° முதல் 30° வரை
இ) 30° முதல் 60° வரை
ஈ) 90° முதல் 60° வரை

33. கடல் மட்டத்தில் காற்றழுத்த சராசரி யாது?

அ) 1022 மில்லி பார்
ஆ) 1011 மில்லி பார்
இ) 1000 மில்லி பார்
ஈ) 1013 மில்லி பார்

34. புவியின் சுழற்சி காரணமாக வட அரைக்கோளத்திலுள்ள காற்று வலதுபுறமாகவும் தென் அரைக்கோளத்திலுள்ள காற்று இடதுபுறமாகவும் திருப்பப்படும். இவ்விதி .... என அழைக்கப்படுகிறது?

அ) ஃபெரல் விதி
ஆ) போரீஸ் விதி
இ) ஸ்டீபன்ஸ் விதி
ஈ) பேரடே விதி

35. வியாபாரக்காற்றுகள் என்றழைக்கப்படும் காற்று எது?

அ) கிழக்குக் காற்று
ஆ) மேற்குக் காற்று
இ) வடக்குக் காற்று
ஈ) தென்மேற்குக் காற்று

36. பகல் பொழுதில் காற்று .... லிருந்து .... ஐ நோக்கி வீசும்.

அ) வடக்கு, தெற்கு
ஆ) நிலம், கடல்
இ) கடல், நிலம்
ஈ) கிழக்கு, மேற்கு

37. ஹரிக்கேன், டைபூன், வில்லிவில்லி மற்றும் சமுனஸ் ஆகியவை எதனைக் குறிப்பிடுகின்றன?

அ) கோள் காற்றுகள்
ஆ) புயல்
இ) தலக்காற்றுகள்
ஈ) பருவக்காற்றுகள்

38. ஃபோன், லூ, சினூக், சிராக் போன்றவை எவ்வகைக் காற்றுகளாகும்?

அ) வெப்பக்காற்றுகள்
ஆ) குளிர்காற்றுகள்
இ) பருவக்காற்றுகள்
ஈ) கோள் காற்றுகள்

27. இ 28. ஈ 29. ஆ 30. இ 31. அ 32. இ 33. ஈ 34. அ 35. அ 36. இ 37. ஆ 38. அ

39. காற்றின் வெப்பநிலை 0°C க்கும் அதிகமானால் நீராவி .... ஆகவும், 0°C க்கும் குறைவானால் .... ஆகவும் சுருங்கும்

அ) பனித்துளி, நீர்த்துளி
ஆ) பனிக்கட்டி, நீராவி
இ) நீர்த்துளி, பனித்துளி
ஈ) நீராவி, பனித்துளி

40. அடர்பனி ஏற்படக்காரணம் யாது?

அ) குளிர்ந்த காற்று
ஆ) புவியின் வேகமான சுழற்சி
இ) குறைவான வெப்பநிலை
ஈ) தரையை ஒட்டி நீராவி சுருங்குவது

41. பூமத்தியரேகைப் பகுதியில் சராசரி வெப்பநிலை மற்றும் மழையளவு என்ன

அ) 27° C மற்றும் 250 ° செ.மீ
ஆ) 25° C மற்றும் 300 ° செ.மீ
இ) 30° C மற்றும் 200 ° செ.மீ
ஈ) 15° C மற்றும் 250 ° செ.மீ

42. உலகின் மிக ஆழமான (11,033 மீ) 'மரியானா டிரஞ்ச்' எந்த கடல்பகுதியில் அமைந்துள்ளது?

அ) ஆர்டிக் ஆ) அட்லாண்டிக்
இ) தென் பசிபிக் ஈ) வட பசிபிக்

43. கடற்பகுதியில் அதிக மீன்கள், எண்ணெய் வளம் போன்றவை கிடைக்கக்கூடிய பகுதி எது?

அ) கண்டத்திட்டு ஆ) கடல்தரை
இ) கண்டச்சரிவு ஈ) கடற்கரை

44. கடல் நீரின் சராசரி உவர்ப்பியம் (நீரில் கரைந்துள்ள உப்பின் அளவு) எவ்வளவு?

அ) 100 கிராம் / லிட்டர்
ஆ) 70 கிராம் / லிட்டர்
இ) 35 கிராம் / லிட்டர்
ஈ) 50 கிராம் / லிட்டர்

45. கடல்நீர் மட்டத்தில் சூரியன் மற்றும் சந்திரனால் ஏற்படும் உயர் மற்றும் தாழ் ஓதங்களுக்கிடையிலான கால இடைவெளி எவ்வளவு?

அ) 12 மணிநேரம்
ஆ) 6 மணிநேரம்
இ) 4 மணிநேரம்
ஈ) 24 மணிநேரம்

46. சூரியன், சந்திரன், புவி மூன்றும் ஒரே நேர்க்கோட்டில் வரும் பொழுது ஏற்படும் ஓதம் யாது?

அ) ஓதம் ஏற்படாது
ஆ) உயர் ஓதம்
இ) வசந்தகால ஓதம்
ஈ) தாழ் ஓதம்

47. கடல் நீரோட்டங்களை காற்றின் திசைக்கேற்ப திருப்பும் விசை யாது?

அ) ஃபெரல் விசை
ஆ) கொரியோலிஸ் விசை
இ) புவியீர்ப்பு விசை
ஈ) ஈர்ப்பு விசை

48. பவளங்கள் புவிப்பரப்பில் எந்த அட்சக்கோடுகளுக்கு இடையே வளரும்?

அ) 30° வடக்கு - 30° தெற்கு
ஆ) 15° வடக்கு - 15° தெற்கு
இ) 20° வடக்கு - 20° தெற்கு
ஈ) 15° வடக்கு - 25° தெற்கு

49. புதுப்பிக்கத்தக்க வள ஆற்றலுக்கு எடுத்துக்காட்டு எது?

அ) கனிமம்
ஆ) எண்ணெய் பொருட்கள்
இ) நிலக்கரி
ஈ) சூரிய ஒளி

50. பசுமை மாறாக் காடுகளில் வளரும் தாவரங்கள் யாவை?

அ) தேக்கு, எபோனி, ரோஸ்வுட்
ஆ) ஒக், சைப்ரஸ், மேப்பில்
இ) சால், சந்தனம், பிள்ளமருது
ஈ) பைன், ஸ்புரூஸ், ஃபிர்

39. இ 40. ஈ 41. அ 42. இ 43. அ 44. இ 45. ஆ 46. இ 47. ஆ 48. அ
49. ஈ 50. அ

இந்தியா

1. இந்தியாவின் அட்சரேகைப் பரவல் என்ன?
அ) 8°4′ N - 37°6′ N
ஆ) 8°4′ N - 37°8′ N
இ) 8°6′ N - 37°4′ N
ஈ) 8°6′ N - 37°6′ S

2. இந்தியாவின் மேற்குமுனை (Western most Point) எது?
அ) குமரிமுனை
ஆ) இந்திரா கோல்
இ) தாஃப்தார்
ஈ) குஹார்மோத்தி

3. இந்தியாவின் திட்ட நேரமான 82° 30′ கிழக்கு தீர்க்கம் எந்த இடத்தின் வழியாக செய்கின்றது?
அ) லக்னோ ஆ) அலகாபாத்
இ) புதுதில்லி ஈ) ஐதராபாத்

4. இந்தியாவின் நிலப்பரப்பில் முறையே மலைகள் மற்றும் குன்றுகள், பீடபூமிகள், சமவெளிகள் ஆகியவற்றின் சதவிகிதம் என்ன?
அ) முறையே 29.3, 27.7, 43
ஆ) முறையே 30, 24, 56
இ) முறையே 30, 30, 30
ஈ) முறையே 30, 25, 40

5. இந்தியாவின் மிக உயர்ந்த சிகரமான காட்வின் ஆஸ்டின் (K_2) இமயமலையின் எந்த பகுதியில் அமைந்துள்ளது?
அ) வடக்கு இமயமலை
ஆ) தெற்கு இமயமலை
இ) மேற்கு இமயமலை
ஈ) கிழக்கு இமயமலை

6. இந்தியாவின் மிக உயர்ந்த பீடபூமி எது?
அ) மாள்வா பீடபூமி
ஆ) தக்காண பீடபூமி
இ) திபெத் பீடபூமி
ஈ) லடாக் பீட பூமி

7. எவரெஸ்ட் சிகரம் அமைந்துள்ள மத்திய இமயமலைத் தொடர் பகுதியை எவ்வாறு அழைப்பர்?
அ) ஹிமாத்ரி ஆ) கங்கோத்ரி
இ) யமுனாத்திரி ஈ) பூர்வாஞ்சல்

8. ஆரவல்லி மலைத் தொடருக்கு மேற்கில் அமைந்துள்ள ராஜஸ்தான் சமவெளியின் முக்கிய ஆறு எது?
அ) சரஸ்வதி ஆறு
ஆ) யமுனா நதி
இ) பிம்பேட்கா நதி
ஈ) லூனி ஆறு

9. திபெத்தில் உருவாகும் ‘சாங்கோ’ நதி இந்தியாவில் எந்தப் பெயருடன் பாய்ந்தோடுகின்றது?
அ) தீஸ்த்தா ஆ) பிரம்மபுத்ரா
இ) கங்கை ஈ) யமுனை

10. தீபகற்ப பீடபூமியை இருசமமற்ற பகுதிகளாகப் பிரிக்கும் நதி எது?
அ) நர்மதை ஆ) தபதி
இ) கோதாவரி ஈ) காவிரி

11. உலகின் மிகப் பழமையான மடிப்பு மலைத் தொடர் எது?
அ) இமயமலைத்தொடர்
ஆ) ஆரவல்லி மலைத்தொடர்
இ) மேற்குத் தொடர்ச்சி மலை
ஈ) கிழக்குத் தொடர்ச்சிக் குன்றுகள்

12. ஷராவதி நதியின் ‘ஜோக் நீர் வீழ்ச்சி’ எந்த எந்த மலைத் தொடரில் அமைந்துள்ளது?
அ) கிழக்குத் தொடர்ச்சி
ஆ) மேற்குத் தொடர்ச்சி
இ) ஆரவல்லி மலை
ஈ) இமயமலை

13. கிழக்குத் தொடர்ச்சி மலைகளில் மிக உயர்ந்த சிகரம் எது?
அ) ஏலகிரி ஆ) ஆனைமுடி
இ) குருசிகார் ஈ) மகேந்திரகிரி

1. அ 2. ஈ 3. ஆ 4. அ 5. இ 6. ஈ 7. அ 8. ஈ 9. ஆ 10. அ
11. ஆ 12. ஆ 13. ஈ

14. இலட்சத்தீவுகள் .... ஆல் ஆனவை.

அ) மணற்பாறை

ஆ) பவளப்பாறைகள்

இ) களிமண்

ஈ) தீப்பாறைகள்

15. 'இந்தியாவில் உற்பத்தியாகும்' மிக நீளமான நதி எது?

அ) பிரம்மபுத்திரா

ஆ) கோதாவரி

இ) கங்கை

ஈ) சிந்து

16. உலக அளவிலான இரும்புத்தாது இருப்பில் இந்தியாவின் இடம் என்ன?

அ) 2 ஆ) 1

இ) 4 ஈ) 5

17. உலக மைக்கா உற்பத்தியில் இந்தியாவின் பங்கு என்ன?

அ) 25% ஆ) 50%

இ) 40% ஈ) 60%

18. இந்திய அளவில் பெட்ரோலிய உற்பத்தியில் பெரும் பங்கு வகிக்கும் இடம் எது?

அ) அசாம்

ஆ) மும்பை ஹை

இ) நரிமணம்

ஈ) கோதாவரிப்படுகை

19. இந்தியாவின் முதல் நீர்மின் நிலையம் (1897) எங்கு அமைக்கப்பட்டது?

அ) மேட்டூர்

ஆ) சிவசமுத்திரம்

இ) நாகர்ஜூன சாகர்

ஈ) டார்ஜிலிங்

20. ஜூம், பொடு, மாசன், பொன்னம் என்பவை எதனைக் குறிக்கும்?

அ) பழமையான வேளாண்முறைகள்

ஆ) நாடோடிக் கூட்டங்கள்

இ) பழங்குடியினரின் தொழில்கள்

ஈ) பழங்குடியினர் வசிக்கும் பகுதிகள்

21. காரிஃப், ராபி, சையத் போன்றவை எதனைக் குறிக்கும்?

அ) பருவமழை

ஆ) பருவக்காற்று

இ) வேளாண் பருவங்கள்

ஈ) காபி பயிர்வகைகள்

22. இந்திய அளவில் கரும்பு உற்பத்தியில் முதலிடம் வகிக்கும் மாநிலம் எது?

அ) பீகார்

ஆ) உத்திரப்பிரதேசம்

இ) ஆந்திரப்பிரதேசம்

ஈ) தமிழகம்

23. இந்திய அளவில் காப்பி உற்பத்தியில் முதலிடம் வகிக்கும் மாநிலம் எது?

அ) அசாம் ஆ) தமிழகம்

இ) கர்நாடகம் ஈ) கேரளம்

24. உலக அளவிலான காய்கறி உற்பத்தியில் இந்தியாவின் பங்கு யாது?

அ) 13 சதவிகிதம்

ஆ) 20 சதவிகிதம்

இ) 10 சதவிகிதம்

ஈ) 25 சதவிகிதம்

25. இந்தியாவின் மிகப் பெரிய நன்னீர் ஏரி எது?

அ) தால் ஏரி

ஆ) சிலிகா ஏரி

இ) வூலர் ஏரி

ஈ) கொல்லேறு ஏரி

14. ஆ 15. ஈ 16. அ 17. ஈ 18. ஆ 19. ஈ 20. அ 21. இ 22. ஆ 23. இ 24. அ 25. இ

தமிழகம்

1. பரப்பளவின் அடிப்படையில் தமிழகம் இந்திய அளவில் எத்தனையாவது இடத்தைப் பிடித்துள்ளது?
அ) 10 ஆ) 8
இ) 9 ஈ) 5

2. தமிழகத்தின் மிக உயர்ந்த சிகரம் எது?
அ) தொட்டபெட்டா
ஆ) ஆணைமுடி
இ) கொடைக்கானல்
ஈ) உதகமண்டலம்

3. வருசநாட்டு மலைக்கும் அகத்திய மலைக்கும் இடையில் அமைந்துள்ள கணவாய் எது?
அ) பாலக்காட்டுக் கணவாய்
ஆ) செங்கோட்டைக் கணவாய்
இ) செங்கம் கணவாய்
ஈ) ஆத்தூர் கணவாய்

4. தருமபுரி மற்றும் சேலம் மாவட்டத்தில் விரவியுள்ள கிழக்குத் தொடர்ச்சி மலை எவ்வாறு அழைக்கப்படுகின்றது?
அ) ஜவ்வாது மலை
ஆ) ஏலமலை
இ) கொல்லிமலை
ஈ) சித்தேரிமலை

5. தமிழகத்தில் அமைந்துள்ள மைசூர் பீடபூமியின் தொடர்ச்சி எது?
அ) பாரமஹால் பீடபூமி
ஆ) தக்காண பீடபூமி
இ) மதுரை பீடபூமி
ஈ) சிவகங்கை பீடபூமி

6. தமிழகத்தில் 'ஆர்டீசியன் நீரூற்றுகள்' காணப்படும் பகுதி எது?
அ) வைகையாற்றுப் பள்ளத்தாக்கு
ஆ) காவிரியாற்றுப் பள்ளத்தாக்கு
இ) வெள்ளாற்றுப் பள்ளத்தாக்கு
ஈ) பாலாற்றுப் பள்ளத்தாக்கு

7. தென்மேற்குப் பருவக்காற்றால் மழை பெறாத தமிழகப் பகுதி எது?
அ) உதகமண்டலம்
ஆ) சென்னை
இ) கன்னியாக்குமரி
ஈ) திருநெல்வேலி

8. சூறாவளிகளால் தமிழகத்திற்கு மிகுந்த மழைப் பொழிவு ஏற்படும் மாதம் எது?
அ) ஜனவரி ஆ) ஆகஸ்ட்
இ) செப்டம்பர் ஈ) நவம்பர்

9. சதவிகித அடிப்படையில் தமிழகத்தில் மிக அதிக காடுகளைக் கொண்டுள்ள மாவட்டம் எது?
அ) ஈரோடு
ஆ) உதகமண்டலம்
இ) தருமபுரி
ஈ) கிருஷ்ணகிரி

10. தமிழகத்தின் மிகப் பெரிய சதுப்பு நிலக்காடு எங்கு அமைந்துள்ளது?
அ) முட்டுக்காடு
ஆ) கோடியக்கரை
இ) பிச்சாவரம்
ஈ) மரக்காணம்

11. தமிழகத்தில் தங்கத்தாது செறிந்துள்ள மாவட்டங்கள் யாவை?
அ) சேலம், நாமக்கல்
ஆ) கோவை, நீலகிரி
இ) திருவண்ணாமலை, வேலூர்
ஈ) திருச்சி, அரியலூர்

1. அ 2. அ 3. ஆ 4. ஈ 5. அ 6. இ 7. ஆ 8. ஈ 9. ஆ 10. இ 11. ஆ

12. உற்பத்தி திறனின் அடிப்படையில் தமிழகத்தின் மிகப் பெரிய நீர் மின் நிலையம் எது?
    அ) அமராவதி ஆ) குந்தா
    இ) சாத்தனூர் ஈ) மேட்டூர்

13. நவரைப் பருவம் என்பது எந்த பட்டத்தைக் குறிக்கும்?
    அ) கார்த்திகை ஆ) தை
    இ) சித்திரை ஈ) ஆடி

14. தமிழகத்தின் முதன்மையான பாசனமுறை எது?

    அ) கால்வாய் பாசனம்
    ஆ) ஆற்று பாசனம்
    இ) கிணற்று பாசனம்
    ஈ) ஏரி பாசனம்

15. தென்னிந்தியாவின் நெற்களஞ்சியம் என அழைக்கப்படும் பகுதி எது?
    அ) பாலாற்று டெல்டா பகுதி
    ஆ) காவிரி டெல்டா பகுதி
    இ) வைகை டெல்டா பகுதி
    ஈ) நாகப்பட்டினம், கடலூர் பகுதி

12. ஈ 13. அ 14. இ 15. ஆ

பொருளாதாரம்

1. **வணிகத்தின் மூலம் ஒரு நாட்டின் செல்வத்தை உயர்த்த முடியும் என நம்புவது**
அ) இயற்கை வாதம்
ஆ) பொருளாதார வாதம்
இ) வணிக வாதம்
ஈ) நவீன வாதம்

2. **வணிக வாதத்திற்கெதிரான இயற்கைவாதம் பின்வரும் எந்த நாட்டில் தோன்றியது?**
அ) பிரான்ஸ் ஆ) இங்கிலாந்து
இ) அமெரிக்கா ஈ) சீனா

3. **நவீன பொருளாதாரத்தின் தந்தை என அழைக்கப்படுபவர் யார்?**
அ) ஜே.எம். கீன்ஸ்
ஆ) மால்தஸ்
இ) பிளாட்டோ
ஈ) ஆடம் ஸ்மித்

4. **புதிய பொருளாதாரத்தின் தந்தை எனப்படுபவர் யார்?**
அ) ஃப்ரெடரிக் ஹாய்க்
ஆ) J.M. கீன்ஸ்
இ) மில்டன் ஃப்ரெட்மேன்
ஈ) B.N. அடார்கர்

5. **உலகநாடுகளின் பொருளாதார வளர்ச்சி நிலையை 5 கூட்டங்களாக விளக்கியுள்ளவர் யார்?**
அ) மால்தஸ்
ஆ) ஆடம்ஸ்மித்
இ) பிளாட்டோ
ஈ) W.W. ரோஸ்டோவ்

6. **திட்டமிடல் (Planning) எனும் கருத்தாக்கம் பின்வரும் எங்கு தோன்றியது?**
அ) சீனமக்கள் குடியரசு
ஆ) சோவியத் யூனியன்
இ) இங்கிலாந்து
ஈ) அமெரிக்க ஐக்கிய நாடுகள்

7. **உலக அளவில் ஏற்பட்ட பொருளாதார பெருமந்தம் எப்போது ஏற்பட்டது?**
அ) 1930 களில் ஆ) 1920 களில்
இ) 1940 களில் ஈ) 1980 களில்

8. **இந்தியாவில் முதன்முறையாக தேசிய மற்றும் தனி மனித வருமானம் பற்றிய முதல் கணக்கெடுப்பை மேற்கொண்டவர் யார்?**
அ) விஸ்வேசுவரய்யா
ஆ) நேதாஜி
இ) தாதாபாய் நௌரோஜி
ஈ) இரவீந்தரநாத் தாகூர்

9. **விஞ்ஞான முறையில் இந்தியாவின் தேசிய மற்றும் தனிநபர் வருமானத்தை முதன்முதலாக கணக்கிட்டவர் யார்?**
அ) விஸ்வேசுவரய்யா
ஆ) வி.கே.ஆர்.வி. ராவ்
இ) ஜவஹர்லால் நேரு
ஈ) சுபாஷ்சந்திர போஸ்

10. **சுதந்திரத்திற்கு பிறகு இந்தியாவின் தேசிய மற்றும் தனிநபர் வருமானத்தை முதன்முதலாக அலுவல் ரீதியாக கணக்கிட்டு வெளியிட்டவர் யார்?**
அ) விஸ்வேசுவரய்யா
ஆ) தாதாபாய் நௌரோஜி
இ) வி.கே. கிருஷ்ணமேனன்
ஈ) மஹலநோபிஸ்

11. **இந்தியாவின் தேசிய வருமானத்தை கணக்கெடுக்கும் அமைப்பு எது?**
அ) திட்டக்குழு
ஆ) மத்தியப் புள்ளியியல் கழகம்
இ) தேசிய வளர்ச்சிக்குழு
ஈ) தேசிய வருமான வரி ஆணையம்

1. இ 2. அ 3. ஈ 4. ஆ 5. ஈ 6. ஆ 7. அ 8. இ 9. ஆ 10. ஈ 11. ஆ

12. திட்டக்குழு அமைக்கப்பட்ட ஆண்டு எது?
அ) 1947 ஆ) 1950
இ) 1948 ஈ) 1949

13. திட்டக்குழுவிற்கு மாற்றாக மத்திய அரசால் ஏற்படுத்தப்பட்ட நிதி ஆயோக் எப்போது நடைமுறைக்கு வந்தது?
அ) 1 ஏப்ரல் 2015
ஆ) 26 ஜனவரி 2015
இ) 26 மே 2014
ஈ) 1 ஜனவரி 2015

14. ஒரு நாட்டின் எல்லைக்குள் ஓராண்டு காலத்தில் உற்பத்தியாகும் பொருட்கள் மற்றும் பணிகளின் மதிப்பு
அ) மொத்த நாட்டு உற்பத்தி (GNP)
ஆ) நிகர நாட்டு உற்பத்தி (NNP)
இ) மொத்த உள்நாட்டு உற்பத்தி (GDP)
ஈ) நிகர உள்நாட்டு உற்பத்தி (GNP)

15. தேய்மானச் செலவு பின்வரும் எந்த ஒன்றில் கணக்கிலெடுத்துக் கொள்ளப்படும்?
அ) மொத்த உள்நாட்டு உற்பத்தி
ஆ) நிகர உள்நாட்டு உற்பத்தி
இ) மொத்த நாட்டு உற்பத்தி
ஈ) நிகர நாட்டு உற்பத்தி

16. இந்தியாவில் தேசிய வருமானமானது பின்வரும் எதன் அடிப்படையில் கணக்கெடுக்கப்படுகிறது?
அ) உற்பத்தி முறை
ஆ) செலவு முறை
இ) பரிமாற்ற முறை
ஈ) உற்பத்தி மற்றும் நுகர்ச்சி முறை

17. இந்தியாவின் மொத்த உள்நாட்டு உற்பத்தியைக் கணக்கிட தற்பொழுது பயன்படுத்தப்படும் அடிப்படை ஆண்டு எது?
அ) 2010 - 2011
ஆ) 2011 - 2012
இ) 2004 - 2005
ஈ) 2005 - 2006

18. மத்தியப் புள்ளியியல் அலுவலகத்தின் தலைமையகம் பின்வரும் எங்கு உள்ளது?
அ) புதுடெல்லி ஆ) மும்பை
இ) கொல்கத்தா ஈ) சென்னை

19. பொருட்களின் விலை தொடர்ந்து ஏறும் நிலை .... எனப்படும்
அ) பொருளாதார மீட்சி நிலை
ஆ) பொருளாதார சரிவு நிலை
இ) பணவீக்க நிலை
ஈ) பணவாட்ட நிலை

20. பணவீக்கத்திற்கும் வேலையின்மைக்கும் இடையிலான தொடர்பைக் குறிப்பது
அ) பெல்கர்வ்
ஆ) பிளிப் வளைகோடு
இ) கணக்கீட்டு வளைகோடு
ஈ) வேலைவாய்ப்பு வளைகோடு

21. பொருட்கள் மற்றும் பணிகளின் விலை குறைந்து காணப்படுவது .... நிலையாகும்
அ) பொருளாதார மந்த நிலை
ஆ) பணவீக்க நிலை
இ) பணவாட்ட நிலை
ஈ) பொருளாதார மீட்சி நிலை

22. இந்தியாவில் பணவீக்கத்தை கட்டுக்குள் வைக்கத் தேவையான நடவடிக்கைகளை மேற்கொள்வது
அ) மத்திய அரசு
ஆ) நிதி அமைச்சகம்
இ) ரிசர்வ் வங்கி
ஈ) மேற்கண்ட மூன்றும்

23. இந்தியாவில் பணவீக்கமானது பின்வரும் எந்த விலைக்குறியீட்டைக் கொண்டு அளவிடப்படுகிறது?
அ) மொத்த விலை குறியீடு (WPI)
ஆ) சில்லறை விலை குறியீடு (CPI)
இ) மேற்கண்ட இரண்டும்
ஈ) மேற்கண்ட இரண்டும் இல்லை

12. ஆ 13. ஈ 14. இ 15. ஆ 16. ஈ 17. ஆ 18. அ 19. இ 20. ஆ 21. இ 22. இ 23. இ

24. இந்தியாவில் கடன் அமைப்பை (Credit System) கட்டுப்படுத்தும் உரிமையை சட்டரீதியாகப் பெற்றுள்ளது எது?

அ) வங்கிகள்
ஆ) RBI
இ) மத்திய அரசு
ஈ) மத்திய நிதியமைச்சகம்

25. தற்போது இந்தியாவில் நிதிக்கொள்கை வெளியிடப்படும் கால இடைவெளி என்ன?

அ) ஒரு வருடம்
ஆ) மூன்று மாதம்
இ) ஆறு மாதம்
ஈ) இரண்டு மாதம்

26. வங்கிகள் தங்களின் பணத்தை ரிசர்வ் வங்கிக்கு குறுகிய கால கடனாக அளிப்பதன் மூலம் பெறும் வட்டி விகிதம் எவ்வாறு அழைக்கப்படும்?

அ) அடிப்படை விகிதம் (Base Rate)
ஆ) ரிவர்ஸ் ரெப்போ ரேட் (RRR)
இ) ரெப்போ ரேட் (RR)
ஈ) SLR

27. மத்திய அரசிற்கும் இதர வங்கிகளுக்கும் வங்கியாகச் செயல்படும் வங்கி எது?

அ) RBI ஆ) SBI
இ) NABARD ஈ) உலக வங்கி

28. இந்தியாவின் மத்திய வங்கியான ரிசர்வ் வங்கியின் பழைய பெயர் என்ன?

அ) ரிசர்வ் பேங்க் ஆஃப் ஈஸ்ட் இண்டியா கம்பெனி
ஆ) ரிசர்வ் பேங்க் ஆஃப் லண்டன்
இ) சென்ட்ரல் பேங்க் ஆஃப் இந்தியா
ஈ) இம்பீரியல் பேங்க்

29. இந்தியாவில் 14 வங்கிகள் அரசுடமையாக்கப்பட்ட வருடம் என்ன?

அ) 1951 ஆ) 1969
இ) 1982 ஈ) 1992

30. பிராந்திய ஊரக வங்கிகள் இந்தியாவில் துவங்கப்பட்ட ஆண்டு எது?

அ) 1992 ஆ) 1969
இ) 1982 ஈ) 1975

31. மக்கள்தொகைக் கோட்பாட்டை வழங்கியவர் யார்?

அ) R.W ரோட்டிரிக்ஸ்
ஆ) மால்தாஸ்
இ) மஹலநேபிஸ்
ஈ) ஹெராட் – தோமர்

32. 1951-இல் அறிமுகப்படுத்தப்பட்ட முதலாவது ஐந்தாண்டுத் திட்டத்தின் [ஹெராட்-தோமர் மாதிரி] நோக்கம் என்ன?

அ) தொழில் வளர்ச்சி
ஆ) உள்கட்டமைப்பு மேம்பாடு
இ) அதிவேக பொருளாதார வளர்ச்சி
ஈ) வேளாண்மை வளர்ச்சி

33. வெண்மைப் புரட்சியின் தந்தை (Operation Flood) எனப்படுபவர் யார்?

அ) எம்.எஸ். சுவாமிநாதன்
ஆ) நார்மன் போர்லாக்
இ) வர்கீஸ் குரியன்
ஈ) கிருஷ்ணமேனன்

34. இந்தியாவில் மக்கள்தொகைக் கணக்கீடு எத்தனை ஆண்டுகளுக்கு ஒருமுறை மேற்கொள்ளப்படுகிறது?

அ) 15 ஆ) 10
இ) 20 ஈ) 5

35. இந்தியாவில் கூட்டுறவுச் சங்கங்களை அறிமுகப்படுத்தியவர் யார்?

அ) ஜவஹர்லால் நேரு
ஆ) மஹலநேபிஸ்
இ) கர்சன் பிரபு
ஈ) லிட்டன் பிரபு

24. ஆ 25. ஈ 26. இ 27. அ 28. இ 29. ஆ 30. ஈ 31. ஆ 32. ஈ 33. இ 34. ஆ 35. இ

36. தங்கத்தின் விலை பின்வரும் எங்கு நிர்ணயிக்கப்படுகிறது?
அ) நியூயார்க்
ஆ) உலகவங்கியின் தலைமையகம்
இ) சூரத்
ஈ) இலண்டன்

37. இந்தியாவில் ரூபாய்நோட்டுகள் எங்கு தயாரிக்கப்படுகின்றன?
அ) நாசிக் ஆ) ஐதராபாத்
இ) கர்வார் ஈ) கொல்கத்தா

38. இந்திய ரூபாயின் புதியச் சின்னம் எப்போது அறிமுகப்படுத்தப்பட்டது?
அ) 2000 ஆ) 1992
இ) 1995 ஈ) 2010

39. மத்திய அரசிற்கு பின்வரும் எந்த வரியிலிருந்து அதிகவருவாய் கிடைக்கிறது?
அ) வருமான வரி ஆ) இறக்குமதி
இ) ஏற்றுமதி ஈ) கலால் வரி

40. தற்போதும் இந்தியாவில் பண்டமாற்று முறை நடைமுறையிலுள்ள இடம் எது?
அ) அஸ்ஸாம்
ஆ) கொல்கத்தா
இ) நாகாலாந்து
ஈ) அந்தமான் மற்றும் நிக்கோபார் தீவுகள்

41. தேசிய வேளாண்மை காப்பீடு திட்டம் பின்வரும் எந்த ஆண்டு கொண்டு வரப்பட்டது?
அ) 1970 ஆ) 1999
இ) 1992 ஈ) 2014

42. இந்தியாவில் மிகப்பெரிய பொருளாதாரத்தைக் கொண்ட மாநிலம் எது?
அ) தமிழகம்
ஆ) உத்திரப்பிரதேசம்
இ) பஞ்சாப்
ஈ) மகாராஷ்டிரம்

43. நபார்டு வங்கி பின்வரும் எந்த ஆண்டு துவங்கப்பட்டது?
அ) 1982 ஆ) 1992
இ) 1995 ஈ) 2000

44. இந்தியாவில் செயல்படும் மிகப்பெரிய காப்பீட்டு நிறுவனம் எது?
அ) யுனைடட் இந்தியா
ஆ) பஜாஜ்
இ) எல்.ஐ.சி.
ஈ) ஸ்ரீராம்

45. இந்திய மாநிலங்கள் பின்வரும் எந்த வரிகளின் மூலம் அதிக வருவாயைப் பெறுகின்றன?
அ) நிலவரி
ஆ) வணிக வரிகள்
இ) வருமான வரி
ஈ) ஏற்றுமதி வரி

46. நிதிப்பற்றாக்குறையின் போது அரசு தனக்கு தேவையான நிதியை பின்வரும் எந்த ஒன்றிடமிருந்து பெறும்?
அ) இந்திய ரிசர்வ் வங்கி
ஆ) உலக வங்கி
இ) ஐ.எம்.எஃப்.
ஈ) நிதி அமைச்சகம்

47. உலகில் அதிக கிளைகளைக் கொண்ட வங்கி எது?
அ) உலக வங்கி
ஆ) அமெரிக்கன் பேங்க்
இ) ஸ்டேட் பேங்க் ஆஃப் இந்தியா
ஈ) ஸ்டேட் பேங்க் ஆஃப் சீனா

48. இந்திய பட்ஜெட்டின் தந்தை எனப்படுபவர் யார்?
அ) தாதாபாய் நௌரோஜி
ஆ) மஹலநோபிஸ்
இ) விஸ்சுவேசுவரய்யா
ஈ) அம்பேத்கர்

49. 12-ஆவது ஐந்தாண்டு திட்டத்தின் பொருளாதார வளர்ச்சி இலக்கு யாது?
அ) 8% ஆ) 10%
இ) 9% ஈ) 7%

36. ஈ 37. அ 38. ஈ 39. ஈ 40. ஆ 41. ஆ 42. ஈ 43. அ 44. இ 45. ஆ
46. அ 47. இ 48. ஆ 49. அ

50. வறுமைக்கோட்டை அளவிட தற்போது இந்தியாவில் பின்வரும் எந்தமுறைபயன்படுத்தப்படுகிறது?
அ) ஹெராட்–தோமர் முறை
ஆ) உலகவங்கி முறை
இ) டெண்டுல்கர் முறை
ஈ) மேற்கண்ட எதுவுமில்லை

51. கொள்ளையடிக்கும் தொழில் எனக் கருதப்படும் தொழில் யாது?
அ) மரங்களை வெட்டுதல்
ஆ) சுரங்கத் தொழில்
இ) காடுகளை அழித்தல்
ஈ) போர் புரிதல்

52. இரண்டாம் நிலைத் தொழில்கள் என்பது எது?
அ) இயற்கையிலிருந்து மூலப்பொருட்களை உருவாக்கும் தொழில்கள்
ஆ) முடிவுற்ற பொருட்களை விற்பனை செய்யும் தொழில்கள்
இ) மூலப்பொருட்களை முடிவுற்ற பொருளாக மாற்றும் தொழில்கள்
ஈ) மேற்கண்ட மூன்று தொழில்களையும் கண்காணித்து கட்டுப்படுத்துதல்

53. தங்க கழுத்துப்பட்டை பணியாளர்கள் என்பவர்கள் யாவர்?
அ) கல்விசார் பணிகளில் ஈடுபட்டுள்ளோர்
ஆ) உற்பத்தித் தொழிற்சாலைகளில் பணிபுரிவோர்
இ) உற்பத்திப் பொருட்களை விற்பனை செய்வோர்.
ஈ) ஆலோசனை வழங்குவோர் அல்லது முடிவெடுப்போர்

54. மரம் வெட்டுதல், வேளாண்மை, மீன் பிடித்தல் போன்றவை எந்த நிலைத் தொழில்களாகும்?
அ) முதல் நிலைத் தொழில்கள்
ஆ) இரண்டாம் நிலைத் தொழில்கள்
இ) மூன்றாம் நிலைத் தொழில்கள்
ஈ) நான்காம் நிலைத் தொழில்கள்

55. ஆசியாவில் மூலப்பொருட்களை இறக்குமதி செய்து முடிவுற்ற பொருட்களை ஏற்றுமதி செய்யும் நாடு எது?
அ) ஜப்பான் ஆ) இந்தியா
இ) சீனா ஈ) இலங்கை

56. இந்தியாவின் முதல் இரயில்வே போக்குவரத்து [மும்பை-தானே] எப்போது துவங்கியது?
அ) 1850 ஆ) 1856
இ) 1857 ஈ) 1853

57. இந்தியாவிலுள்ள குழாய் வழிப்பாதை [எண்ணெய் பரிமாற்றத்திற்கு] எது?
அ) அஸ்ஸாம் – கான்பூர்
ஆ) சலாயா – ஜலந்தர்
இ) ஹஜிரா – ஜெகதிஷ்பூர்
ஈ) மேற்கண்ட மூன்றும்

58. இந்தியாவின் தேசிய நீர்வழி எண்-3 எந்த பகுதிகளை இணைகின்றது?
அ) கொல்லம் – கோட்டாபுரம்
ஆ) மரக்காணம் – காக்கிநாடா
இ) அலகாபாத் – ஹல்டியா
ஈ) ஹூக்ளி – பாட்னா

59. இந்தியாவிலுள்ள பெரிய துறைமுகங்கள் எத்தனை?
அ) 7 ஆ) 10
இ) 13 ஈ) 15

60. இந்தியாவின் முதல் வான்வழிப் போக்குவரத்து எப்போது துவங்கியது?
அ) 1947 ஆ) 1857
இ) 1900 ஈ) 1911

61. அகில இந்திய வானொலி, 'ஆகாசவாணி'யாக பெயர் மாற்றம் செய்யப்பட்ட ஆண்டு எது?
அ) 1947 ஆ) 1847
இ) 1957 ஈ) 1857

50. இ 51. ஆ 52. இ 53. ஈ 54. அ 55. அ 56. ஈ 57. ஈ 58. அ 59. இ
60. ஈ 61. இ

62. தமிழகத்திலுள்ள போக்குவரத்துக் கழகங்கள் எத்தனை?
அ) ஆறு ஆ) ஏழு
இ) மூன்று ஈ) பத்து

63. தமிழகத்தில் முதன்முறையாக (1999) 'உழவர் சந்தை' திட்டம் எங்கு அறிமுகமானது?
அ) கோவை ஆ) மதுரை
இ) வேலூர் ஈ) திருச்சி

64. முதலாவது ஐந்தாண்டுத் திட்டம் எந்த மாதிரியை அடிப்படையாகக் கொண்டது?
அ) மஹலநோபிஸ் மாதிரி
ஆ) ஹெராட்–தோமர் மாதிரி
இ) சுழல் திட்டம்
ஈ) 20 அம்ச திட்டம்

65. இந்தியாவில் சுழல் திட்டம் அறிமுகப்படுத்தப்பட்ட காலம் எது?
அ) 1978 ஆ) 1969
இ) 1965 ஈ) 1975

66. பசுமைப் புரட்சியை அறிமுகம் செய்த அறிஞர் யார்?
அ) சி. சுப்ரமணியம்
ஆ) மோகன்வர்கீஸ் குரியன்
இ) எம்.எஸ். சுவாமிநாதன்
ஈ) நார்மன் போர் லாக்

67. இந்திய வெண்மைப் புரட்சியின் தந்தை எனப்படுபவர் யார்?
அ) வர்கீஸ் குரியன்
ஆ) எம்.எஸ். சுவாமிநாதன்
இ) நார்மன் போர்லாக்
ஈ) சி. சுப்ரமணியம்

68. இந்தியாவில் தாராளமயமாக்கல் கொள்கை அறிமுகப்படுத்தப்பட்ட ஆண்டு எது?
அ) 1990 ஆ) 1975
இ) 1991 ஈ) 2000

69. புதிய தொழில்நுட்பங்களின் வரவால் பழைய தொழில்நுட்பர்கள் (Technicians) வேலைவாய்ப்பை இழப்பது .... வேலைவாய்ப்பின்மை எனப்படும்.
அ) தொடர் வேலைவாய்ப்பின்மை
ஆ) பருவகால வேலைவாய்ப்பின்மை
இ) கட்டமைப்பு வேலைவாய்ப்பின்மை
ஈ) சுழல் வேலைவாய்ப்பின்மை

70. ஒரு நபர் தானாகவோ, தன் விருப்பம் இல்லாமையாலோ எந்த வேலைக்கும் செல்லாமல் இருப்பது .... வேலையின்மையாகும்.
அ) தொடர் வேலையின்மை
ஆ) சுழல் வேலையின்மை
இ) திறந்த வேலையின்மை
ஈ) கட்டாய வேலையின்மை

71. தேசிய விவசாயக் காப்பீட்டு திட்டம் துவக்கப்பட்ட ஆண்டு எது?
அ) 1995 - 1996
ஆ) 1999 - 2000
இ) 1990 - 1991
ஈ) 2002 - 2003

72. பணவீக்கம் என்பது விலைவாசியின் எந்த நிலையைக் குறிக்கும்?
அ) விலை குறைதல்
ஆ) விலை அதிகரித்தல்
இ) விலை ஒரே மாதிரி நீடித்தல்
ஈ) விற்பனை அதிகரித்தல்

73. இந்தியாவின் வெளிநாட்டு வணிகத்தைப் பொருத்த வரையில் பின்வரும் எந்த ஒன்று உண்மை?
அ) இறக்குமதியை விட ஏற்றுமதி குறைவு
ஆ) ஏற்றுமதியை விட இறக்குமதி குறைவு
இ) இரண்டும் சமம்
ஈ) பொருளின் அளவில் இரண்டும் சமமல்ல. ஆனால், மதிப்பின் அடிப்படையில் சமம்

62. ஆ 63. ஆ 64. ஆ 65. அ 66. ஈ 67. அ 68. இ 69. இ 70. இ 71. ஆ 72. அ 73. அ

74. இந்தியாவின் முக்கிய சிறுதொழில் எது?
 அ) பட்டுப்புழு வளர்ப்பு
 ஆ) ஏற்றுமதி
 இ) விவசாயம்
 ஈ) கைத்தறி

75. இந்தியப் பொருளாதாரத்தின் பின்வரும் எந்த வகைப் பொருளாதாரத்தைச் சார்ந்தது?
 அ) முதலாளித்துவ பொருளாதாரம்
 ஆ) தனியாரின் ஏகபோகம்
 இ) அரசின் ஏகபோகம்
 ஈ) கலப்புப் பொருளாதாரம்

---

74. ஈ 75. ஈ

அறிவியல்

இயற்பியல்

1. தூரப் பார்வை குறையை நீக்கப் பயன்படுத்தும் வில்லை எது?
   - அ) குழி வில்லை
   - ஆ) குவி வில்லை
   - இ) சமதள குழி வில்லை
   - ஈ) சமதள குவி வில்லை

2. சூரிய கிரஹணம் நிகழும்போது
   - அ) சூரியன், சந்திரன் மற்றும் புவி ஆகியவை ஒரே கோட்டில் அமைவதில்லை.
   - ஆ) சூரியனுக்கும் புவிக்கும் இடையில் சந்திரன் இருக்கும்.
   - இ) சூரியனுக்கும் சந்திரனுக்கும் இடையில் புவி இருக்கும்.
   - ஈ) புவிக்கும் சந்திரனுக்கும் இடையே சூரியன் இருக்கும்.

3. மின்மாற்றிகள் பயன்படுவது
   - அ) AC ஐ DC – ஆக மாற்ற
   - ஆ) DC ஐ AC – ஆக மாற்ற
   - இ) DC மின்னழுத்தத்தை உயர்த்த
   - ஈ) AC மின்னழுத்தத்தை உயர்த்த அல்லது தாழ்த்த

4. கதிரியக்கத்தை அளக்கப் பயன்படும் கருவி
   - அ) கைகர் எண்ணி (Counter)
   - ஆ) ரேடியோ காம்பஸ்
   - இ) ரேடியோ மைக்ரோமீட்டர்
   - ஈ) ரேடார்

5. அணு எண் என்பது
   - அ) அணுவில் உள்ள நியூட்ரான்களின் எண்ணிக்கை
   - ஆ) அணுவில் உள்ள எலக்ட்ரான்கள் அல்லது புரோட்டான்களின் எண்ணிக்கை
   - இ) அணுவில் உள்ள மொத்த புரோட்டான்கள் மற்றும் நியூட்ரான்களின் எண்ணிக்கை
   - ஈ) இவற்றில் எதுவுமில்லை

6. மின் தேக்கிகள் எதைத் தேக்கி வைக்கின்றன?
   - அ) காந்த ஆற்றலை
   - ஆ) வேதி ஆற்றலை
   - இ) மின்னூட்டத்தினை
   - ஈ) மின் ஆற்றலை

7. நிலக்காற்று மற்றும் கடல்காற்று எதனால் உருவாகின்றன?
   - அ) வெப்பக் கடத்தலால்
   - ஆ) வெப்பச் சலனத்தால்
   - இ) வெப்பக் கதிர்வீச்சால்
   - ஈ) வெப்ப மாற்றத்தால்

8. குழாய் அற்ற ஊதுகுழல் கருவி எது?
   - அ) தாரை
   - ஆ) ஹார்மோனியம்
   - இ) புல்லாங்குழல்
   - ஈ) நாதஸ்வரம்

9. ஒரு சுற்றில் பாயும் மின்னோட்டத்தை அளக்க உதவும் கருவி எது?
   - அ) வோல்ட் மீட்டர்
   - ஆ) அம்மீட்டர்
   - இ) ஓம் மீட்டர்
   - ஈ) காந்தமானி

---

1. ஆ 2. ஆ 3. ஈ 4. அ 5. ஆ 6. இ 7. ஆ 8. ஆ 9. ஆ

10. ரேடியோ கதிர்வீச்சை கண்டுபிடித்த விஞ்ஞானி யார்?
   அ) கியூரி அம்மையார்
   ஆ) ஹென்றி பெக்குரல்
   இ) ஜூலியோ க்யூரி
   ஈ) ராண்ட்ஜன்

11. ஒரு சிறிய பாதரசத்துளி கோளவடிவில் இருப்பதன் காரணம் என்ன?
   அ) பாகியல்
   ஆ) பரப்பு இழு விசை
   இ) புவியீர்ப்பு
   ஈ) மீட்சித்தன்மை

12. ஒரு லென்சின் திறன் அலகு என்ன?
   அ) டெசிபல்   ஆ) பாஸ்கல்
   இ) டயாப்டர்   ஈ) ஸ்டோக்

13. குளிர்சாதனப் பெட்டியில் பயன்படும் எளிதில் ஆவியாகும் திரவம் எது?
   அ) பிரியான்   ஆ) நீர்
   இ) பாதரசம்   ஈ) அசிட்டோன்

14. '1 கிலோ வாட் ஹவர்' என்பது கீழ்க்கண்ட எந்த ஒன்றின் அலகு ஆகும்?
   அ) மின் ஆற்றல்
   ஆ) திறன்
   இ) மின்னூட்டம்
   ஈ) மின்னோட்டம்

15. எல்லா பொருட்களிலும் .... மிகவும் கடினமானது
   அ) உருக்கு   ஆ) தங்கம்
   இ) பிளாட்டினம்   ஈ) வைரம்

16. சூரியக் குடும்பத்தில் மிகவும் ஒளிச்செறிவான கோள் எது?
   அ) சனி   ஆ) வெள்ளி
   இ) செவ்வாய்   ஈ) புதன்

17. நிலாவில் இரு மனிதர்கள் பேசும்போது
   அ) குறைந்த அதிர்வு எண்ணில் ஒருவருக்கொருவர் கேட்க முடியும்.
   ஆ) உயர்ந்த அதிர்வு எண்ணில் ஒருவருக்கொருவர் கேட்க முடியும்.
   இ) சாதாரணமாக ஒருவருக்கொருவர் கேட்க முடியும்
   ஈ) ஒருவருக்கொருவர் கேட்க முடியாது

18. இராமன் விளைவிற்கான காரணம்
   அ) ஒளிச் சிதறல்
   ஆ) முழு அக எதிரொளிப்பு
   இ) நிறப்பிரிகை விளைவு
   ஈ) ஒளியின் குறுக்கீட்டு விளைவு

19. ஒரு வைரம் பிரகாசமாக ஒளிரக் காரணம், அதற்கு
   அ) குறைந்த ஒளிவிலகலெண் மற்றும் குறைந்த மாறுநிலைக் கோணம்
   ஆ) குறைந்த ஒளிவிலகலெண் மற்றும் உயர்ந்த மாறுநிலைக்கோணம்
   இ) உயர்ந்த ஒளிவிலகலெண் மற்றும் குறைந்த மாறுநிலைக் கோணம்
   ஈ) உயர்ந்த ஒளிவிலகலெண் மற்றும் உயர்ந்த மாறுநிலைக்கோணம்

20. மின் இஸ்திரிப் பெட்டியின் அடிப்பக்கம் நன்றாக பளபளப்பாக தேய்க்கப்பட்டு இருப்பதன் முக்கிய காரணம்
   அ) வழவழப்பாகவும் உராய்வின்றியும் இருப்பதற்காக
   ஆ) துருப்பிடிக்காமல் இருப்பதற்காக
   இ) கதிர்வீசலால் ஏற்படும் வெப்ப இழப்பைக் குறைக்க
   ஈ) நீண்ட நாட்கள் நிலைத்து நிற்க

---

10. ஆ   11. ஆ   12. இ   13. அ   14. அ   15. ஈ   16. ஆ   17. ஈ   18. அ   19. இ
20. இ

21. DC திறனை AC திறனாக மாற்றப் பயன்படும் எலக்ட்ரானிக் கருவியின் பெயர்
அ) மாற்றிகள்
ஆ) மின்மாற்றிகள்
இ) மின்புரட்டிகள்
ஈ) மின்திருத்திகள்

22. மின் அடுப்பிலுள்ள சூடேற்றும் பொருள் எதனால் தயாரிக்கப்பட்டுள்ளது?
அ) தாமிரம் ஆ) பிளாட்டினம்
இ) நைக்ரோம் ஈ) டங்ஸ்டன்

23. ஆகாயவிமானத்தைக் (Aeroplane) கண்டுபிடித்தவர்
அ) நிகோலஸ்
ஆ) வோல்ட்டா
இ) ஆர்வில்ரைட் மற்றும் வில்பர்ரைட்
ஈ) ஆம்பியர்

24. பால் என்பது கீழ்க்கண்டவற்றுள் எதற்கு உதாரணம்?
அ) தொங்கல் கரைசல் (Suspension)
ஆ) களி (Gel)
இ) நுரை
ஈ) பால்மம் (Emulsion)

25. வெப்பமின் அடுக்கின் அடிப்படை தத்துவம் யாது?
அ) பாஸ்டியர் விளைவு
ஆ) சீபெக் விளைவு
இ) சீமன் விளைவு
ஈ) காம்ப்டன் விளைவு

26. ஒலியின் அலைக்கொள்கையைக் கூறியவர் யார்?
அ) ஹைஜென்ஸ் ஆ) நியூட்டன்
இ) ஃபோகால்ட் ஈ) மைக்கல்சன்

27. கோள்களின் இயக்கத்தைப் பற்றிய கெப்ளரின் முதல் விதிப்படி, கோள்கள்
அ) நேர் கோடுகளில் இயங்குகின்றன
ஆ) நீள்வட்டப் பாதைகளில் இயங்குகின்றன
இ) வட்டப் பாதைகளில் இயங்குகின்றன
ஈ) பரவளையப் பாதையில் இயங்குகின்றன

28. ஒளியாண்டு என்பது எதன் அலகு?
அ) தொலைவு ஆ) காலம்
இ) எடை
ஈ) ஒளியின் செறிவு

29. அதிர்வெண்ணின் அலகு
அ) டெசிபல் ஆ) ஹெர்ட்ஸ்
இ) மீட்டர் ஈ) ஹென்றி

30. ஒரு தனி ஊசலின் அலைவு நேரம் அதன்
அ) நீளத்தைப் பொறுத்து குறைகிறது
ஆ) நீளத்தைப் பொறுத்தது அல்ல
இ) நீளத்தைப் பொறுத்து அதிகரிக்கிறது
ஈ) அலைவைப் பொறுத்து அதிகரிக்கிறது

31. பூமியின் ஒரே ஒரு துணைக்கோள்
அ) சந்திரன் ஆ) நெப்டியூன்
இ) செவ்வாய் ஈ) யுரேனஸ்

32. நீர்ப்பரப்பின் மீது ஏற்படும் அலைகள்
அ) நெட்டலைகள்
ஆ) குறுக்கலைகள்
இ) நிலையான அலைகள்
ஈ) மின்காந்த அலைகள்

33. ஒலிபெருக்கி
அ) மின் ஆற்றலை ஒலி ஆற்றலாக மாற்றுகிறது.
ஆ) ஒலி ஆற்றலை மின் ஆற்றலாக மாற்றுகிறது.
இ) சிறிய ஒலி அலைகளை பெரிய ஒலி அலைகளாக மாற்றும்.
ஈ) சிறிய மின் அலைகளை பெரிய மின் அலைகளாக மாற்றும்.

21. ஈ 22. இ 23. இ 24. ஈ 25. ஆ 26. அ 27. ஆ 28. அ 29. ஆ 30. அ
31. அ 32. ஆ 33. அ

34. ஒளி மூலத்தின் நிறமாலை என அழைக்கப்படுவது
அ) வரி நிறமாலை
ஆ) தொடர் நிறமாலை
இ) பட்டை நிறமாலை
ஈ) வெளியிடு நிறமாலை

35. எக்ஸ் கதிர்களின் மின்னூட்டம்
அ) ஓரலகு நேர் மின்னோட்டம்
ஆ) ஓரலகு எதிர் மின்னூட்டம்
இ) ஓரலகு நேர் மின்னூட்டம்
ஈ) இவை ஏதுமில்லை

36. டைனமைட்டை கண்டுபிடித்தவர்
அ) ஆல்பிரட் நோபல்
ஆ) எடிசன்
இ) கிரகாம் பெல்
ஈ) டார்வின்

37. கிரையோஜெனிக் என்ஜின் பயன்படுவது
அ) நீர் மூழ்கிக் கப்பலில்
ஆ) குளிர்சாதனப் பெட்டியில்
இ) ராக்கெட்டில்
ஈ) மீக்கடத்திகளில்

38. தூய கருப்புப் பொருளின் எதிரொளிக்கும் திறன்
அ) பூஜ்யம்
ஆ) முடிவற்றது
இ) ஒன்று
ஈ) பூஜ்யத்திற்கும் ஒன்றுக்கும் இடையில்

39. ஜூல் எதற்கான அலகு?
அ) வெப்பநிலை
ஆ) அழுத்தம்
இ) ஆற்றல்
ஈ) மின் அழுத்தம்

40. துகள் கொள்கை யாரால் உருவாக்கப்பட்டது?
அ) நியூட்டன் ஆ) ஹைஜன்
இ) ராமன் ஈ) யங்

41. மிகக் குறைந்த வெப்பநிலையில் மின் தடையினை முற்றிலுமாக இழக்கும் பொருள்களுக்கான பெயர்
அ) எளிதில் கடத்திகள்
ஆ) குறை கடத்திகள்
இ) டை எலக்ட்ரிக்ஸ்
ஈ) மீக்கடத்திகள்

42. பூமியின் சுழலும் வேகம் அதிகரித்தால் பொருளின் எடை
அ) அதிகரிக்கும் அல்லது குறையும்
ஆ) அதிகரிக்கும்
இ) குறையும்
ஈ) மாறாமல் இருக்கும்

43. வெள்ளை நிற ஒளி கொண்டு ஒரு சோப்புப் படலத்தைப் பார்க்கும் போது பல வண்ணங்கள் தோன்றக் காரணமான நிகழ்வு
அ) நிறப்பிரிகை
ஆ) குறுக்கீட்டு விளைவு
இ) விளிம்பு விளைவு
ஈ) தள விளைவு

44. மிர் (MIR) என்பது
அ) ரஷ்ய விண்வெளி ஆய்வகம்
ஆ) துருவக் கரடி
இ) ரஷ்ய நகரம்
ஈ) ரஷ்ய ஏவுகணை

45. நியூட்டன் எதன் அலகு ஆகும்?
அ) இடப்பெயர்ச்சி
ஆ) உந்தம்
இ) திசைவேகம்
ஈ) விசை

46. கணிப்பொறியின் IC சிப்ஸ் பொதுவாக எதனால் ஆனது?
அ) சிலிகான் ஆ) ஈயம்
இ) தாமிரம் ஈ) குரோமியம்

47. முதன்மை நிறங்கள் (Primary Colours) எனப்படுபவை
அ) சிவப்பு, நீலம், பச்சை
ஆ) சிவப்பு, நீலம், மஞ்சள்
இ) நீலம், பச்சை, மஞ்சள்
ஈ) வைலட், இன்டிகோ, நீலம்

34. இ 35. ஆ 36. அ 37. இ 38. அ 39. இ 40. அ 41. ஈ 42. இ 43. ஆ
44. அ 45. ஈ 46. அ 47. அ

48. கீழே கொடுக்கப்பட்டுள்ளவர்களுள் அணு கொள்கையை (Atomic Theory) உருவாக்கியவர்
அ) ஆல்பர்ட் ஐன்ஸ்டீன்
ஆ) பெஞ்சமின் பிராங்ளின்
இ) ஜான் டால்டன்
ஈ) மேடம் க்யூரி

49. புற ஊதாக் கதிர்களை முதன்முதலில் உணர்ந்து அறிந்தவர்
அ) ஆகஸ்டி கோம்டி
ஆ) ஜேகான் வில்ஹெம் ரிட்டர்
இ) ரூதர்போர்டு
ஈ) வில்லியம் ஹெர்செல்

50. காற்றின் வேகத்தை அளக்கும் கருவி
அ) அனிமோ மீட்டர்
ஆ) பாரோமீட்டர்
இ) ஹைக்ரோமீட்டர்
ஈ) தெர்மாமீட்டர்

51. மிக அதிகமாக மெல்லிய கம்பியாக நீட்டக்கூடிய உலோகம் எது?
அ) வெள்ளி ஆ) தங்கம்
இ) அலுமினியம் ஈ) சோடியம்

52. மின்சார பல்பில் பயன்படுத்தப்படும் கம்பி இழை எதனால் செய்யப்பட்டது?
அ) இரும்பு ஆ) நைக்ரோம்
இ) டங்ஸ்டன் ஈ) கிராபைட்

53. கீழ்க்கண்ட உலோகங்களில் அறை வெப்ப நிலையில் திரவமாகக் காணப்படும் உலோகம் எது?
அ) யுரேனியம் ஆ) ரேடியம்
இ) துத்தநாகம் ஈ) பாதரசம்

54. அணுகுண்டு தயாரித்தலின் அடிப்படைத் தத்துவம் என்ன?
அ) அணுக்கரு பிளவு
ஆ) அணுக்கரு இணைவு
இ) (அ), (ஆ) ஆகிய இரண்டும்
ஈ) மேற்கூறிய எதுவும் இல்லை

55. மனிதனால் தயாரிக்கப்பட்ட முதல் செயற்கை இழை எது?
அ) ரேயான் ஆ) நைலான்
இ) பாலியெஸ்டர் ஈ) டெரிகாட்டன்

56. சூரியனது வெப்பம் பூமிக்கு வந்தடையும் முறை எது?
அ) வெப்பக் கடத்தல்
ஆ) வெப்பச் சலனம்
இ) வெப்பக் கதிர்வீசல்
ஈ) வெப்ப பரிமாற்றம்

57. ஒலி ஆற்றலை மின் ஆற்றலாக மாற்றும் கருவி எது?
அ) மைக்ரோபோன்
ஆ) சத்தத்தை அதிகரிக்கும் கருவி
இ) நுண்தொலைபேசி
ஈ) கலவை

58. மின்சார சக்தியை எந்திர சக்தியாக மாற்றும் சாதனம் எது?
அ) டைனமோ
ஆ) டிரான்ஸ்பார்மர்
இ) மோட்டார்
ஈ) இன்டக்டர்

59. வெப்ப ஆற்றலை மின் ஆற்றலாக மாற்றும் கருவி எது?
அ) மின்மாற்றி
ஆ) வெப்பமின் இரட்டை
இ) மின்வெப்பக்கருவி
ஈ) மின்னியற்றி

60. வெப்பம் பரவுதலுக்கான முறைகளில் அதிவேகமுடைய முறை
அ) வெப்பக் கடத்தல்
ஆ) வெப்பச் சலனம்
இ) வெப்ப எரித்தல்
ஈ) வெப்பக் கதிர்வீசல்

61. திருப்புத்திறனின் அலகு யாது?
அ) வாட்
ஆ) ஜூல்
இ) மீட்டர்
ஈ) நியூட்டன் மீட்டர்

48. இ 49. ஆ 50. அ 51. ஆ 52. இ 53. ஈ 54. அ 55. அ 56. இ 57. அ
58. இ 59. ஆ 60. ஈ 61. ஈ

62. கீழ் கொடுக்கப்பட்டவற்றில் எப்பொருளுக்கு மீட்சியியல் பண்பு மிகக்குறைவு?
அ) இரப்பர்
ஆ) உருக்கு (ஸ்டீல்)
இ) தாமிரம்
ஈ) இரும்பு

63. பெருக்கிச் சுற்றில் எதிர் பின்னூட்ட விளைவு என்ன?
அ) வெளியீட்டை அதிகரிக்கும்
ஆ) வெளியீட்டில் எந்த மாறுதலையும் உண்டாக்காது
இ) வெளியீட்டைக் குறைக்கும்
ஈ) இவற்றுள் எதுவுமில்லை

64. AF சைகை அலையை RF ஊர்தி அலையின் மீது மேற்பொருத்தலுக்கு என்ன பெயர்?
அ) பண்பிறக்கம்
ஆ) அலைத்திருத்தம்
இ) பண்பேற்றம்
ஈ) பெருக்கம்

65. கடல் நீர் நீல நிறமாக தோன்றக் காரணம்
அ) நீர் மூலக்கூறுகள் பிற நிறங்களை உறிஞ்சிக்கொண்டு நீலநிறத்தை பிரதிபலிப்பதால்
ஆ) நீர் மூலக்கூறுகள் நீல ஒளியை சிதறச் செய்வதால்
இ) கடல் நீரிலுள்ள மாசுக்கள் கலந்திருப்பதால்
ஈ) கடல்நீர் நீல வானத்தை பிரதிபலிப்பதால்

66. 1 a.m.u. நிறையை ஆற்றலாக மாற்றப்படும் பொழுது வெளிப்படும் ஆற்றல்.
அ) 931 MeV ஆ) 9.31 MeV
இ) 0.931 MeV ஈ) 93.1 MeV

67. ஒரு கதிரியக்கச் சிதைவு வீதத்திற்கு சமமான ஒரு க்யூரி என்பது
அ) 10^6 சிதைவுகள் / வி
ஆ) 10^9 சிதைவுகள் / வி
இ) 3.7×10^{10} சிதைவுகள் / வி
ஈ) 3.7×10^4 சிதைவுகள் / வி

68. β-கதிர்கள் என்பவை
அ) தனி அயனியாக்கப்பட்ட வாயு அணுக்கள்
ஆ) ஹீலியம் அணுக்கருக்கள்
இ) அதிவேக எலெக்ட்ரான்கள்
ஈ) மின்காந்த அலைகள்

69. தீயவிளைவைத் தடுப்பதற்காக கதிரியக்கப் பொருட்கள் ஈயப்பெட்டிகளில் சேமித்து வைக்கப்படுகின்றன. ஈயம் பயன்படுத்தப்படுவதற்கான காரணம், அது
அ) கனமானது
ஆ) வலிமையுடையது
இ) சிறந்த உட்கவரும் பொருள்
ஈ) அரிதிற் கடத்தி

70. பால்வழித் திரள் என்றால் என்ன?
அ) நமது சூரியக்குடும்பத்திலுள்ள ஒரு கோள்
ஆ) ஒரு சூரியன்
இ) சூரியக் குடும்பங்களில் ஒன்று
ஈ) அண்டத்தின் எண்ணற்ற விண்மீன் திரள்களில் ஒன்று

71. பின்வருவனவற்றுள் காந்தமாக்கப்படவியலாத பொருள்கள் யாவை?
அ) கண்ணாடி ஆ) மரம்
இ) வெள்ளி ஈ) இவை யாவும்

72. எந்தக் கோள் சூரியனிலிருந்து வெகு தொலைவில் உள்ளது?
அ) சனி ஆ) யுரேனஸ்
இ) நெப்டியூன் ஈ) வியாழன்

73. ஐன்ஸ்டீன் தனது எந்த கோட்பாட்டிற்காக நோபல் பரிசு பெற்றார்?
அ) ஒளிமின் விளைவு
ஆ) சார்பியல்
இ) மின்காந்தவியல்
ஈ) மீக்கடத்துத் திறன்

62. அ 63. இ 64. இ 65. அ 66. அ 67. இ 68. இ 69. இ 70. ஈ 71. ஈ 72. இ 73. அ

74. நீர்மூழ்கிக் கப்பல் நீரில் மூழ்கியிருக்கும் போது நீரின் மேற்பரப்பை பார்க்கப் பயன்படும் கருவி எது?

அ) டெலஸ்கோப்
ஆ) எபிடாஸ்கோப்
இ) பெரிஸ்கோப்
ஈ) மைக்ராஸ்கோப்

75. ஹைட்ரஜன் குண்டு எதன் அடிப்படையில் தயாரிக்கப்படுகிறது?

அ) அணுக்கரு இணைவு
ஆ) அணுக்கரு வினை
இ) அணுக்கரு பிளவு
ஈ) அணுக்கருவற்ற இணைவு

76. தொலைக்காட்சிப் பெட்டியைக் கண்டுபிடித்தவர் யார்?

அ) ஜெ.எல். பெயர்டு
ஆ) சாமுவேல் வேஸ்டன்
இ) மார்க்கோனி
ஈ) ஷாக்லி

77. கோடைக்காலத்தில்சாலைகளில் கானல் நீர் தோன்றக் காரணம் என்ன?

அ) ஒளிச்சிதறல்
ஆ) ஒளிப் பிரதிபலிப்பு
இ) ஒளி விலகல்
ஈ) ஒளிப்பிரிதல்

78. மின்கம்பிகளைச் சுற்றி ரப்பர் உறை அமைக்கப்பட்டுள்ளதற்கு காரணம் என்ன?

அ) மின்கம்பிகளைப் பாதுகாக்க
ஆ) அதிகமான பாதுகாப்பிற்கு
இ) ரப்பர் எளிதில் மின்சாரத்தைக் கடத்தாது என்பதற்காக
ஈ) இலகுவாகக் கையாள

79. ஒரு ஜெட் விமான இயந்திரம் வேலை செய்யும் அடிப்படைத் தத்துவம் என்ன?

அ) நிறை
ஆ) ஆற்றல்
இ) நேர்கோட்டு உந்தம்
ஈ) கோண உந்தம்

80. சூரியனின் வெப்பநிலையைக் காண உதவும் விதி எது?

அ) சார்லஸ் விதி
ஆ) ஸ்டீஃபனின் நான்மடி விதி
இ) பாயில் விதி
ஈ) கிர்சாப் விதி

81. கதிரியக்கக் கார்பன் வயதுக் கணிப்பு பின்வரும் எதற்கு பயன்படுகிறது?

அ) நோய்களைக் கண்டறிய
ஆ) சரித்திரச் சான்றுகளின் வயதைக் காண
இ) வளிமண்டலத்தில் கார்பனின் அளவைக் காண
ஈ) இவற்றுள் எதுவுமில்லை

82. குறைக் கடத்தி என்பதற்கு உதாரணம் என்ன?

அ) ஜெர்மன் சில்வர்
ஆ) ஜெர்மானியம்
இ) பாஸ்பரஸ்
ஈ) ஆர்சானிக்

83. மின்னூட்டத்தின் அலகு என்ன?

அ) கூலூம் ஆ) ஃபாரடே
இ) நியூட்டன் ஈ) வோல்ட்

84. டெசிபல் என்பது எதற்கான அலகு என்ன?

அ) ஒலிச்செறிவு ஆ) ஒளி
இ) வெப்பம் ஈ) மின்சாரம்

85. ஒரு பொருளின் எடை

அ) பூமியின் எந்த இடத்திலும் சமம்
ஆ) துருவங்களில் அதிகம்
இ) பூமத்திய ரேகையில் அதிகம்
ஈ) சமவெளி இடங்களை விட மலைகளின் மேல் அதிகம்

86. ஒரு பொருள் எந்த வெப்பநிலையில் வெப்ப ஆற்றலை வெளியிடாது?

அ) $0^\circ C$ ஆ) $273^\circ C$
இ) $100^\circ C$ ஈ) $-273^\circ C$

74. இ 75. அ 76. அ 77. ஆ 78. இ 79. இ 80. ஆ 81. ஆ 82. ஆ 83. அ
84. அ 85. ஆ 86. ஈ

87. ஒரு கால்வனா மீட்டரை வோல்ட் மீட்டராக மாற்றுவதற்கு

அ) ஒரு குறைந்த மின்தடையை தொடர் இணைப்பில் இணைக்க வேண்டும்.

ஆ) ஓர் உயர் மின்தடையை தொடர் இணைப்பில் இணைக்க வேண்டும்

இ) ஒரு குறைந்த மின்தடையை பக்க இணைப்பில் இணைக்க வேண்டும்

ஈ) ஓர் உயர் மின்தடையை பக்க இணைப்பில் இணைக்க வேண்டும்.

88. ஆகாய விமானக் கட்டுமான அமைப்பில் பயன்படும் உலோகம் எது?

அ) பாக்சைட்

ஆ) டியூராலுமினியம்

இ) மேக்னலியம்

ஈ) ஹேமடைட்

89. மின்காந்தம் (தற்காலிகக் காந்தம்) செய்யப்பயன்படும் உலோகம் எது?

அ) தாமிரம் (செம்பு)

ஆ) இரும்பு

இ) நிக்கல்

ஈ) கோபால்ட்

90. உயர் மின் அழுத்த பொருள்களின் மேலுறையைத் தயாரிக்க பயன்படுவது

அ) இயற்கை ரப்பர்

ஆ) சிலிகோன்கள்

இ) சிலிக்கன் கார்பைடு

ஈ) செயற்கை ரப்பர்

91. ஓசோன் படலம் எதிலிருந்து நம்மை காப்பாற்றுகிறது?

அ) புற ஊதாக் கதிர்கள்

ஆ) ரேடியோ அலைகள்

இ) கண்ணுக்குப் புலனாகும் கதிர்வீச்சு

ஈ) அகச்சிவப்பு கதிர்வீச்சு

92. பாராமீட்டரில் பாதரசம் பயன்படுத்தப்படுவதன் காரணம்

அ) இது ஒரு சிறந்த வெப்பக் கடத்தி

ஆ) இது ஒளிரும் தன்மை உடையது

இ) இது தூய்மையான வடிவில் கிடைக்கிறது.

ஈ) இது குறைந்த ஆவி அழுத்தத்தையும் அதிக அடர்த்தியையும் கொண்டது.

93. ஓரிடத்திலிருந்து மற்றொரு இடத்திற்குச் செல்லும்போது அலையானது எதனை எடுத்துச் செல்கிறது?

அ) பொருள்

ஆ) ஆற்றல்

இ) நிறை

ஈ) மேற்கண்ட ஒன்றுமில்லை

94. ஒரு 100 வாட் மின்சார விளக்கு ஓர் யூனிட் மின்சார ஆற்றல் நுகர்வதற்கு எடுத்துக் கொள்ளும் நேரம்

அ) ஒரு மணி ஆ) 10 மணி

இ) ஒரு நாள் ஈ) 60 மணி

95. சூரிய மண்டலம் எந்த நட்சத்திரக் குடும்பத்தைச் சார்ந்தது?

அ) ஆன்ட்ரோமெடா நெபூலா

ஆ) பால்வீதி மண்டலம்

இ) ரேடியோ காலக்ஸி

ஈ) மெகலானிக்

96. மின்சார விளக்கில் நைட்ரஜன் அல்லது ஆர்கான் குறைந்த அழுத்தத்தில் குறைந்த அளவு எதற்காக செலுத்தப்படுகிறது?

அ) சூடான இழையை குளிரவைப்பதற்காக

ஆ) வாயுமண்டல அழுத்தத்தை தாங்குவதற்காக

இ) இழை எரிந்து ஆவியாகாமல் தடுப்பதற்காக

ஈ) இழையின் பிரகாசத்தை அதிகப்படுத்துவதற்காக

87. ஆ 88. ஆ 89. ஆ 90. ஆ 91. அ 92. அ 93. ஆ 94. ஆ 95. ஆ 96. இ

97. எந்த மண்டலத்தில் ரேடியோ அலைகள் எதிரொளிக்கப்படுகிறது?

அ) டிரோபோஸ்பியர்

ஆ) ஸ்டிராடோஸ்பியர்

இ) மீசோஸ்பியர்

ஈ) அயனோஸ்

98. முதன்முதலில் மின்கலத்தை உருவாக்கியவர்

அ) ஓம் ஆ) டேனியல்

இ) வோல்டா ஈ) ஜூல்

99. மின்னணு கணக்கிடும் கருவியின் இலக்க முடிவு காட்டும் அமைப்பில் பயன்படும் மின்னணு கருவி கீழ்வருவனவற்றில் எது?

அ) ஒளி டையோடு

ஆ) ஜீனர் டையோடு

இ) எல்.இ.டி. (LED)

ஈ) இவற்றில் எதுவுமில்லை

100. திடீர் வளிமண்டல அழுத்தக் குறைவின் அறிகுறி

அ) தெளிவான வானிலை

ஆ) புயல்

இ) மழை

ஈ) கடுங்குளிர்

101. ஒலி வேகமாக செல்லக்கூடிய பொருள்

அ) வெற்றிடம் ஆ) காற்று

இ) தண்ணீர் ஈ) எஃகு

102. ஒரு மனிதர் முகம் பார்க்கும் கண்ணாடி ஒன்றில் தன் முழு உருவத்தை பார்க்க, கண்ணாடியின் குறைந்த அளவு நீளம் அவர் உயரத்துடன் ஒப்பிடும்போது

அ) சமமாக இருக்க வேண்டும்

ஆ) சற்று அதிகமாக இருக்க வேண்டும்

இ) பாதியளவு இருக்க வேண்டும்

ஈ) கால் பங்கு இருக்க வேண்டும்

103. நீங்கள் முகம் பார்க்கும் கண்ணாடியை நோக்கி நடக்கும் வேகம் 1 விநாடிக்கு 10 செ.மீ. என்றால் எவ்வளவு வேகத்தில் பிம்பம் உங்களை நோக்கி வரும்?

அ) 5 செ.மீ. / விநாடி

ஆ) 10 செ.மீ. / விநாடி

இ) 20 செ.மீ. / விநாடி

ஈ) போதிய தகவலில்லை

104. வெண்மை ஒளிக்கற்றையை அதனுடைய வெவ்வேறு வண்ணங்களாகப் பிரிப்பது எது?

அ) ஒளிவிலகல்

ஆ) எதிரொளிப்பு

இ) நிறப்பிரிகை

ஈ) இவற்றில் ஏதுமில்லை

105. குளிர்காலத்தில் ஓர் அறையின் உட்புற சுவரின் வெப்ப நிலையை அறையில் உள்ள காற்றின் வெப்பநிலையோடு ஒப்பிட்டால்

அ) குறைவாக இருக்கும்

ஆ) அதிகமாக இருக்கும்

இ) ஒரே அளவாக இருக்கும்

ஈ) வளிமண்டல அழுத்தத்தைச் சார்ந்திருக்கும்

106. எலக்ட்ரான்களை மிக உயர் ஆற்றலுக்கு முடுக்குவதற்கு பயன்படுவது எது?

அ) தைரோட்ரான்கள்

ஆ) மாக்நேட்ரோன்கள்

இ) பீட்டாட்ரோன்கள்

ஈ) சைக்ளோட்ரோன்கள்

107. X- கதிரை கண்டுபிடித்தவர் யார்?

அ) மேடம் கியூரி

ஆ) ஐன்ஸ்டீன்

இ) ராண்ட்ஜன்

ஈ) ஜே.ஜே. தாம்சன்

108. போலராய்டுகளின் பயன் என்ன?

அ) ஒளி மின் விளைவு

ஆ) முப்பரிமாணத் தோற்றம்

இ) ஒளி மின்கலம்

ஈ) ஒளிச்சேர்க்கை

97. ஈ 98. இ 99. இ 100. ஆ 101. ஈ 102. இ 103. ஆ 104. இ 105. அ 106. ஈ 107. இ 108. ஆ

109. கடிகாரத்தின் ஊசல் செய்யப்பயன்படும் உலோகக் கலவை எது?
அ) டியூராலுமினியம்
ஆ) இன்வார்
இ) லூனார் காஸ்டிக்
ஈ) அலுமினியம்

110. இரத்த அழுத்தத்தினை அளவிட உதவும் கருவி எது?
அ) ஹைட்ரோமீட்டர்
ஆ) ஹைக்ரோமீட்டர்
இ) ஃபாத்தோமீட்டர்
ஈ) ஸ்பிக்மோமானோமீட்டர்

111. மின்தடை சுருள் கம்பிகள் தயாரிப்பில் பயன்படும் உலோகம் எது?
அ) மாங்கனின்
ஆ) இன்வார்
இ) குப்ரோ நிக்கல்
ஈ) ஜெர்மன் சில்வர்

112. ஒளியின் செறிவை அளவிட உதவுவது எது?
அ) விஸ்கோ மீட்டர்
ஆ) பைரோ மீட்டர்
இ) சைமோ மீட்டர்
ஈ) போட்டோ மீட்டர்

113. உந்தம் மாறுபாட்டு வீதம் எதற்கு நேர் விகிதத்தில் இருக்கும்?
அ) வேகத்திற்கு
ஆ) வேலைக்கு
இ) திசைவேகத்திற்கு
ஈ) விசைக்கு

114. காமினி என்பது ஒரு
அ) ஒரு நட்சத்திரம்
ஆ) அணு உலை
இ) ஒரு தேவதை
ஈ) ஒரு வகை நடனம்

115. ஒரு மைக்ரான் அளவு என்பது
அ) 10^{-2} மீ. ஆ) 10^{-3} மீ.
இ) 10^{-4} மீ. ஈ) 10^{-6} மீ.

116. குரோமோஸ்பியர் என்பது
அ) பூமியின் வளி மண்டலம்
ஆ) சூரியனின் வளி மண்டலம்
இ) நிலாவின் வளி மண்டலம்
ஈ) வியாழனின் வளி மண்டலம்

117. ஒளிவிலகல் எண் அதிகமாக உடையது எது?
அ) கண்ணாடி ஆ) நீர்
இ) பாறை உப்பு ஈ) வைரம்

118. சோனார் கருவியில் பயன்படுவது
அ) ஒலி அலைகள்
ஆ) ஒளி அலைகள்
இ) ரேடியோ அலைகள்
ஈ) மைக்ரோ அலைகள்

119. மாக்னசைட் எனப்படும் இயற்கைக் காந்தம் முதன் முதலில் கண்டுபிடிக்கப்பட்ட இடம் எது?
அ) இரஷ்யா ஆ) இத்தாலி
இ) மக்னீஷியா ஈ) கனடா

120. மெர்க்குரி ஆவி விளக்கு தரும் ஒளியின் நிறம் என்ன?
அ) சிவப்பு ஆ) நீலம்
இ) பச்சை ஈ) மஞ்சள்

121. பூமியின் புவியீர்ப்பிலிருந்து ஒரு பொருள் விடுபட்டுச் செல்ல தேவையான நேர்வேகம் (Escape Velocity) சுமாராக
அ) 7 கி.மீ. / விநாடி
ஆ) 11.2 கி.மீ. / விநாடி
இ) 1.2 கி.மீ. / விநாடி
ஈ) 21.2 கி.மீ. / விநாடி

122. வானம் நீல நிறமாக இருப்பதற்குக் காரணம் என்ன?
அ) வாயு மண்டலத்தில் ஈரப்பதமிருப்பதால்
ஆ) வளிமண்டலத்திலுள்ள தூசி துகள்களும் (அல்லது) காற்று மூலக் கூறுகளும் நீல நிற ஒளியை அதிக அளவில் சிதறடிப்பதால்
இ) பலவகை ஒளிகள் சேர்வதால் நீலநிறமாதல்
ஈ) இவைகள் அனைத்தும்

109. ஆ 110. ஈ 111. அ 112. ஈ 113. ஈ 114. ஆ 115. ஈ 116. ஆ 117. ஈ 118. அ 119. இ 120. ஆ 121. ஆ 122. ஆ

123. X-கதிர்கள் ஊடுருவ முடியாதது எது?

அ) மரத்துண்டு ஆ) அலுமினியம்
இ) ஈயம் ஈ) இரும்பு

124. சூரியனைச் சுற்றி பூமி சுழன்று வருவதைக் கண்டுபிடித்தவர் யார்?

அ) நியூட்டன்
ஆ) கலிலியோ
இ) அரிஸ்டாட்டில்
ஈ) கோப்பர்நிகஸ்

125. பனிக்கட்டியின் மேல் மனிதன் நடக்கும் போது வழுக்கலாக இருப்பதற்குக் காரணம் என்ன?

அ) அதன் பரப்பு வழவழப்பாக இருப்பது
ஆ) உராய்வு இல்லை
இ) அழுத்தம் அதிகரிப்பதால்
ஈ) மிகவும் குளிர்ச்சியாக இருப்பது

126. பேனாவின் முனை பிளவுபட்டு இருப்பதன் தத்துவம் யாது?

அ) சவ்வூடு பரவல்
ஆ) விரவல்
இ) நுண்புழை ஏற்றம்
ஈ) ஓரின ஒட்டுதல்

127. ஒலியின் திசைவேகத்தை மிஞ்சிய திசைவேகங்கள் என அழைக்கப்படுவது எவ்வாறு?

அ) மீ ஒலி ஆ) கேளா ஒலி
இ) அக ஒலி ஈ) மீ வேகம்

128. ஜேம்ஸ் சாட்விக் (James Chadwick) எதனைக் கண்டுபிடித்தார்?

அ) அணு ஆ) மின்னணு
இ) நியூட்ரான் ஈ) எலக்ட்ரான்

129. ஐன்ஸ்டீன் கீழ்க்கண்ட எந்த நாட்டைச் சேர்ந்தவர்?

அ) இஸ்ரேல் ஆ) பிரான்ஸ்
இ) இங்கிலாந்து ஈ) ஜெர்மனி

130. எலக்ட்ரான்களை கண்டுபிடித்தவர் யார்?

அ) ராண்ட்ஜன்
ஆ) ஜே.ஜே. தாம்ஸன்
இ) ஐசக் நியூட்டன்
ஈ) தாமஸ் ஆல்வா எடிசன்

131. இடிதாங்கியைக் கண்டுபிடித்தவர் யார்?

அ) பெஞ்சமின் ஃப்ராங்க்லின்
ஆ) டெய்ம்லர்
இ) யூரே
ஈ) எடிசன்

132. ஒலிபெருக்கி யாரால் கண்டுபிடிக்கப்பட்டது?

அ) ஷோக்லே ஆ) ஷார்ட்
இ) ஹோவ் ஈ) டேவார்

133. கீழ்க்கண்டவற்றுள் எந்தத் துறையில் எஸ். சந்திரசேகர் என்பவர் புகழ் பெற்றவர்?

அ) வானியல் ஆ) வேதியியல்
இ) புவியியல் ஈ) மருத்துவம்

134. ஓட்டோஹான் என்பவர் எதற்குப் பெயர் பெற்றவர்?

அ) செடிகளின் வளர்ச்சியைக் கண்டுபிடித்தல்
ஆ) நுண்ணணுக் கொள்கை
இ) அணுச் சிதைவு
ஈ) இவற்றில் எதுவுமில்லை

135. சார்பியல் கொள்கை யாரால் உருவாக்கப்பட்டது?

அ) டெய்ம்லர் ஆ) ஐன்ஸ்டீன்
இ) மோஸ்லே ஈ) பெஸ்ஸீமரி

136. 'டாரிசெல்லி' எதைக் கண்டுபிடித்தார்?

அ) பாரமானி
ஆ) அனீமா மீட்டர்
இ) கிராவி மீட்டர்
ஈ) தெர்மோ மீட்டர்

137. ஆகாய விமானம் கண்டுபிடிக்கப்பட்ட ஆண்டு எது?

அ) 1896 ஆ) 1929
இ) 1903 ஈ) 1947

123. இ 124. ஈ 125. ஆ 126. இ 127. அ 128. இ 129. ஈ 130. ஆ 131. அ 132. ஆ
133. அ 134. இ 135. ஆ 136. அ 137. இ

138. அணு எண் என்பது அணுவின் .... எண்ணிக்கையைக் குறிக்கும்.

அ) புரோட்டான்கள்

ஆ) எலக்ட்ரான்கள்

இ) (அ) அல்லது (ஆ)

ஈ) நியூட்ரான்கள்

139. உள்தகன எஞ்சின்களில் கார்புரேட்டர் என்னும் அமைப்பு எதற்குப் பயன்படுகிறது?

அ) தண்ணீரை பெட்ரோலுடன் கலக்க

ஆ) காற்றை பெட்ரோல் ஆவியுடன் கலக்க

இ) எண்ணெயை பெட்ரோலுடன் கலக்க

ஈ) இவற்றில் எதுவுமில்லை

140. அனிமோ மீட்டர் என்னும் கருவி எதனை அளக்கப் பயன்படுகிறது?

அ) உயரம்

ஆ) காற்றின் சுத்தமான தன்மை

இ) காற்றின் வேகம்

ஈ) நீளம்

141. கிரஸ்கோகிராப் என்னும் கருவி எதற்குப் பயன்படுத்தப்படுகிறது?

அ) செடிகளின் வளர்ச்சியைக் கண்டறிவதற்காக

ஆ) பூமியின் வளர்ச்சியைக் கண்டறிவதற்காக

இ) நட்சத்திரங்களின் வயதைக் கண்டறிவதற்காக

ஈ) இவற்றில் எதுவுமில்லை

142. கிராவிமீட்டர் என்னும் கருவி எதனைக் கண்டறியப் பயன்படுத்தப்படுகிறது?

அ) பூமிக்கடியில் நீர் இருத்தல்

ஆ) நீருக்கடியில் எண்ணெய் இருத்தல்

இ) பூமிக்கடியில் தாதுப்பொருள்கள் இருத்தல்

ஈ) புதையுண்ட பொருட்கள்

143. பாத்தோமீட்டர் என்னும் கருவி எதனைக் கண்டறியப் பயன்படுகிறது?

அ) பாலின் சுத்தத் தன்மையை அளக்கப் பயன்படுகிறது

ஆ) கிணற்றின் ஆழத்தைக் கண்டறியப் பயன்படுகிறது

இ) கடலின் ஆழத்தைக் கண்டறியப் பயன்படுகிறது

ஈ) இவற்றில் எதுவுமில்லை

144. ஹைகுரோமீட்டர் என்னும் கருவி எதனை உறுதிப்படுத்தப் பயன்படுகிறது?

அ) நீரில் உள்ள உப்பு

ஆ) காற்றில் உள்ள ஈரப்பதம்

இ) பாலின் துய்மை

ஈ) நீரில் உள்ள கிருமிகள்

145. லாக்டோமீட்டர் என்னும் கருவி எதனை அளக்கப் பயன்படுகிறது?

அ) நீரில் ஹைடிரஜனின் அளவு

ஆ) பாலின் தூய்மை

இ) பெட்ரோலின் தூய்மை

ஈ) நீரில் உள்ள உப்பு

146. பைரோமீட்டர் எதனை அளக்கப் பயன்படுகிறது?

அ) தொலைவில் உள்ள பொருளின் அதிக வெப்பநிலை

ஆ) எஃகு உருக்கியின் வெப்பநிலை

இ) நட்சத்திரங்களுக்கு இடையேயுள்ள தொலைவு

ஈ) கடலின் ஆழம்.

147. ரேடியேட்டர் என்பது என்ன?

அ) கலக்கும் கருவி

ஆ) குளிர்விக்கும் கருவி

இ) பிரிக்கும் கருவி

ஈ) சூடேற்றும் கருவி

138. இ 139. ஆ 140. இ 141. அ 142. ஆ 143. இ 144. ஆ 145. ஆ 146. அ 147. ஆ

சுராவின் ❋ பொது அறிவு வினா - விடை

148. சீஸ்மோகிராப் என்னும் கருவி எதனைக் குறிக்கப் பயன்படுகிறது?

அ) பூகம்பத்தின் அதிர்வு வேகம்
ஆ) இராணுவ விமானங்களின் வேகத்தைக் கண்டறியப் பயன்படுகிறது
இ) இதயத் துடிப்பு
ஈ) காற்றின் வேகம்

149. ராடார் என்னும் கருவி எதனைக் கண்டறியப் பயன்படுகிறது?

அ) பறக்கும் விமானம்
ஆ) சிறு ராணுவத் தளவாடங்கள்
இ) ராணுவ டாங்கிகள்
ஈ) இவற்றில் எதுவுமில்லை

150. ஃபோட்டோமீட்டர் என்பது எதனை அளவிடப் பயன்படுகிறது?

அ) அணு உலையின் கொள்திறன்
ஆ) அனல் மின் நிலைய கொள்திறன்
இ) ஒளியூட்டு திறன்
ஈ) இவற்றில் எதுவுமில்லை

151. சாக்கரி மீட்டர் எதனைக் கண்டறியப் பயன்படுகிறது?

அ) ஒரு கரைசலில் உள்ள அனங்கப் பொருள்கள்
ஆ) ஒரு கரைசலில் உள்ள சர்க்கரையின் அளவு
இ) உணவுப் பொருளில் அடங்கியுள்ள கொழுப்புச் சத்து
ஈ) ஒரு கரைசலில் உள்ள காரத் தன்மை

152. $E=mc^2$ என்பது

அ) நியூட்டனின் மூன்றாவது விதி
ஆ) ஐன்ஸ்டீன் விதி
இ) அவகட்ரோ கருதுகோள்
ஈ) பாயில் விதி

153. ஒவ்வொரு விசைக்கும் அதற்குச் சமமான ஓர் எதிர் விசை உண்டு. இது நியூட்டனின் .... விதி.

அ) முதல்
ஆ) இரண்டாவது
இ) மூன்றாவது
ஈ) இவற்றில் எதுவுமில்லை

154. பூமியிலிருந்து சூரியனின் தூரத்தை அளக்கப் பயன்படும் கருவி எது?

அ) பைரோமீட்டர்
ஆ) செக்ஸ்டண்ட்
இ) டெல்ஸ்டார்
ஈ) ஹைக்ரோமீட்டர்

155. வளைபரப்பை (Curvature) அளவிடப் பயன்படுத்தப் படும் கருவி எது?

அ) ஸ்ஃபியரோமீட்டர்
ஆ) காலிபர்
இ) அம்மீட்டர்
ஈ) யூடியோமீட்டர்

156. ஆல்பா துகளின் சுமை .... சுமையாகும்.

அ) நேர்மின் ஆ) எதிர்மின்
இ) நடுநிலை ஈ) அதிக

157. ஒரு விமானம் 900 மைல் வேகத்தை எட்டும்போது ஒலியிருக்காது. ஏனெனில்

அ) அது கீழே விழுந்து விடும்
ஆ) அவ்வளவு வேகத்தில் விமானம் சப்தமிடாது
இ) விமானத்தின் வேகம் ஒலியின் வேகத்தை விட அதிகமாக உள்ளது
ஈ) இவற்றில் எதுவுமில்லை

158. வௌவால் இருட்டில் எவ்வாறு வேகமாகப் பறக்கிறது?

அ) நம் காதுகளால் கேட்க முடியாத ஒருவகை சப்தத்தை உண்டு பண்ணுகிறது. அந்த ஒலியின் எதிரொலியால் தடைகளை அறிந்து கொள்கிறது
ஆ) அவைகளால் இருளில் பொருள்களை பார்க்க முடியும்
இ) அவை குறை வேகத்திலேயே பறக்கின்றன
ஈ) இவற்றில் எதுவுமில்லை

148. அ 149. அ 150. இ 151. ஆ 152. ஆ 153. இ 154. ஆ 155. அ 156. அ 157. இ 158. அ

159. சந்திரன் காற்று மண்டலத்தைப் பெற்றிருக்கவில்லை. ஏனெனில்

அ) அதன் தடிப்புத்தன்மை குறைவானது

ஆ) சந்திரனிலுள்ள பாறைகள் எந்தவிதமான வாயுவையும் வெளியிடுவதில்லை

இ) சூரியனிடமிருந்து அதன் அருகாமை

ஈ) சந்திரன் ஒரு துணைக் கோள்

160. மலை உச்சியில் உருளைக் கிழங்குகள் வேக அதிக நேரம் எடுத்துக் கொள்கின்றன. ஏனெனில்

அ) அங்கு காற்றின் அழுத்தம் மிகக் குறைவாக உள்ளது

ஆ) அங்கு காற்றின் அழுத்தம் மிக அதிகமாக உள்ளது

இ) அங்கு குளிர் அதிகமாக உள்ளது.

ஈ) அங்கு வெப்பம் குறைவாக உள்ளது.

161. மின் உருகு இழைகள் (Fuse Wire) .... ஐப் பெற்றிருக்கும்

அ) குறைந்த மின்தடை

ஆ) அதிக மின்தடை

இ) மின்தடையற்ற தன்மை

ஈ) குறைந்த உருகு நிலை

162. ஒரு பொருள் துருவங்களில் இருப்பதைக் காட்டிலும், பூமத்திய ரேகையில் இருக்கும்போது எடை சிறிது குறைவாகக் காணப்படுகிறது. ஏனெனில்

அ) பூமத்தியரேகை மிகக் கடுமையான வெப்ப நிலையைப் பெற்றிருக்கிறது

ஆ) புயல் காற்று அடிக்கடி உருவாகிறது

இ) பூமத்தியரேகையில் புவியீர்ப்புச் சக்தி துருவங்களில் உள்ளதைக் காட்டிலும் குறைவானதாகும்

ஈ) இவற்றில் எதுவுமில்லை

163. வெள்ளைத் துணிகள் கோடைகாலத்திற்கு ஏற்றதாகக் கருதப்படுகிறது. ஏனெனில்

அ) அவை மிகவும் விலை மலிவானவை

ஆ) அவை சூரிய வெப்பத்தை ஈர்க்காது

இ) அவை உடுத்த மிகவும் பொருத்தமானது

ஈ) இவற்றில் எதுவுமில்லை

164. மை உறிஞ்சும் காகிதம் மையை உறிஞ்சிக் கொள்கிறது. ஏனெனில்

அ) அது சிறிய துவாரங்களைப் பெற்றிருக்கிறது

ஆ) அது வெண்மையானது

இ) அதனுள் உறிஞ்சக் கூடிய இரசாயனப் பொருள் கலக்கப்பட்டுள்ளது

ஈ) இவற்றில் எதுவுமில்லை

165. இடி முழக்கத்தினைக் கேட்பதற்கு முன்பாக நாம் மின்னல் ஒளியினைப் பார்க்க முடிகிறது. ஏனெனில்

அ) ஒளியின் வேகம் ஒலியின் வேகத்தைக் காட்டிலும் விரைவானது

ஆ) கேட்பதைக் காட்டிலும் சீக்கிரமாக நம்மால் பார்க்க முடிகிறது

இ) மின்னல் ஒளி மிகவும் பிரகாசமானது

ஈ) ஒலியின் வேகம், ஒளியின் வேகத்தைவிட அதிகம்

166. இரு இரயில் தண்டவாளங்களுக்கு இடையில் சிறிதளவு இடைவெளி விடப்படுகிறது. ஏனெனில்

அ) ஒலியை உண்டாக்குவதற்காக அவ்வாறு செய்யப்படுகிறது

ஆ) பொருள் சேமிக்க அவ்விதம் செய்யப்படுகிறது

இ) கோடையில் வெப்பத்தினால் இரும்பானது விரிவடைந்து வளையாமல் இருப்பதற்காக அவ்வாறு செய்யப்படுகிறது

ஈ) இவற்றில் எதுவுமில்லை

159. அ 160. அ 161. ஈ 162. இ 163. ஆ 164. அ 165. அ 166. இ

167. சமவெப்ப நிலையில் நீரைக் காட்டிலும் நீராவியால் உடம்பில் ஏற்படும் புண் மோசமானது. ஏனென்றால்

அ) அது ஒரு வாயு

ஆ) அந்த வெப்ப நிலையில் அதிக கலோரிகள் வெப்பத்தை அது கொண்டிருக்கும்

இ) அது குறைந்த அளவு நீரினைக் கொண்டிருக்கும்

ஈ) இவற்றில் எதுவுமில்லை

168. கடல் நீர் உப்பாக உள்ளது. ஏனெனில்

அ) கடலின் அடிமட்டத்தில் உள்ள செடிகள் உப்பைத் தருகின்றன

ஆ) ஆறுகள் கடலில் கலக்கும்போது உப்புகளையும் சேர்த்துக் கொண்டு வருகின்றன

இ) மழை நீர் உப்புகளைக் கொணர்கிறது

ஈ) இவற்றில் எதுவுமில்லை

169. ஒரு கண்ணாடியை வெப்பப்படுத்தும்போது உடைந்து விடுகிறது. ஆனால், உலோகங்கள் அவ்வாறு உடைவதில்லை. ஏனெனில்

அ) கண்ணாடி பளபளப்பாக இருக்கிறது

ஆ) கண்ணாடியின் உட்பாகத்தில் துவாரங்கள் உள்ளன.

இ) கண்ணாடி ஓர் அரிதில் கடத்தி

ஈ) கண்ணாடி ஒரு குறைக்கடத்தி

170. மின்சார ஹீட்டர்களில் தாமிரம் பயன்படுத்தப் படுவதில்லை. ஏனெனில்

அ) இது அதிக வெப்ப நிலையில் உருகிவிடும்

ஆ) இது மிகவும் விலை அதிகமானது

இ) இதனை வெப்பபடுத்தும்போது விஷத்தன்மை வாய்ந்த ஒரு வாயு வெளிவருகிறது

ஈ) இவற்றில் எதுவுமில்லை

171. ஒரு மின்சார விளக்கு உடையும்போது சப்தம் உண்டாகிறது. ஏன்?

அ) ஏனெனில் அதில் பாதியிடம் வெற்றிடமாக இருக்கும்

ஆ) விளக்கிலிருந்து ஒரு வாயு வெளிப்படுகிறது

இ) மின்சார விளக்கிலுள்ள டங்ஸ்டன் என்னும் இழையானது ஒலியினை உண்டாக்குகிறது

ஈ) இவற்றில் எதுவுமில்லை

172. வானம் நீலநிறமாக காணப்படுகிறது. ஏன்?

அ) காற்றிலுள்ள தூசிகள் சூரிய ஒளியைச் சிதறடிப்பதால்

ஆ) மேகங்களில் நீர் சூழ்ந்து காணப்படுவதால்

இ) கடல் நீல நிறமாக இருப்பதால்

ஈ) இவற்றில் எதுவுமில்லை

173. பெட்ரோலில் எரியும் தீயை தண்ணீர் ஊற்றி அணைக்க முடியாது. ஏன்?

அ) பெட்ரோலும் நீரும் ஒன்றுடன் ஒன்று வினைபுரிகிறது

ஆ) பெட்ரோல் தீயின் வெப்பம் தண்ணீரை நீராவியாக ஒரு நொடியில் மாற்றிவிடுகிறது

இ) பெட்ரோலின் மீது நீர் மிதக்கிறது

ஈ) இவற்றில் எதுவுமில்லை

174. ஒரு கம்பை பாதியளவு நீரில் மூழ்கவிடும்போது அது வளைந்து காணப்படுகிறது. இதற்குக் காரணம் என்ன?

அ) ஒளிப் பிரதிபலிப்பு

ஆ) இடமாறு தோற்றப்பிழை

இ) ஒளி ஊடுருவல்

ஈ) ஒளிச் சிதறல்

175. மேகம் சூழ்ந்த இரவு குளிர்ச்சியாக இல்லை. ஏனெனில்

167. ஆ 168. ஆ 169. இ 170. அ 171. அ 172. அ 173. ஆ 174. இ

அ) பூமியிலிருந்து வெளியேறும் வெப்பக்கதிர்களை மேகங்கள் தடுக்கின்றன.
ஆ) மேகங்கள் வெப்பக்கதிர்களை வெளிவிடுகின்றன.
இ) மின்னல் வெப்பத்தை உண்டாக்குகிறது
ஈ) இவற்றில் எதுவுமில்லை

176. மிகக் குளிர்ந்த நீரினால் நிரப்பப்பட்ட பாத்திரத்தின் வெளிப்பகுதி ஈரமாக காணப்படுவது ஏன்?
அ) மிகக் குளிர்ந்த நீர், பாத்திரத்திலிருந்து கசிகிறது
ஆ) பாத்திரத்தைக் சுற்றியுள்ள காற்று குளிர்ச்சி அடைகிறது
இ) கிருமிகள் தண்ணீரைக் கொண்டு வந்து சேர்க்கின்றன
ஈ) இவற்றில் எதுவுமில்லை

177. குழாய்கள் உள்ள ஊதுகுழல் கருவி
அ) புல்லாங்குழல்
ஆ) ஹார்மோனியம்
இ) நாதஸ்வரம்
ஈ) தாரை

178. .... வேதியாற்றல் மின்னாற்றலாக மாறுகிறது.
அ) மின்கலத்தில்
ஆ) டைனமோவில்
இ) மோட்டாரில்
ஈ) மின் விளக்குகளில்

179. வானத்தில் உள்ள விண்மீன்கள், கோள்கள் இவற்றைத் தெளிவாகக் காண .... பயன்படுகிறது.
அ) நிறமாலைமானி
ஆ) பைரோமீட்டர்
இ) செக்ஸ்டன்ட்
ஈ) வானவியல் தொலைநோக்கி

180. ஹென்றி மீட்டர்-1 என்பது .... ன் அலகு.
அ) காந்தத் திருப்புத் திறன்
ஆ) காந்த உட்புகு திறன்
இ) காந்த புலச் செறிவு
ஈ) காந்த முனை வலிமை

181. X-கதிர்கள் .... என்பவரால் கண்டுபிடிக்கப்பட்டன.
அ) ராண்ட்ஜன் ஆ) கூலிட்ஜ்
இ) மேரிகியூரி ஈ) பெக்கொரல்

182. ஆங்க்ஸ்ட்ராம் என்னும் அலகு எதனை அளக்கப் பயன்படுகிறது?
அ) ஒளியின் அலை நீளத்தை
ஆ) ராக்கெட்டுகளின் வேகத்தை
இ) சக்தியை
ஈ) ஒலியின் அலை நீளத்தை

183. கீழ்க்கண்டவற்றுள் எதற்கு கலோரி என்னும் அலகு பயன்படுத்தப்படுகிறது?
அ) மின்னியல் ஆ) ஒளியியல்
இ) வெப்பவியல் ஈ) ஒலியியல்

184. தர்மாஸ் குடுவையில் இரு சுவர்களுக்கு இடையில் வெற்றிடம் அமைக்கப்பட்டு எந்த முறையினால் வெப்பம் இழக்கப்படுவது தடுக்கப்படுகிறது?
அ) வெப்பக்கடத்தல்
ஆ) வெப்பச் சலனம்
இ) வெப்பப்பரவல்
ஈ) இவற்றில் எதுவுமில்லை

185. மின் விளக்குகளில் பொருத்தப்பட்டுள்ள இணைப்புகள் எந்த உலோகத்தினால் செய்யப்பட்டுள்ளது?
அ) தாமிரம் ஆ) டங்ஸ்டன்
இ) பிளாட்டினம் ஈ) செம்பு

186. குளிர்சாதனப் பெட்டியில் குளிர்விக்கும் பொருளாகப் பயன்படுத்தப்படும் இரசாயனப் பொருள் எது?
அ) திரவ அமோனியா
ஆ) நைட்ரஜன்
இ) ஹீலியம்
ஈ) ஹைட்ரஜன்

175. அ 176. ஆ 177. இ 178. அ 179. ஈ 180. ஆ 181. அ 182. அ 183. இ 184. இ 185. ஆ 186. அ

187. பாயில் விதி

அ) $P \alpha\, l/v$ ஆ) $P \alpha\, lv$

இ) $P \alpha\, vl$ ஈ) $P \alpha\, v$

188. மின்னோட்டத்தினால் காந்த விளைவு ஏற்படுவதைக் கண்டறிந்தவர் ....

அ) ஓயர்ஸ்டெட் ஆ) ஃபாரடே

இ) பிளெமிங் ஈ) ஆம்பியர்

189. தமிழ்நாட்டில் அணு ஆற்றல் உலை .... உள்ளது.

அ) தூத்துக்குடியில்

ஆ) கல்பாக்கத்தில்

இ) ஸ்ரீ ஹரிகோட்டாவில்

ஈ) புதுக்கோட்டையில்

190. "சூரியனின் நிறையைப் போன்று 1.4 மடங்கு அதிகமான நிறை கொண்ட விண்மீனும் சாதாரண நிகழ்வுகளால் 'வெள்ளைக்குள்ளர்கள்' நிலையை அடைய முடியாது." இதை .... நிரூபித்தார்.

அ) ஸ்ட்ராஸ்மான்

ஆ) ஆட்டோஹான்

இ) சந்திரசேகர்

ஈ) பெக்யூர்ல்

191. நீர் உறையும்போது அதன் கன அளவு

அ) அதிகமாகிறது

ஆ) குறைகிறது

இ) அதே அளவுள்ளது

ஈ) (அ) அல்லது (ஆ)

192. துருப்பிடித்தல் ஒரு

அ) இரசாயன மாற்றம்

ஆ) பௌதீக மாற்றம்

இ) மேற்கண்ட இரண்டும் தவறானவை

ஈ) மேற்கண்ட இரண்டும் சரியானவை

193. சாதாரண வெப்ப நிலையில் திரவ நிலையில் உள்ள ஒரே உலோகம்

அ) ஆன்டிமனி ஆ) பாதரசம்

இ) தாமிரம் ஈ) பிஸ்மத்

194. ஓர் ஆங்ஸ்ட்ரோம் என்பது .... மீட்டருக்குச் சமம்.

அ) 10^{-5} ஆ) 10^{-7}

இ) 10^{-9} ஈ) 10^{-10}

195. சூரியன் உதிக்கும்போதும், சூரியன் மறையும்போதும் வானம் சிவப்பாகத் தோன்றக் காரணம்

அ) சிவப்பு ஒளி அதிகமாக சிதறுவது

ஆ) சிவப்பு ஒளி குறைவாக சிதறுவது

இ) நீல ஒளி குறைவாக சிதறுவது

ஈ) சிவப்பு ஒளியின் திண்மை அதிகமாக இருப்பது

196. கோள்களுக்கு இடையேயான ஈர்ப்பு விசையை முதலில் சரியாகக் கண்டறிந்தவர்

அ) கெப்ளர் ஆ) நியூட்டன்

இ) கலிலியோ ஈ) டோலமி

197. தண்ணீரின் தன் வெப்ப ஏற்புத் திறன்

அ) 2090 $Jkg^{-1}k^{-1}$

ஆ) 4190 $Jkg^{-1}k^{-1}$

இ) 1964 $Jkg^{-1}k^{-1}$

ஈ) 670 $Jkg^{-1}k^{-1}$

198. ஒரு A.C. ஜெனரேட்டர் .... உருவாக்குகிறது.

அ) துகள்களை

ஆ) மின்சாரத்தை

இ) மாறும் மின்னூட்டம்

ஈ) வேகத்தை

199. இந்தியாவில் முதன் முதலாக மொபைல் ஃபோன் செயல்பாட்டிற்கு வந்த மாநிலம் எது?

அ) கொல்கத்தா ஆ) மும்பை

இ) கான்பூர் ஈ) டில்லி

200. 'செல்ஃபோனின் தந்தை' என்று கூறப்படுபவர்

அ) மார்ட்டின் கூப்பர்

ஆ) டேவிட் லாங்

இ) ஜான் ஹிக்கின்ஸ்

ஈ) ஜோன்ஸ் பான்

187. அ 188. அ 189. ஆ 190. இ 191. அ 192. அ 193. ஆ 194. ஈ 195. ஆ 196. அ
197. ஆ 198. இ 199. அ 200. அ

வேதியியல்

1. **சில்வர் நைட்ரேட் தோலின் மீது கருப்புக் கறையை உண்டாக்குவதன் காரணம், அது**
   அ) வீரிய ஒடுக்கும் காரணியாக இருப்பது
   ஆ) அரிப்புத் தன்மை கொண்டதாக இருப்பது
   இ) உலோக சில்வராக ஒடுக்கமடைகிறது
   ஈ) மேற்கண்ட எதுமில்லை
2. **காப்பர் சல்பேட் கரைசல் இயல்பாகவே அமிலத் தன்மையுடன் காணப்படுவதன் காரணம்**
   அ) நீராற்பகுப்பு நடைபெறுவது
   ஆ) அயனியாக்கம் நிகழ்வது
   இ) சல்பேட் அயனிகள் உள்ளது
   ஈ) மேற்கண்ட ஏதுமில்லை
3. **சில்வரின் முக்கிய தாதுப்பொருள் எது?**
   அ) சின்னபார்
   ஆ) காப்பர் கிளான்ஸ்
   இ) பைராலுசைட்
   ஈ) அர்ஜென்டைட்
4. **டெரிலீன் தயாரிப்பதில் பயன்படும் ஆல்கஹால் எது?**
   அ) எத்திலீன் கிளைக்கால்
   ஆ) பீனால்
   இ) டெரிதாலிக் அமிலம்
   ஈ) எத்தில் ஆல்கஹால்
5. **செயற்கைப் பழச்சாறாகப் பயன்படுத்தப்படும் சேர்மம் எது?**
   அ) பென்சைல் அகிட்டேட்
   ஆ) எத்தில் அசிட்டேட்
   இ) மெத்தில் அசிட்டேட்
   ஈ) பென்சைல் பென்சோயேட்
6. **அமில மழைக்கு காரணமான மாசுப் பொருட்கள் யாவை?**
   அ) CO மற்றும் CO_2
   ஆ) CO_2 மற்றும் O_3
   இ) N2 மற்றும் CO_2
   ஈ) N_2O மற்றும் SO_2
7. **பாலில் காணப்படும் டை சாக்கரைட்**
   அ) சுக்ரோஸ்
   ஆ) மால்டோஸ்
   இ) லாக்டோஸ்
   ஈ) செல்லோ ட்ரையோஸ்
8. **சுத்தமான நீரின் அடர்த்தி எண்**
   அ) 4°C– இல் மிக அதிகமாக இருக்கும்
   ஆ) 4°C– இல் மிக குறைவாக இருக்கும்
   இ) 0°C– இல் மிக அதிகமாக இருக்கும்
   ஈ) 0°C– இல் மிக குறைவாக இருக்கும்
9. **ஊடுருவும் ஆற்றலை மிக அதிகளவில் கொண்டது எது?**
   அ) ஆல்பா கதிர் ஆ) பீட்டா கதிர்
   இ) காமா கதிர் ஈ) எக்ஸ் கதிர்
10. **பொதுவாக ராட்சத பலூன்களில் எந்த வாயு நிரப்பப்படுகிறது?**
    அ) ஹைட்ரஜன்
    ஆ) ஹீலியம்
    இ) ஹைட்ரஜன் சல்பைடு
    ஈ) கார்பன் டை ஆக்ஸைடு
11. **நிறமற்ற திரவ பெட்ரோல் சமையல் வாயு உடன் அதன் மணம் அறியும் பொருட்டு, சேர்க்கப்படும் ரசாயனப் பொருள் எது?**
    அ) குளோரின் ஆ) புரோமின்
    இ) நைட்ரஜன் ஈ) கந்தகம்

1. ஆ 2. அ 3. ஈ 4. அ 5. ஆ 6. ஈ 7. இ 8. அ 9. இ 10. ஆ
11. ஆ

12. தொழிற்சாலை பகுதிகளில் அமில மழையை ஏற்படுத்தக்கூடிய வாயு எது?

அ) CO_2 ஆ) CO

இ) SO_2 ஈ) CH_4

13. நீரின் கடினத்தன்மையின் வீதம் எவ்வாறு வெளிப்படுத்தப்படுகிறது?

அ) கால்சியம் குளோரைடின் பத்து லட்சத்தில் ஒரு பங்கு

ஆ) மக்னீசியம் கார்பனேட்டின் பத்து லட்சத்தில் ஒரு பங்கு

இ) மக்னீசியம் குளோரைடின் பத்து லட்சத்தில் ஒரு பங்கு

ஈ) கால்சியம் கார்பனேட்டின் பத்து லட்சத்தில் ஒரு பங்கு

14. எண்ணெய்களின் ஹைட்ரஜன் ஏற்றத்தின் பொழுது முன்னிலைப்படுத்தப்படும் பொருள் எது?

அ) இரும்புத்தூள்

ஆ) செம்புத்தூள்

இ) நிக்கல்பொடி

ஈ) வெள்ளித்தூள்

15. மணல் என்பது எவ்வாறு குறிப்பிடப்படும்?

அ) P_2O_5 ஆ) NO_2

இ) SiO_2 ஈ) MGO

16. மழை நீர் மண்ணின் .... இருப்பை அதிகரிக்க உதவுகிறது.

அ) பாஸ்பரஸ் ஆ) நைட்ரஜன்

இ) கால்சியம் ஈ) பொட்டாஷ்

17. புரதத்தில் இல்லாத தனிமம் எது?

அ) S ஆ) P

இ) C ஈ) O

18. அக்குவாரிஜியாவில் பின்வரும் எது உள்ளது?

அ) HCl மற்றும் HNO_3

ஆ) HCl மற்றும் H_2SO_4

இ) HCl மற்றும் CH_3COOH

ஈ) HNO_3 மற்றும் H_2SO_4

19. புகையிலைத் தாவர வளர்ச்சிக்கு தேவையான உரம்

அ) லைம் சூப்பர் பாஸ்பேட்

ஆ) யூரியா

இ) பொட்டாசியம் நைட்ரேட்

ஈ) அம்மோனியம் சல்பேட்

20. நிக்கலின் முக்கிய தாது எது?

அ) பென்டலன்டைட்

ஆ) பாக்ஸைட்

இ) கார்னினேரைட்

ஈ) பைரலுஸைட்

21. காப்பர் சல்பேட் கரைசல் மின்சாரத்தைக் கடத்துவது எது?

அ) எலக்ட்ரான் மூலம்

ஆ) அயனிகள் மூலம்

இ) குறைக்கடத்தல் மூலம்

ஈ) கலப்புக் கடத்தல் மூலம்

22. முதன்முதலில் அணுக்கரு மாதிரி படிவத்தினை முன்மொழிந்தவர் யார்?

அ) ஜான் டால்டன்

ஆ) ரூதர்போர்டு

இ) டீ ப்ராக்லி

ஈ) டி.ஐ.மென்டலீப்

23. கெட்டுப்போன வெண்ணெயிலிருந்து தோன்றும் துர்நாற்றத்திற்குக் காரணம் என்ன?

அ) தாலிக் அமிலம்

ஆ) ப்யூட்ரிக் அமிலம்

இ) ஆக்ஸாலிக் அமிலம்

ஈ) அமினோ அஸிட்டிக் அமிலம்

24. கண்ணாடியில் ரசம் பூசப் பயன்படும் கரிமச் சேர்மம் எது?

அ) அஸிட்டால்

ஆ) ஈதேன்

இ) எத்தில் ஆல்கஹால்

ஈ) அஸிட்டால்டிஹைடு

12. இ 13. ஆ 14. இ 15. இ 16. ஆ 17. அ 18. அ 19. இ 20. அ 21. ஆ
22. ஆ 23. ஆ 24. ஈ

25. **எண்ணெயை நீராற்பகுக்கும்போது கிடைக்கும் சேர்மம் எது?**

அ) கிளைகால்

ஆ) கிளிசரால்

இ) எத்தனால்

ஈ) அசிடிக் அமிலம்

26. **மின்னல் ஏற்படும் பொழுது விளையும் வாயு எது?**

அ) NO ஆ) N_2O

இ) N_2O_4 ஈ) NO_2

27. **டியூராலுமினியம் என்பது .... ன் உலோக கலவையாகும்.**

அ) Cu மற்றும் Al

ஆ) Cu மற்றும் Au

இ) Cu மற்றும் Sn

ஈ) Cu மற்றும் Zn

28. **உறைக்கலவையில் இருப்பது பனிக்கட்டி மற்றும்**

அ) சோடியம் குளோரைடு

ஆ) கால்சியம் குளோரைடு

இ) பொட்டாசியம் அயோடைடு

ஈ) இவை மூன்றும்

29. **லூனார் காஸ்டிக் என்பது எது?**

அ) $NaNo_3$ ஆ) $AgNO_3$

இ) Ag_2SO_4 ஈ) NaOH

30. **வெண் பாஸ்பரஸை, சிவப்பு பாஸ்பரஸாக மாற்றுவதற்கு பயன்படும் வினையூக்கி எது?**

அ) கார்பன்

ஆ) டை அமோனியம் பாஸ்பேட்

இ) அயோடின்

ஈ) கந்தகம்

31. **இன்வர்டேஸ் என்பது**

அ) ஒரு கரிமச் சேர்மம்

ஆ) ஒரு கனிமச் சேர்மம்

இ) ஒரு நொதிப்பொருள்

ஈ) ஒரு சர்க்கரை

32. **C_2H_6O மூலக்கூறு வாய்பாட்டைக் கொண்ட ஐசோமர்கள் எத்தனை?**

அ) ஒன்று ஆ) இரண்டு

இ) மூன்று ஈ) நான்கு

33. **காற்றில் மிக அதிக அளவு கலந்துள்ள வாயு எது?**

அ) ஆக்ஸிஜன்

ஆ) ஹைட்ரஜன்

இ) நைட்ரஜன்

ஈ) கார்பன் டை ஆக்ஸைடு

34. **ஒரு கிராம் மூலக்கூறில் உள்ள மூலக்கூறுகளின் எண்ணிக்கைக்குப் பெயர் என்ன?**

அ) அணு எண்

ஆ) மூலக்கூறு எடை

இ) அவகாட்ரோ எண்

ஈ) ஆவி அடர்த்தி

35. **உலகின் சராசரி வெப்பநிலை உயர்வதற்கு காரணமாக உள்ள வாயு**

அ) ஆக்ஸிஜன்

ஆ) கார்பன் டை ஆக்ஸைடு

இ) நைட்ரஜன்

ஈ) சோடியம் ஆக்ஸைடு

36. **கீழ்க்கண்டவற்றுள் எது உலோகப் போலி?**

அ) டெலூரியம் ஆ) அலுமினியம்

இ) இரும்பு ஈ) பாக்சைட்

37. **இரசக் கலவை என்பது**

அ) மெர்க்குரி + நீர்

ஆ) மெர்க்குரி + ஆக்ஸிஜன்

இ) மெர்க்குரி + குளோரின்

ஈ) மெர்க்குரி + உலோகம்

38. **புகைப்படத் தொழிலில் உபயோகப்படுத்தும் ஒரு வேதி பொருளானது**

அ) சோடியம் சல்பேட்

ஆ) சோடியம் சல்பைடு

இ) சோடியம் தயோசல்பேட்

ஈ) சோடியம் ஆக்ஸலேட்

25. ஆ 26. ஈ 27. அ 28. அ 29. ஆ 30. இ 31. இ 32. ஆ 33. இ 34. இ
35. ஆ 36. அ 37. ஈ 38. இ

39. பெட்ரோலியம் என்பது ஒரு

அ) கூட்டுப் பொருள்
ஆ) கலவை
இ) வாயுப்பொருள்
ஈ) கரைசல்

40. சல்பியூரிக் அமிலத்தில் உள்ள சல்பரின் ஆக்ஸிஜனேற்ற எண்

அ) இரண்டு　ஆ) நான்கு
இ) ஆறு　ஈ) எட்டு

41. சமையல் எரிவாயுவில், வாயுக் கசிவைக் கண்டறியப் பயன்படுத்தப்படும் பொருள்

அ) பியுடிலீன்
ஆ) மெர்காப்டன்கள்
இ) பியூட்டேன்
ஈ) ஐசோபியூட்டேன்

42. ஒரே மாதிரியான மூலக்கூறுகள் ஒன்றோடொன்று ஒட்டிக்கொண்டிருப்பதன் காரணம் என்ன?

அ) அஸிமிலிலேசன்
ஆ) கிராவிட்டேசன்
இ) கொகிசன்
ஈ) அட்கிசன்

43. ஹீலியத்தின் இணைதிறன் என்ன?

அ) 0　ஆ) 1
இ) 2　ஈ) 3

44. நீரிழப்பு நேர்கையில் உடல் எதனை இழக்கிறது?

அ) இரும்பு
ஆ) சர்க்கரை
இ) சோடியம் குளோரைடு
ஈ) கால்சியம் சல்பேட்

45. எந்த ஹார்மோனில் அயோடின் உள்ளது?

அ) அட்ரினலின்
ஆ) இன்சுலின்
இ) தைராக்சின்
ஈ) டெஸ்டோஸ்டிரோன்

46. வலிமை குறைந்த பிணைப்பு எது?

அ) அயனி பிணைப்பு
ஆ) ஹைட்ரஜன் பிணைப்பு
இ) சக பிணைப்பு
ஈ) வாண்டர்வால்ஸ் பிணைப்பு

47. ஆபரண தங்கத்தில் உள்ளது

அ) சில்வர் (வெள்ளி)
ஆ) டின் (வெள்ளீயம்)
இ) தாமிரம்
ஈ) மாங்கீனசு

48. செயற்கை மழையை உண்டாக்கப் பயன்படும் பொருள்

அ) வெள்ளி நைட்ரேட்
ஆ) மணல்
இ) வெள்ளி அயோடைடு
ஈ) காப்பர் ஆக்ஸைடு

49. சோடியத்தின் அணு எண்

அ) 11　ஆ) 12
இ) 13　ஈ) 14

50. டைனமைட் தயார் செய்ய பயன்படும் ஆல்கஹால்

அ) கிளைகால்
ஆ) எத்தில் ஆல்கஹால்
இ) கிளிசரால்
ஈ) மெத்தில் ஆல்கஹால்

51. பின்வருவனவற்றுள் எது நீர் நீக்கும் பொருளாக பயன்படுகிறது?

அ) ஹைட்ரோகுளோரிக் அமிலம்
ஆ) நைட்ரிக் அமிலம்
இ) பெரிகுளோரிக் அமிலம்
ஈ) கந்தக அமிலம்

52. இவற்றில் உயிர் எதிர் கொல்லி எது?

அ) பெனிசிலின்
ஆ) டெராமைசீன்
இ) ஆரியோமைசீன்
ஈ) இவை அனைத்தும்

39. அ　40. இ　41. ஆ　42. இ　43. அ　44. ஆ　45. இ　46. ஈ　47. இ　48. அ
49. அ　50. இ　51. இ　52. ஈ

53. **கருவுறா கனியாதல் எவற்றின் மூலம் தூண்டப்படுகிறது?**
அ) அசிட்டிக் அமிலம்
ஆ) இண்டோல் அசிடிக் அமிலம்
இ) ஜிப்ரலிக் அமிலம்
ஈ) எத்திலின்

54. **மின்துகள்கள் அற்ற கதிர்கள் எது?**
அ) ஆல்பா ஆ) பீட்டா
இ) காமா ஈ) பாஸிடிவ்

55. **சோடா நீர் (Soda-Water) தயாரிப்பில் கீழ்க்கண்டவற்றுள் எந்த வாயு பயன்படுத்தப்படுகிறது?**
அ) கார்பன் மோனாக்ஸைடு
ஆ) குளோரின்
இ) கார்பன் டை ஆக்ஸைடு
ஈ) அமோனியா வாயு

56. **குளிர் பச்சை எண்ணெய் என்பது என்ன?**
அ) அசெட்டைல் சாலிசிலிக் அமிலம்
ஆ) மீதைல் சாலிசிலேட்
இ) ஈதைல் சாலிசிலேட்
ஈ) பென்சோயிக் அமிலம்

57. **சுளுக்கு, தலைவலி மருந்தாக பயன்படுவது எது?**
அ) மெதில் சாலிசிலேட்
ஆ) எத்தில் சாலிசிலேட்
இ) அசிடைல் சாலிசிலிக் அமிலம்
ஈ) சோடியம் சாலிசிலேட்

58. **புகைப்பட சுருளைக் கழுவப் பயன்படும் வேதிப்பொருள் என்ன?**
அ) சோடியம் குளோரைடு
ஆ) சோடியம் ஹைட்ரஜன் பாஸ்பேட்
இ) சோடாலைம்
ஈ) சோடியம் தயோசல்பேட்

59. **மீதேனின் வடிவமைப்பு**
அ) சதுரம் ஆ) சதுர பிரமிடு
இ) நான்முகி ஈ) எண்முகி

60. **ராக்கெட் எரிபொருள் ஆனது .... ஐக் கொண்டிருக்கும்.**
அ) ஆக்சிஜன்
ஆ) ஆக்சிஜன் மற்றும் மீத்தேன்
இ) ஓசோன்
ஈ) ஹைட்ரஸீன் மற்றும் டைநைட்ரஜன் டெட்ராக்ஸைடு

61. **சதுப்பு நில வாயு (Marsh Gas) என்பது**
அ) மீத்தேன் ஆ) ஈத்தேன்
இ) SO_2 ஈ) CO_2

62. **அறை வெப்பநிலையில் திரவமாக உள்ளது**
அ) குளோரின் ஆ) புரோமின்
இ) புளூரின் ஈ) அயோடின்

63. **மனித உடலில் சிறுநீரகத்தில் கல்போல் படிந்துள்ள பொருள்**
அ) பொட்டாசியம் ஹைட்ரஜன் ஆக்சலேட்
ஆ) ஆக்சாலிக் அமிலம்
இ) கால்சியம் ஆக்சலேட்
ஈ) அமோனியம் ஆக்சலேட்

64. **சூழ்நிலை எதன் மூலம் குறைந்த அளவு மாசுபடுகிறது?**
அ) டீசல்
ஆ) நிலக்கரி
இ) ஹைட்ரஜன்
ஈ) மண்ணெண்ணெய்

65. **ஒரு தனிமம் இயற்கையில் காணப்படுவதில்லை. ஆனால் அணு உலையில் தயார் செய்யலாம், அத்தனிமம்**
அ) யுரேனியம்
ஆ) ரேடியம்
இ) தோரியம்
ஈ) புளூட்டோனியம்

66. **புளியில் உள்ள அமிலம்**
அ) சிட்ரிக் அமிலம்
ஆ) டார்டாரிக் அமிலம்
இ) லாக்டிக் அமிலம்
ஈ) ஹைடிரோகுளோரிக் அமிலம்

53. இ 54. இ 55. இ 56. ஆ 57. அ 58. ஈ 59. இ 60. ஈ 61. அ 62. ஆ 63. இ 64. இ 65. ஈ 66. ஆ

67. வைட்டமின் B_{12}–இல் உள்ள உலோகம்
அ) Fe (இரும்பு)
ஆ) Co (கோபால்ட்)
இ) Mg (மெக்னீசியம்)
ஈ) Zn (துத்தநாகம்)

68. சல்பா மருந்துகள் கீழ்க்கண்டவற்றுள் ஒன்றினால் ஏற்படும் நோய்களுக்கு மருந்தாகும்.
அ) வைரஸ்
ஆ) ஒட்டுண்ணிகள்
இ) பாக்டீரியாக்கள்
ஈ) புழுக்கள்

69. பாராபின் எந்த தொழிற்சாலையில் கிடைக்கும் ஓர் உப பொருள் ஆகும்?
அ) பெட்ரோலியம் தூய்மைபடுத்தல்
ஆ) விவசாயக் கழிவுப் பொருள்
இ) சோப்பு தொழில்
ஈ) பருத்தி விதை எண்ணெய்

70. கீழ்க்கண்டவற்றுள் எதில் அதிக அளவு PUFA (Poly Unsaturated Fatty Acid) உள்ளது
அ) சூரியகாந்தி எண்ணெய்
ஆ) தேங்காய் எண்ணெய்
இ) சோயா எண்ணெய்
ஈ) பருத்தி விதை எண்ணெய்

71. பாட்டரி செல்லில் எந்த அமிலம் பயன்படுத்தப்படுகிறது?
அ) ஹைட்ரோகுளோரிக் அமிலம்
ஆ) நைட்ரிக் அமிலம்
இ) சல்ப்யூரிக் அமிலம்
ஈ) புளோரிக் அமிலம்

72. காரீய கேசோலின் என்பது
அ) காரீய கார்பனேட்
ஆ) காரீய சல்பேட்
இ) டெட்ரா மீதைல் காரீயம்
ஈ) டெட்ரா ஈதைல் காரீயம்

73. கீழ்க்கண்ட பொருள்களில் எதனைப் பருகினால் பார்வை இழப்பு ஏற்படும்?
அ) கிளிசரின்
ஆ) மண்ணெண்ணெய்
இ) மீதைல் ஆல்கஹால்
ஈ) ஆல்கஹால்

74. தாமிரத்தின் பொதுவான தாது
அ) மைலகைட் ஆ) பாக்சைட்
இ) ஹேமடைட் ஈ) மேக்னடைட்

75. கார் பேட்டரிகளில் பயன்படுத்தப்படும் அமிலம்
அ) ஹைடிரோ குளோரிக் அமிலம்
ஆ) சல்ப்யூரிக் அமிலம்
இ) நைட்ரிக் அமிலம்
ஈ) சிட்ரிக் அமிலம்

76. வயிற்றில் நம் உணவைச் செறிக்க செய்யும் அமிலம்
அ) கந்தக அமிலம்
ஆ) சிட்ரிக் அமிலம்
இ) ஹைடிரோ குளோரிக் அமிலம்
ஈ) அசிடிக் அமிலம்

77. கருப்பு பென்சிலில் உள்ளது
அ) கிராபைட் ஆ) காரீயம்
இ) சிலிகான் ஈ) வெள்ளீயம்

78. சுத்தமான கார்பன் எதில் காணப்படுகிறது?
அ) சர்க்கரை கரி
ஆ) விலங்கு கரி
இ) மரக்கரி
ஈ) தேங்காய் கரி

79. கீழ்க்கண்டவைகளில் எது வேதிவினை?
அ) பனிக்கட்டி உருகுதல்
ஆ) கரி எரிதல்
இ) இரும்பை காந்தமாக்குதல்
ஈ) பெரிய கட்டிடயை துகளாக உடைத்தல்

67. அ 68. ஆ 69. அ 70. அ 71. இ 72. ஈ 73. இ 74. அ 75. ஆ 76. இ
77. அ 78. அ 79. ஆ

80. புற்றுநோயை ஏற்படுத்தக்கூடிய வேதிப் பொருள்கள் கீழ்க்கண்டவைகளில் எதை சார்ந்தவை?

அ) சல்போன்கள்

ஆ) பீனால்கள்

இ) மணமுடைய கூட்டுவடிவ ஹைடிரோ கார்பன்கள்

ஈ) ஆல்கஹால்கள்

81. குளோரின் கீழ்க்கண்டவற்றுள் எவற்றுடன் வினைபுரிந்து சலவைத்தூளைத் தருகிறது?

அ) நீற்றிய சுண்ணாம்பு

ஆ) நீரேற்றமடைந்த சுண்ணாம்பு

இ) சுண்ணாம்பு நீர்

ஈ) நீரில் உள்ள கால்சியம் கார்பனேட்

82. பாலியூரிதீன் எதில் பயன்படுகிறது?

அ) இராக்கெட் எரிபொருள்

ஆ) பெயிண்ட்

இ) போம் இரப்பர்

ஈ) ஒட்டுப்பொருள்

83. துரிதமாகப் பழங்களை பழுக்கவைக்கும் வாயு எது?

அ) ஹைட்ரஜன்

ஆ) கார்பன் டை ஆக்ஸைடு

இ) மீதேன்

ஈ) எத்திலின்

84. உணவுப்பொருட்கள் டப்பாக்களில் எந்த வாயு நிரப்படுகின்றது?

அ) சுத்தமான ஆக்ஸிஜன்

ஆ) ஓசோன் கலந்த ஆக்ஸிஜன்

இ) நியான்

ஈ) நைட்ரஜன்

85. கடல் பஞ்சிலிருந்து பிரித்து எடுக்கக் கூடிய வேதியியல் பொருள்

அ) இரும்பு

ஆ) அயோடின்

இ) குளோரின்

ஈ) சோடியம் குளோரைடு

86. போர்ட்லாண்ட் சிமெண்டில் இருக்கும் கலவை

அ) கால்சியம் சிலிகேட்டும் அமினேட்டுகளும்

ஆ) கால்சியம் கார்போனேட்டும் சிலிகேட்டுகளும்

இ) கால்சியம் போரேட்டும் சிலிகேட்டுகளும்

ஈ) கால்சியம் பாஸ்பேட்டும் சிலிகேட்டுகளும்

87. மயில்துத்தம் (நீல விட்ரியால்) என்பதன் வேதியியல் பெயர்

அ) கால்சியம் கார்பனேட்

ஆ) சிலிகான் டை ஆக்ஸைடு

இ) கால்சியம் குளோரைடு

ஈ) தாமிர சல்பேட்

88. S.I. முறையில் எரிதல் வெப்பத்தின் அலகு என்ன?

அ) ஜூல் / கிலோகிராம்

ஆ) கிலோ ஜூல்

இ) கிலோ ஜூல் / கிலோகிராம்

ஈ) கிலோ ஜூல் / கிராம்

89. நீர் வாயு என்பது எது?

அ) CO

ஆ) H_2

இ) CO மற்றும் H_2

ஈ) CO மற்றும் N_2

90. உற்பத்தி வாயு என்பது எது?

அ) CO

ஆ) CO மற்றும் H_2

இ) CO மற்றும் N_2

ஈ) CO மற்றும் CH_4

91. கீழ்க்கண்டவற்றுள், எந்தத் தனிமங்கள் அணைவு சேர்மங்களை தருகின்றன?

அ) கார தனிமங்கள்

ஆ) இடைநிலை தனிமங்கள்

இ) பூஜ்ய வகை தனிமங்கள்

ஈ) லாந்தனைடுகள்

80. இ 81. அ 82. இ 83. ஈ 84. ஈ 85. ஆ 86. ஈ 87. ஈ 88. இ 89. ஆ 90. இ 91. ஆ

92. சம ஆற்றலைக் கொண்ட ஆர்பிட்டால்கள் இருக்கும் போது எலக்ட்ரான்கள் ஜோடியாக இல்லாமல், தனித்தே இருக்கின்றன. இதை எவ்வாறு அழைக்கிறோம்?

அ) ஹூண்ட்ஸ் விதி

ஆ) பௌலி தவிர்ப்பு விதி

இ) ஆல்ஃபா விதி

ஈ) நிலையில்லா விதி

93. பென்சீனில் உள்ள இனக்கலப்பு

அ) sp^3 ஆ) sp^2

இ) sp ஈ) d^2sp^3

94. கீழ்க்கண்டவற்றுள், எவ்வினை பென்சீனுக்கு மீளும் வினையாக அமைகிறது?

அ) நைட்ரேஷன்

ஆ) குளோரினேஷன்

இ) புரோமினேற்றம்

ஈ) சல்ஃபோனேற்றம்

95. மீத்தேனில் எத்தனை சிக்மா இணைப்புகள் உள்ளன?

அ) ஒன்று ஆ) பூஜ்யம்

இ) மூன்று ஈ) நான்கு

96. பார்மால்டிஹைடை, மீதைல் மெக்னீசியம் குளோரைடுடன் வினைபுரிய செய்து, நீராற்பகுக்கும்போது உண்டாகும் சேர்மம்?

அ) ஈத்தேன்

ஆ) ஈதைல் ஆல்கஹால்

இ) பார்மிக் அமிலம்

ஈ) அசிட்டோன்

97. ஆணி துருப்பிடித்தல் ஒரு

அ) வெப்பநிலை மாற்றம்

ஆ) இராசாயன மாற்றம்

இ) உயிர்வேதிவினை

ஈ) உருமாற்றம்

98. காஸ்டிக் சோடாவுடன் எதனைக் கலந்து சோப்பு தயார் செய்யப்படுகிறது?

அ) ஆல்கஹால்

ஆ) கொழுப்பு அமிலம்

இ) பெட்ரோகெமிக்கல்

ஈ) கிளிசரின்

99. டியூட்ரியம் அணுவில் உள்ள அணுக்கருவில் எத்தனை நியூட்ரான்கள் உள்ளன?

அ) 0 ஆ) 2

இ) 1 ஈ) 3

100. க்ஷயரோகத்திற்கு (Tuberculosis) எதிராக பயன்படும் உயிர் எதிரணி

அ) பென்சிலின்

ஆ) ஸ்டெரப்டோமைசின்

இ) டெட்ராக்சைக்ளின்

ஈ) குளோரோமைசிடின்

101. ஆஸ்பிரின் ஒரு

அ) உயிர் எதிரிணி

ஆ) வலி நிவாரணி

இ) மயக்கமூட்டி

ஈ) மன அமைதிப்படுத்தி

102. புகைப்பட சுருளின் மீது பூசப்பட்டுள்ள பொருள்

அ) வெள்ளி புரோமைடு

ஆ) குயினால்

இ) சோடியம் தயோசல்பேட்

ஈ) ஸ்டார்ச்

103. பின்வருவனவற்றுள் எது இன்றியமையாத அமினோ அமிலம் ஆகும்?

அ) வாலைன் ஆ) லூசின்

இ) லைசின் ஈ) அலானின்

104. ஸ்டார்ச் எதற்கு எடுத்துக்காட்டாகும்?

அ) மோனாசாக்கரைடு

ஆ) ஒலிகோசாக்கரைடு

இ) பாலிசாக்கரைடு

ஈ) டைசாக்கரைடு

92. அ 93. ஆ 94. ஈ 95. ஈ 96. ஆ 97. ஆ 98. ஆ 99. இ 100. ஆ 101. ஆ
102. அ 103. ஈ 104. இ

105. கால்சியம் தூய்மைப்படுத்தப்படுவது
அ) மின்னாற் பகுத்தலால்
ஆ) பதங்கமாதலால்
இ) உருக்குதலால்
ஈ) குளிர வைத்தலால்

106. எண்ணெய் ஒட்டாத வாணலியில் பூசப்பட்டுள்ள மெல்லிய படலம்
அ) பாலிதீன் ஆ) டெஃப்லான்
இ) நைலான் ஈ) பெர்ஸ்பெக்ஸ்

107. பின்வரும் நிறைவுற்ற கொழுப்பு அமிலங்களில் எதனுடைய டிரைகிளிசரைடுகள் எண்ணெய்களிலும் கொழுப்புகளிலும் காணப்படுவதில்லை?
அ) பால்மிடிக் அமிலம்
ஆ) ஸ்டியரிக் அமிலம்
இ) மிரிசிடிக் அமிலம்
ஈ) அசிட்டிக் அமிலம்

108. பின்வருவனவற்றுள் மிகவும் கடினத் தன்மையுடையது எது?
அ) Be_2C ஆ) கிராபைட்
இ) B_4C ஈ) SiC

109. 13-ஆவது தொகுதியில் உள்ள தனிமங்களுள் எத்தனிமம் தொகுதிக்குரிய இணைதிறனை தன்னுடைய சேர்மங்களில் பெற்றிருப்பதில்லை?
அ) போரான் ஆ) அலுமினியம்
இ) காலியம் ஈ) தாலியம்

110. கார்பனின் மந்தத்தன்மையுடைய அமைப்பு
அ) வைரம் ஆ) கிராபைட்
இ) நிலக்கரி ஈ) கரி

111. ஹீலியத்தின் மிகக் குறைந்த கொதிநிலைக்கு காரணம் அதன்
அ) மந்தத்தன்மை
ஆ) அதிக முனைவுறும் தன்மை
இ) சிறிய வடிவம்
ஈ) அணுக்களுக்கிடையேயான வலிமை குறைந்த வாண்டர்வால்ஸ் விசையாகும்.

112. தனிம வரிசை அட்டவணையில் உள்ள மிக இலேசான உலோகம்
அ) Na ஆ) Hg
இ) Ca ஈ) Li

113. தனிம வரிசை அட்டவணையில் ஒரு தொடரில் இடமிருந்து வலமாகச் செல்லும்பொழுது அணுவின் பருமன்
அ) குறைகிறது
ஆ) அதிகரிக்கிறது
இ) மாறுவதில்லை
ஈ) முதலில் குறைந்து பின் அதிகரிக்கிறது.

114. பனிக்கட்டியும் நீரும் உள்ள சமநிலைக்கலவை மாறா அழுத்தத்தில் வெப்பப்படுத்தப்படும் பொழுது
அ) கட்டில்லா ஆற்றல் அதிகரிக்கிறது.
ஆ) கட்டில்லா ஆற்றல் குறைகிறது.
இ) என்ட்ரோபி அதிகரிக்கிறது
ஈ) என்ட்ரோபி குறைகிறது

115. சோடியம் சல்பேட் என்பது
அ) கிளாபர் உப்பு ஆ) எப்சம்
இ) அன்னபேதி ஈ) ஜிப்சம்

116. கரைப்பானின் ஆவி அழுத்தக் குறைவு ஏற்படுவது எப்பொழுது?
அ) கரைபொருள் ஆவியாகாததாக இருக்கும் பொழுது
ஆ) கரைபொருள் ஆவியாகக் கூடியதாக இருக்கும் பொழுது
இ) கரைபொருள் மின்பகுளி அல்லாததாக இருக்கும் பொழுது
ஈ) மேற்கண்ட எல்லா வகைகளிலும்

117. பேப்பர் எதனால் செய்யப்படுகிறது?
அ) செல்லுலோஸ்
ஆ) ஸ்டார்ச்
இ) டெக்ஸ்ட்ரின்
ஈ) குளூக்கோஸ் மற்றும் மால்டோஸ் கலவை

105. அ 106. ஆ 107. ஈ 108. ஆ 109. ஈ 110. ஈ 111. ஈ 112. ஈ 113. அ 114. இ
115. அ 116. அ 117. அ

118. இராமன் நிறமாலையில் ஸ்டோக்ஸ் வரிகள் தோன்றக் காரணம்

அ) மீட்சி சிதறடித்தல்

ஆ) மீட்சியற்ற சிதறடித்தல்

இ) உறிஞ்சுதல்

ஈ) ஒளிர்தல்

119. அனைத்து அமிலங்களிலும் முக்கியமாக இடம் பெற்றிருக்கும் தனிமம்

அ) குளோரின் ஆ) ஹைட்ரஜன்

இ) ஆக்ஸிஜன் ஈ) சல்பர்

120. கார மண் உலோகங்கள் இயற்கையில் தனித்துக் காணப்படுவதில்லை. இதற்குக் காரணம் அவற்றின்.

அ) வெப்ப நிலையற்ற தன்மை

ஆ) குறைவான உருகுநிலை

இ) அதிகமான கொதிநிலை

ஈ) அதிக வினைபுரியும் தன்மை

121. இரும்பு எந்த தாதுப் பொருளிலிருந்து கிடைக்கிறது?

அ) பாக்ஸைட் ஆ) டோலமைட்

இ) ஹேமடைட் ஈ) காலமைன்

122. கால்வனைசிங் முறையில் இரும்பின் மீது பூசப்படுவது

அ) இன்வார் ஆ) வெள்ளி

இ) துத்தநாகம் ஈ) பிளாட்டினம்

123. தாவர எண்ணெய்களை ஹைட்ரஜனேற்றமடையச் செய்வதற்குப் பயன்படும் வினைவேக மாற்றி எது?

அ) நிக்கல் ஆ) இரும்பு

இ) சில்வர் ஈ) மாங்கனீஸ்

124. திண்மக் கூழ்மத்திற்கு ஓர் எடுத்துக்காட்டு

அ) வினிகர்

ஆ) முத்து

இ) நுரை

ஈ) நிறக்கண்ணாடி

125. துப்பாக்கி (Gun Metal) செய்வதில் பயன்படுத்தப்படாத உலோகம் எது?

அ) காப்பர் ஆ) டின் (தகரம்)

இ) நிக்கல் ஈ) துத்தநாகம்

126. அமில ஆக்ஸைடுகளுக்கு ஓர் எடுத்துக்காட்டு

அ) மக்னீசியம் ஆக்ஸைடு

ஆ) நைட்ரஜன் ஆக்ஸைடு

இ) கால்சியம் ஆக்ஸைடு

ஈ) கந்தக டை ஆக்ஸைடு

127. இரத்தத்தில் உள்ள உறைவு எதிர் பொருள்

அ) வைட்டமின் K

ஆ) ஹெப்பாரின்

இ) சிட்ரிக் அமிலம்

ஈ) வைட்டமின் B_{12}

128. ஆஸ்வால்டின் நீர்த்தல் விதி எதற்குப் பொருந்துகிறது?

அ) அமிலம்

ஆ) காரம்

இ) வீரியம் குறைந்த மின்பகுளி

ஈ) வீரியமிக்க மின்பகுளி

129. கந்தகம் என்பது

அ) அலோகத் திண்மம்

ஆ) உலோகப்போலி

இ) உலோகம்

ஈ) அலோகம் நீர்மம்

130. தங்கநிற வர்ணங்கள் செய்யப்பயன்படும் பொருள்

அ) காரீயம்

ஆ) அலுமினிய வெண்கலம்

இ) பாதரசம்

ஈ) வெள்ளீயம்

131. இன்டிகோ என்பது ஒரு

அ) தொட்டிச் சாயம்

ஆ) நேரடிச் சாயம்

இ) அமிலச் சாயம்

ஈ) காரச் சாயம்

118. ஆ 119. ஆ 120. ஈ 121. இ 122. இ 123. அ 124. ஈ 125. இ 126. ஈ 127. ஆ
128. இ 129. அ 130. ஆ 131. அ

132. ஐஸோடோப்புகள் ஒரே .... பெற்றிருக்கும்.
அ) அணுநிறை
ஆ) அணு எண்
இ) வெவ்வேறு கூறுகள் அதே விகிதத்தில்
ஈ) நிறை வேறுபாடுகள்

133. கீழ்க்கண்டவற்றுள் வெடிப்பு எதிர்பொருளாக பயன்படுவது
அ) TEL
ஆ) லெட் அசிட்டேட்
இ) எத்தில் அசிட்டேட்
ஈ) எத்தனால்

134. தொலைபேசியின் மேலேயுள்ள கடின பிளாஸ்டிக் உறை எந்த பாலிமரால் செய்யப்பட்டது?
அ) ஸ்டைரின்
ஆ) ப்ளூரோமீத்தேன்
இ) அடிப்பிக் அமிலம்
ஈ) பீனால்–பார்மால்டிஹைடு

135. மிர்பேன் எண்ணெய் என்பது
அ) அனிலின்
ஆ) நைட்ரோபென்சீன்
இ) எத்தில் அமின்
ஈ) மெத்தில் அமின்

136. ஒவ்வொரு 10°C வெப்பநிலை உயர்வுக்கும் வினைவேகம் இருமடங்கு அதிகரிக்கும் எனில், வெப்பநிலை 30°C யிலிருந்து 80°C க்கு உயர்ந்தால் வினைவேகம் எத்தனை மடங்கு அதிகரிக்கும்?
அ) 16 ஆ) 32
இ) 64 ஈ) 128

137. ஒரு வாயுவின் கனஅளவிற்கும் (பருமனுக்கும்) வெப்பநிலைக்கும் உள்ள தொடர்பு சமன்பாடு
அ) டால்டன் விதி
ஆ) பாயில் விதி
இ) சார்லஸ் விதி
ஈ) கேலுசாக் விதி

138. உணவைக் கெடாமல் பாதுகாக்க .... உதவும்.
அ) சோடியம் குளோரைடு
ஆ) சோடியம் பென்ஸோயேட்
இ) சோடியம் கார்பனேட்
ஈ) கால்சியம் குளோரைட்

139. மூலக்கூறு அளவில் மருந்துகளின் செயல்பாடு பற்றி படிப்பது
அ) மருந்து இயக்கவியல்
ஆ) மூலக்கூறு மருந்து செயல்பாட்டியல்
இ) மருந்தியல்
ஈ) மருந்து செயல்பாட்டு வினைத் தொகுதி

140. ஒரு மின்பகுளியின் செறிவை குறைக்கும்போது சமான நிறைகடத்து திறன் என்னவாகிறது?
அ) குறைகிறது
ஆ) அதிகரிக்கிறது
இ) மாறுவதில்லை
ஈ) மின்பகுளியை பொறுத்து குறையும் அல்லது அதிகரிக்கும்.

141. நீரில் கரையக்கூடிய வைட்டமின்
அ) வைட்டமின் ஏ
ஆ) வைட்டமின் சி
இ) வைட்டமின் டி
ஈ) வைட்டமின் கே

142. ஒரு வேதிவினையின் போது வெப்பம் வெளியிடப்பட்டால் அவ்வினை
அ) வினையூக்கி வினை
ஆ) வெப்பம் கவர்தல் வினை
இ) வெப்பம் உமிழ்வினை
ஈ) ஒளி வேதிவினை

143. தயோபென்டோன் சோடியம் ஒரு
அ) சிரைவழி ஏற்றக்கூடிய உணர்வகற்றி
ஆ) பாக உணர்வகற்றி
இ) நுகர்வு உணர்வகற்றி
ஈ) இவற்றுள் எதுவுமில்லை

132. ஆ 133. அ 134. ஈ 135. ஆ 136. ஆ 137. இ 138. ஆ 139. ஆ 140. ஈ 141. ஆ 142. இ 143. அ

144. போர்ட்லாண்டு சிமெண்டில் உள்ள முக்கியப் பகுதிப்பொருள்
அ) சிலிக்கா
ஆ) அலுமினா
இ) இரும்பு ஆக்ஸைடு
ஈ) மெக்னீசியா

145. தீப்பெட்டித் தயாரித்தலில் பயன்படுத்தப்படுவது
அ) வெண்பாஸ்பரஸ்
ஆ) சிவப்பு பாஸ்பரஸ்
இ) சல்பர்
ஈ) செலினியம்

146. எந்த விதிப்படி N அணுவில் மூன்று தனித்த எலெக்ட்ரான்கள் உள்ளன?
அ) ஆபா விதி
ஆ) ஹூண்ட் விதி
இ) பௌலியின் தவிர்ப்புத் தத்துவம்
ஈ) இவற்றுள் எதுவுமில்லை

147. ஹெஸ்லின் வெப்பமாறா கூட்டல் விதி எதன் விளைவாக உருவானது?
அ) கிர்ச்சாப் விதி
ஆ) வெப்ப இயக்கவியலின் முதல் விதி
இ) வெப்ப இயக்கவியலின் இரண்டாம் விதி
ஈ) என்ட்ரோபி

148. ஒளிச் சுழற்சியை அளவிடப் பயன்படும் கருவி
அ) நிறநிரல்மானி
ஆ) போலாரி மீட்டர்
இ) கலோரி மீட்டர்
ஈ) வெப்பமானி

149. ப்ரான்டசில் என்பது ஒரு
அ) எதிர் உயிரி
ஆ) சல்பா மருந்து
இ) வலி நிவாரணி
ஈ) உணர்வகற்றி

150. யூரியாவினைக் கண்டுபிடித்தவர்
அ) வோலர்
ஆ) பங்க்
இ) கெகுலே
ஈ) அலெக்ஸாண்டர் ப்ளெமிங்

151. பால் புளித்தலுக்குக் காரணமான பாக்டீரியம்
அ) மைக்ரோகாக்கஸ் கேன்டிஸென்ஸ்
ஆ) ஸ்ட்ரெப்டோகாக்கஸ் லாக்டிஸ்
இ) பாஸில்லஸ் ஸப்டைலிஸ்
ஈ) பாஸில்லஸ் ஆந்த்ரேஸிஸ்

152. ரெஸ்பிரேஷன் போது ஆக்ஸிஜன் எதில் பயன்படுத்தப்படுகிறது?
அ) கிளைக்காலிஸிஸ்
ஆ) பெர்மன்டேஷன்
இ) கிரெப்ஸ் சுழற்சி
ஈ) எலெக்ட்ரான் டிரான்ஸ்போர்ட்

153. பாஸ்ட்டரைசேஷன் போது பாலானது எந்த முறையில் வெப்பப்படுத்தப்படுகிறது?
அ) 30°C - 15 நிமிடத்திற்கு
ஆ) 100°C - 30 நிமிடத்திற்கு
இ) 62°C - 15 நிமிடத்திற்கு
ஈ) 62°C - 30 நிமிடத்திற்கு

154. காற்று மண்டலத்தில் உள்ள எந்த வாயு புற ஊதாக் கதிர்களை ஈர்க்கும் தன்மை உடையது?
அ) மீத்தேன் ஆ) நைட்ரஜன்
இ) ஓசோன் ஈ) ஹீலியம்

155. வனஸ்பதி தயாரிப்பில் எண்ணெயைக் கெட்டிப்படுத்த உதவும் வாயு எது?
அ) ஆக்ஸிஜன்
ஆ) நைட்ரஜன்
இ) ஹைட்ரஜன்
ஈ) கார்பன்–டை–ஆக்ஸைடு

156. கீழே கொடுத்துள்ளவற்றில் அலோகம் எது?
அ) பொட்டாசியம்
ஆ) அலுமினியம்
இ) தாமிரம்
ஈ) கந்தகம்

144. அ 145. ஆ 146. ஆ 147. ஆ 148. ஆ 149. இ 150. அ 151. ஆ 152. ஈ 153. ஈ 154. இ 155. இ 156. ஈ

157. பிளாஸ்டிக் தொழிலில் பயன்படும் பி.வி.சி. (P.V.C.) என்னும் சொல் எதை குறிக்கும்?
அ) பாலிவினைல் கார்பனேட்
ஆ) பாலிவினைல் குளோரைடு
இ) பாஸ்போவினைல் குளோரைடு
ஈ) பாஸ்போவேனடியம் குளோரைடு

158. பாதரசத்தின் கொதிநிலை என்ன?
அ) 100 டிகிரி சென்டிகிரேட்
ஆ) 357 டிகிரி சென்டிகிரேட்
இ) 246 டிகிரி சென்டிகிரேட்
ஈ) 189 டிகிரி சென்டிகிரேட்

159. குளிர்சாதனப் பெட்டியில் எவ்வாறு பொருட்கள் கெடாமல் பாதுகாக்கப்படுகின்றன?
அ) உறைதல் காரணமாக
ஆ) கிருமிகளை அழிப்பதன் காரணமாக
இ) வெப்பநிலையை முறைப்படுத்துவதன் காரணமாக
ஈ) மிகக்குறைந்த வெப்பநிலை காரணமாக நொதித்தல் தடைபடுவதால்

160. உலர் பனிக்கட்டி (Dry Ice) என்பது
அ) திட கார்பன் டை ஆக்சைடு
ஆ) திட நைட்ரஜன்
இ) திட அமோனியா
ஈ) திட மீத்தேன்

161. மோட்டார் வாகனங்களிலிருந்து வெளிப்படும் நச்சுப்புகை எது?
அ) கார்பன் மோனாக்ஸைடு
ஆ) மீத்தைல் ஐசோசயனைடு
இ) கார்பன் –டை–சல்பைடு
ஈ) நைட்ரஸ் ஆக்ஸைடு

162. சாதாரண வெப்பநிலையில் நீரில் அதிகளவு கரையும் வாயு எது?
அ) குளோரின் ஆ) கரியமிலவாயு
இ) அமோனியா ஈ) நைட்ரஜன்

163. எண்ணெய்களிலிருந்து சோப்பு தயாரிக்கும் போது கிடைக்கும் துணை விளைபொருள்
அ) கொழுப்புகள்
ஆ) கிளிசரால்
இ) சோடியம் குளோரைடு
ஈ) சோடியம் ஹைட்ராக்ஸைடு

164. காற்றின் கொள்ளளவில் பிராணவாயு எத்தனை சதவிகிதம் உள்ளது.
அ) 0.5% ஆ) 20.5%
இ) 27.87% ஈ) 78.5%

165. பாயில் விதி எத்தொடர்பை குறிப்பிடுகிறது?
அ) அழுத்தம், வெப்பநிலை
ஆ) அழுத்தம், பருமன்
இ) பருமன், வெப்பநிலை
ஈ) அழுத்தம், அடர்த்தி

166. எந்தப் பொருளைக் கரைக்க நீர் அல்லாத மற்றொரு திரவம் தேவைப்படுகிறது?
அ) சர்க்கரை
ஆ) அம்மோனியம் குளோரைடு
இ) சாதாரண உப்பு
ஈ) கந்தகம்

167. அயோடின் குறைபாடு ஏற்படுத்துவது
அ) நீரிழிவு
ஆ) ஸ்கர்வி
இ) ரிக்கட்ஸ்
ஈ) முன்கழுத்துக் கழலை

168. பாதரசம் வெப்பமானிகளில் பயன்படுவதற்கான காரணம்
அ) கனமானது
ஆ) திரவம்
இ) சீராக விரிவடையும்
ஈ) உலோகம்

169. மின்சார பல்புகளில் நிரப்பப்பட்டுள்ள வாயு
அ) ஆக்ஸிஜன்
ஆ) கார்பன்–டை–ஆக்ஸைடு
இ) ஆர்கான்
ஈ) நைட்ரஜன்

157. ஆ 158. ஆ 159. ஈ 160. அ 161. அ 162. இ 163. ஆ 164. ஆ 165. ஆ 166. ஈ 167. ஈ 168. இ 169. இ

170. பொருண்மை அழியா விதி யாரால் கண்டுபிடிக்கப்பட்டது?

அ) எட்வர்டு ஜென்னர்

ஆ) லெவாய்சியர்

இ) அலெக்சாண்டர் ப்ளெமிங்

ஈ) வில்லியம் ஹார்வி

171. கண்ணாடியைக் கரைக்கும் அமிலம்

அ) நைட்ரிக் அமிலம்

ஆ) கந்தக அமிலம்

இ) ஹைட்ரோபுளோரிக் அமிலம்

ஈ) ஹைபோகுளோரஸ் அமிலம்

172. பண்டைய இந்திய ரசவாதிகள் தங்கம் தயாரிக்கவும், சாகாத மருந்து தயாரிக்கவும் உபயோகித்தவை

அ) இரும்பும் வெள்ளியும்

ஆ) துத்தநாகமும் கந்தகமும்

இ) தங்கமும் பாதரசமும்

ஈ) பாதரசமும் கந்தகமும்

173. ஈஸ்ட் என்ற நொதி, கீழ்க்கண்டவற்றுள் எதனை உண்டாக்கப் பயன்படுகிறது?

அ) ஆக்ஸிஜன் ஆ) குளூக்கோஸ்

இ) ஆல்கஹால் ஈ) உப்பு

174. நைட்ரஜன் அடங்கியுள்ள ஒரு பொதுவான உரம்

அ) யூரியா

ஆ) சூப்பர் பாஸ்பேட்

இ) டிரைபாஸ்பேட்

ஈ) பொட்டாசியம் குளோரைடு

175. எலும்புகளில் பாஸ்பரஸ் எவ்வகைச் சேர்மமாக இருக்கிறது?

அ) பாஸ்போ கிளிசரைடுகள்

ஆ) ஸ்கார்லெட் பாஸ்பரஸ்

இ) வெண் பாஸ்பரஸ்

ஈ) கால்சியம் பாஸ்பேட்

176. காடி நீரில் [வினிகர்] உள்ள முக்கிய அமிலம்

அ) பார்மிக் அமிலம்

ஆ) அசிடிக் அமிலம்

இ) சாலிசிலிக் அமிலம்

ஈ) ஆக்ஸாலிக் அமிலம்

177. அழுகிய மீனின் மணமுடைய நிறமற்ற வாயு

அ) H_2S ஆ) PH_3

இ) C_2H_4 ஈ) C_2H_2

178. கீழ்க்கண்டவற்றுள் எது மிகவும் கடினமானது?

அ) உருக்கு ஆ) பிளாட்டினம்

இ) தங்கம் ஈ) வைரம்

179. இயற்கை ரப்பர் பின்வரும் எந்த சேர்மத்தின் பலபடியாகும்?

அ) பியூட்டாடையீன்

ஆ) எதிலீன்

இ) ஐசோபிரின்

ஈ) புரோபிலீன்

180. குறைந்த புகையுடன் எரியும் நிலக்கரி

அ) அனல் மிகு நிலக்கரி

ஆ) பழுப்பு நிலக்கரி

இ) புகை மிகு நிலக்கரி

ஈ) இவை எதுவும் இல்லை

181. குளிர்சாதனப் பெட்டியில் பொதுவாக பயன்படுத்தப்படும் குளிர்விப்பதற்கான பொருளின் பெயர் என்ன?

அ) அமோனியா

ஆ) திரவ நைட்ரஜன்

இ) திரவ ஆக்ஸிஜன்

ஈ) பிரியான்

182. செயற்கை மழையை உண்டாக்கப்பயன்படும் வேதிபொருள்

அ) பொட்டாசியம் பெர்மங்கனேட்

ஆ) சில்வர் நைட்ரேட்

இ) சோடியம் குளோரைடு

ஈ) காப்பர் சல்பேட்

170. ஆ 171. இ 172. இ 173. இ 174. அ 175. ஈ 176. ஆ 177. ஆ 178. ஈ 179. இ
180. அ 181. ஈ 182. ஆ

183. ப்ளாஸ்டர் ஆப் பாரிசின் இறுகும் தன்மைக்குக் காரணம்

அ) நீர் வெளியேற்றம்

ஆ) ஈரப்படுத்துதல் மூலம் ஹைட்ரேட்டுகள் உருவாதல்

இ) ஆக்ஸிகரணம்

ஈ) சுருங்குதல்

184. கார உலோகங்கள் .... தொகுதியைச் சார்ந்தவை.

அ) I A ஆ) II A

இ) I B ஈ) II B

185. மெக்னீசியம் .... தொகுதியைச் சேர்ந்தது.

அ) கார உலோகங்கள்

ஆ) மந்த வாயுக்கள்

இ) ஹாலஜன்கள்

ஈ) காரமண் உலோகங்கள்

186. மும்மை விதியை அமைத்தவர்

அ) மெண்டலீஃப் ஆ) டால்டன்

இ) டாபர்னீர் ஈ) சாட்விக்

187. ஐசோடோப்புகள் .... வேதிப் பண்புகள் உடையவை.

அ) வேறுபட்ட

ஆ) ஒரே

இ) ஓரளவிற்கு ஒரே

ஈ) சற்றே வேறுபட்ட

188. வேதியியல் மாற்றங்களில் ஏற்படும் கன அளவு மாற்றத்தைக் கண்டறியப் பயன்படும் கருவி எது?

அ) யூடியோமீட்டர்

ஆ) பிப்பெட்

இ) பியூரெட்

ஈ) கூம்பு குடுவை

189. புரோமின் ஒரு .... ஹாலஜன்.

அ) வாயு வடிவ

ஆ) நீர்ம

இ) திட

ஈ) ஹாலஜனே அல்ல

190. $2n^2$ வாய்பாடு அளித்தவர்

அ) ரூதர்ஃபோர்டு

ஆ) போர்

இ) சாட்விக்

ஈ) கோல்டு ஸ்டீன்

191. ....விருந்து பாஸ்பரஸ் பிரித்தெடுக்கப்படுகிறது.

அ) மணல்

ஆ) எலும்புச் சாம்பல்

இ) சாம்பல்

ஈ) உரம்

192. குளோரின் வாயுவின் நிறம்

அ) வெளிர் மஞ்சள்

ஆ) பசுமை கலந்த மஞ்சள்

இ) செம்பழுப்பு

ஈ) கரு ஊதா

193. இலேசான பொருள் எது?

அ) ஹீலியம் ஆ) ஆக்ஸிஜன்

இ) ஹைடிரஜன் ஈ) நைட்ரஜன்

194. .... உலோகத்தின் உப்புக்கள் சூரிய ஒளியால் பாதிக்கப்படுகின்றன.

அ) வெள்ளி ஆ) தாமிரம்

இ) துத்தநாகம் ஈ) தங்கம்

195. இரும்பு துருப்பிடிக்கும்போது அதன் எடை

அ) குறைகிறது

ஆ) மாற்றம் இல்லை

இ) கூடுகிறது

ஈ) முதலில் குறைந்து பின்பு அதிகரிக்கும்

196. அமால்கம் என்பது .... உடன் சேர்ந்த உலோகக் கலவையாகும்.

அ) பிளாட்டினம் ஆ) பாதரசம்

இ) ஆன்டிமணி ஈ) பிஸ்மத்

197. அம்மோனியா என்பது .... உடன் சேர்ந்த ஹைடிரஜனின் கூட்டுப் பொருள் ஆகும்.

அ) ஆக்ஸிஜன் ஆ) நைட்ரஜன்

இ) ஹீலியம் ஈ) குளோரின்

183. அ 184. அ 185. ஈ 186. இ 187. ஆ 188. அ 189. ஆ 190. ஆ 191. ஆ 192. ஆ 193. அ 194. அ 195. இ 196. ஆ 197. ஆ

198. இலத்தின் மொழியில் 'ஆரம்' என்றழைக்கப்படும் தனிமம் எது?
 அ) காப்பர்
 ஆ) தங்கம்
 இ) வெள்ளி
 ஈ) பிளாட்டினம்

199. இரும்பைத் தங்கமாக மாற்றும் இரசவாதத்தின் மற்றொரு பெயர் என்ன?

 அ) அல்கெமி
 ஆ) காயகல்பம்
 இ) பெசிமராக்குதல்
 ஈ) உருமாற்றல்

200. முதன் முதலில் தனிம வரிசை அட்டவணையை உருவாக்கியவர் யார்?
 அ) மெண்டலீப்   ஆ) நியூலண்ட்
 இ) லோதர்மேயர் ஈ) டோபரீனர்

---

198. ஆ   199. அ   200. அ

தாவரவியல்

1. **பெடாலஜி என்பது**
   அ) லார்வா நிலைகளைப் படிப்பது
   ஆ) மண்ணைப் பற்றி படிப்பது
   இ) பிராணிகளின் இயக்கத்தைப் படிப்பது
   ஈ) பாறைகளைப் பற்றி படிப்பது

2. **தக்காளிப் பழத்தில் உள்ள வைட்டமின்**
   அ) வைட்டமின் டி
   ஆ) வைட்டமின் பி
   இ) வைட்டமின் ஏ
   ஈ) வைட்டமின் சி

3. **புற உண்ணிக்கு எடுத்துக்காட்டு**
   அ) டீனியா
   ஆ) எண்டமீபா
   இ) அஸ்காரிஸ்
   ஈ) ஹிருடினேரியா

4. **இலைகள் கரும்பச்சை நிறமாவதற்கு எந்த கனிமப் பொருளின் குறைவு காரணம்?**
   அ) பாஸ்பரஸ் ஆ) மக்னீசியம்
   இ) இரும்பு ஈ) மாங்கனீஸ்

5. **ஆக்ஸனோமீட்டரின் பயன்**
   அ) தாவரங்களின் ஒளிச்சேர்கை பற்றி அறிவது
   ஆ) தாவரங்களின் வளர்ச்சியை அறிவது
   இ) தாவரங்களின் நீரவிப் போக்கை அறிவது
   ஈ) தாவரங்களின் சவ்வூடு பரவலை அறிவது

6. **பாலைவனத் தாவரங்கள் எப்பெயரிட்டு அழைக்கப்படுகின்றன?**
   அ) செர்சோபைட்ஸ்
   ஆ) லித்தோபைட்ஸ்
   இ) ஜிரோபைட்ஸ்
   ஈ) ஹாலோபைட்ஸ்

7. **நீரிலும் நிலத்திலும் (Amphibious) வாழும் தாவரத்திற்கு எ.கா. தருக.**
   அ) லிம்னோபைலா
   ஆ) ஐகார்னியா
   இ) வாலிஸ்னேரியா
   ஈ) நிம்பியா

8. **சவானா காடுகள் என்றழைக்கப்படுவது**
   அ) புல்வெளிகள்
   ஆ) அடர்ந்த காடுகள்
   இ) ஊசியிலைக் காடுகள்
   ஈ) யூகலிப்ட்ஸ் காடுகள்

9. **கீழ்க்கண்டவற்றில் எது சரியாகப் பொருந்தவில்லை?**
   அ) அனிமோலாஜி – காற்றுபற்றிய அறிவியல்
   ஆ) மைக்காலஜி – பூஞ்சைகள் பற்றிய அறிவியல்
   இ) ஓடண்டாலாஜி – கட்டிகள் பற்றிய அறிவியல்
   ஈ) ஆப்தமாலாஜி – கண் நோய் பற்றிய அறிவியல்

10. **காலிபிளவரின் உண்ணக்கூடிய பகுதி**
    அ) மஞ்சரி ஆ) பூ
    இ) கனி ஈ) பூ மொட்டு

11. **நேரடியாக ஸ்போரோபைட் திசுவிலிருந்து ஸ்போரோபைட் உண்டாவது எவ்வாறு அழைக்கப்படுகிறது?**
    அ) இரட்டை கருவுறுதல்
    ஆ) மூவிணைதல்
    இ) அப்போஸ்போரி
    ஈ) சிங்கமி

1. ஆ 2. ஈ 3. ஈ 4. அ 5. ஆ 6. இ 7. இ 8. அ 9. இ 10. ஆ 11. அ

12. **வேர் தூவிகள் மண்ணிலிருந்து நீரை உறிஞ்சுவது எவ்வாறு?**
அ) ப்ளாஸ்மாலிஸிஸ்
ஆ) ஆஸ்மாட்டிக் அழுத்தத்தின் வேறுபாட்டினால்
இ) விரைப்புத் தன்மையின் மாறுபாட்டினால்
ஈ) பல்வேறு அயனிகள் நிலத்தின் நீரில் இருப்பதால்

13. **பறவைகள் மூலம் மகரந்த சேர்க்கை நடைபெறுதலுக்கு பெயர் என்ன?**
அ) ஆர்னித்தோபிலி
ஆ) அனிமோபிலி
இ) ஹைட்ரோபிலி
ஈ) என்டமோபிலி

14. **ஒரு சூழ்நிலை அமைப்பில் சுயஜீவிகள் எவ்வாறு அழைக்கப்படுகிறது?**
அ) உற்பத்தி செய்பவை
ஆ) பயன்படுத்துபவை
இ) சிதைப்பவை
ஈ) உயிரற்ற காரணிகள்

15. **பின்வரும் எந்தத் தாவரத்திலிருந்து ஒருவித சாயம் தயாரிக்கப்படுகிறது?**
அ) சித்தா கார்டிபோலியா
ஆ) இன்டிகோஃபெரா டிங்டோரியா
இ) டெப்ரோஸியா பர்ப்யுரியா
ஈ) ட்ரைடாக்ஸ் ப்ரோக்கும்பன்ஸ்

16. **பட்டாணியில் காம்ப்ளிமெண்டரி ஜீன்களின் தோற்ற ஆக்க விகிதம் என்ன?**
அ) 9 : 3 : 3 : 1
ஆ) 9 : 7
இ) 15 : 1
ஈ) இதில் ஏதுமில்லை

17. **தாவரங்களினால் உறிஞ்சப்படுகின்ற நீர் எதன் வழியாக ஊடுருவுகிறது?**
அ) ஃப்ளோயம் திசுக்கள்
ஆ) கோலன்சிமா
இ) ஸைலம் திசுக்கள்
ஈ) இலைகள்

18. **தாவரங்களில் 'தவிர்க்க முடியாத கெடுதல்' என்றழைக்கப்படும் செயலியல் நிகழ்வு எது?**
அ) நீராவிப்போக்கு
ஆ) ஒளிச்சேர்கை
இ) சுவாசித்தல்
ஈ) சவ்வூடு பரவுதல்

19. **எருக்கில் [கலோட்ராப்பிஸ்] இலை அமைப்பு எவ்வாறு உள்ளது?**
அ) குறுக்கு மறுக்கு எதிரிலையடுக்கம்
ஆ) மாறி மாறியமைந்த இலையடுக்கம்
இ) ஒன்றன்மேல் ஒன்றமைந்த இலையடுக்கம்
ஈ) வட்டமாக அமைந்த இலையடுக்கம்

20. **கீழ்க்கண்டவற்றுள் எதனுடன் நிறைவு பெறாத பல்கொழுப்பு அமிலங்கள் அதிக அளவில் உள்ளன?**
அ) சன்ஃபிளவர் எண்ணெய்
ஆ) தேங்காய் எண்ணெய்
இ) சோயாமொச்சை எண்ணெய்
ஈ) பருத்தி விதை எண்ணெய்

21. **பிராங்கியா வேர்முடிச்சு ஏற்படுத்தும் தாவரம் எது?**
அ) லெக்யூம்கள் ஆ) ரைஸ்
இ) கேஸூரைனா ஈ) காஸிப்பியம்

22. **யூரியா என்பது .... உரம்.**
அ) பாஸ்பேட்
ஆ) பொட்டாஷ்
இ) நைட்ரஜன் கலந்த
ஈ) இவைகளில் ஏதுவுமில்லை

12. ஆ 13. அ 14. அ 15. அ 16. ஆ 17. இ 18. அ 19. அ 20. அ 21. இ 22. இ

23. ஒரு குறிப்பிட்ட எண்கள் கொண்ட செல்கள் முறையான அங்கமாக அமையும் ஆல்கா காலனியின் பெயர் என்ன?

அ) ஸீனோபியம் ஆ) தாலஸ்
இ) குளோப்யூல் ஈ) நியூக்யூல்

24. பாக்டீரியாவை முதலில் கண்டுபிடித்து விவரித்த அறிஞர் யார்?

அ) லோஃப்லர்
ஆ) லூயி பாஸ்டர்
இ) கோச்
ஈ) ஆண்டன் வான்ட் லீவன்ஹோக்

25. வாஸ்குலார் கற்றையில் உள்ள காம்பியம் எவ்வாறு அழைக்கப்படுகிறது?

அ) இன்டர் ஃபேசிகுலார் கேம்பியம்
ஆ) இன்ட்ரா ஃபேசிகுலார் கேம்பியம்
இ) லேட்டரல் கேம்பியம்
ஈ) பெல்லோஜன்

26. நெல் மணியில் எண்டோஸ்பேர்மில் அதிகமான புரதச் சத்து, வைட்டமின் மற்றும் பொருட்கள் அமைந்துள்ளதை எவ்வாறு அழைக்கிறோம்?

அ) ஸ்கூட்டல்லம்
ஆ) கோலியாப்டைல்
இ) கோலியோரைஸா
ஈ) அலியோரோன் லேயர்கள்

27. வேப்ப மரத்தின் தாவரவியல் பெயர் என்ன?

அ) டெக்டொனா கிராண்டிஸ்
ஆ) டால்பெர்ஜியர் லேட்டிபோலியா
இ) பொங்கமியா பின்னேட்டா
ஈ) அசாடிராக்டா இண்டிகா

28. மெரிஸ்டீல்கள் எதில் உள்ளன?

அ) பெரணிகள்
ஆ) ஜிம்னோஸ்பெர்ம்கள்
இ) ஈக்விஸிட்டம்
ஈ) செலாஜினெல்லா

29. இறகு மகரந்தத்தூள்கள் எதில் உள்ளன?

அ) அரக்கேரியா
ஆ) நீட்டம்
இ) பைனஸ்
ஈ) செலாஜினெல்லா

30. கடற்பஞ்சு வேர்கள் மற்றும் புவி எதிர்வேர்கள் எதில் உள்ளன?

அ) பைனஸ் ஆ) சைகஸ்
இ) வாண்டர் ஈ) டாக்ஸஸ்

31. எந்த ஒரு பயிரோடு பசுமைப் புரட்சி என்னும் சொல் இணைத்துப் பேசப்படுகிறது?

அ) கரும்பு
ஆ) நெல்
இ) கோதுமை
ஈ) பருப்பு வகைகள்

32. இயற்கைத் தேர்வுக் கொள்கையைக் கூறியவர் யார்?

அ) சார்லஸ் லைல்
ஆ) சார்லஸ் டார்வின்
இ) ஜேம்ஸ் ஹட்டன்
ஈ) கரோலஸ் லின்னேயஸ்

33. தாவரத்தின் உயிர்ப்புச் செயல்களை ஆற்றுவது எது?

அ) சைட்டோபிளாசம்
ஆ) புரோட்டோபிளாசம்
இ) எக்டோபிளாசம்
ஈ) எண்டோபிளாசம்

34. உயிரியல் பூச்சிகொல்லிக்கு உதாரணம் எது?

அ) பேசிலஸ் துரிஞ்ஜியன்சிஸ்
ஆ) பேசிலஸ் சப்டிலிஸ்
இ) பேசிலஸ் மெகாடீரியம்
ஈ) பேசிலஸ் ராமொஸஸ்

35. 'மைட்டோகாண்ட்ரியா' .... எனவும் அழைக்கப்படும்.

அ) சுரப்பி மொட்டுகள்
ஆ) தற்கொலைப் பைகள்
இ) செல்லின் ஆற்றல் நிலையங்கள்
ஈ) ரைபோசோம்கள்

23. ஆ 24. ஈ 25. ஆ 26. ஈ 27. ஈ 28. அ 29. இ 30. ஈ 31. இ 32. ஆ
33. ஆ 34. அ 35. இ

36. **ஒளிச்சேர்க்கையில் கரிம சுழற்சியைக் கண்டுபிடித்த கால்வின் மற்றும் அவருடன் பணிபுரிந்தவர்கள் பயன்படுத்திய பாசியின் பெயர் என்ன?**
அ) கிளாமிடோமோனோஸ்
ஆ) குளோரெல்லா
இ) காரா
ஈ) ஸ்பைரோகைரா

37. **உணவாகப் பயன்படும் பாசி எது?**
அ) ஆல்கா
ஆ) ஆஸ்கோபில்லம்
இ) லேமினேரியா
ஈ) ஜெலிடியன்

38. **வைட்டமின் கே -இன் வேதியியல் பெயர் என்ன?**
அ) ஆன்டிஸ்டெரிலிட்டி
ஆ) ஆன்டிஹேமராஜிக்
இ) ஆன்டிநியுடிரிக்
ஈ) ஆன்டிபெல்லகாரா

39. **பவள வேர்கள் எதில் காணப்படுகின்றன?**
அ) நெல் ஆ) நீட்டம்
இ) அரக்கேரியா ஈ) சைகஸ்

40. **பருப்பு வகைத் தாவரங்கள் எதனை அதிகளவு கொண்டிருக்கின்றன?**
அ) கொழுப்பு
ஆ) வைட்டமின்கள்
இ) புரதம்
ஈ) கனிமங்கள்

41. **வறண்ட நிலத் தாவரம் எது?**
அ) ஹைட்ரில்லா
ஆ) நிலம்பியம்
இ) நீரியம்
ஈ) செரட்டோபில்லம்

42. **தாவரங்களில் கந்தகம் எதற்கு உதவுகிறது?**
அ) கார்போஹைடிரேட் உருவாவதற்கு
ஆ) புரதம் உருவாவதற்கு
இ) கொழுப்பு உருவாவதற்கு
ஈ) இவை எதற்கும் இல்லை

43. **சூரியனின் சக்தி இவ்வுலகில் எதனால் நிலை நிறுத்தப்படுகிறது?**
அ) மண்
ஆ) நீர்
இ) பச்சை நிறத் தாவரங்கள்
ஈ) விலங்குகள்

44. **காற்றை மாசுபடுத்தும் பொருட்கள் எந்த அடுக்கைப் பாதிக்கின்றன?**
அ) ஆக்ஸிஜன் அடுக்கு
ஆ) நைட்ரஜன் அடுக்கு
இ) மேக அடுக்கு
ஈ) ஓசோன் அடுக்கு

45. **ஒரு சூழ்நிலை மண்டலத்தில் உள்ள உயிர்க் காரணிகள்**
1. தாவரங்கள்
2. விலங்குகள்
3. சிதைப்பன
4. பாக்டீரியாக்கள்

இவற்றில்
அ) 1 மற்றும் 2 சரியானவை
ஆ) 1 மற்றும் 3 சரியானவை
இ) 2 மற்றும் 3 சரியானவை
ஈ) 1, 2, 3 மற்றும் 4 சரியானவை

46. **மண்ணில் நைட்ரஜன் நிலைநிறுத்தம் எதனால் செய்யப்படுகிறது?**
அ) வைரஸ்
ஆ) பூஞ்சைகள்
இ) பாக்டீரியாக்கள்
ஈ) ஒரு செல் உயிரிகள்

47. **வேர்க்கடலையின் தாவரவியல் பெயர் என்ன?**
அ) அராக்கிஸ் ஹைப்போஜியா
ஆ) பைசம் சட்டைவம்
இ) ஸைஸர் அரீட்டினம்
ஈ) பேஸியோலஸ் முங்கோ

36. ஆ 37. இ 38. ஆ 39. ஈ 40. இ 41. ஈ 42. ஆ 43. இ 44. ஈ 45. ஈ
46. இ 47. அ

48. மைட்டாஸிஸ் பகுப்பின் துணை நிலைகளின் சரியான வரிசை எது?

அ) மையநிலை, முதல் நிலை, பிரிநிலை, முடிவுநிலை

ஆ) முதல்நிலை, பிரிநிலை, மையநிலை, முடிவுநிலை

இ) முதல்நிலை, மையநிலை, பிரிநிலை, முடிவுநிலை

ஈ) முதல்நிலை, முடிவுநிலை, பிரிநிலை, மையநிலை

49. தாவரங்களில் உணவுப்பொருளைக் கடத்தும் திசு எது?

அ) பாரன்கைமா

ஆ) ஸ்கிளீரன்கைமா

இ) ஃபுளோயம்

ஈ) சைலம்

50. கொல்கத்தாவின் இந்திய தாவரவியல் தோட்டத்திலுள்ள ஹெர்பேரியத்தின் உள்ள உலர் தாவரங்களின் எண்ணிக்கை யாது?

அ) 70 இலட்சம் ஆ) 10 இலட்சம்

இ) 5 இலட்சம் ஈ) 15 இலட்சம்

51. மைகோஸஸ் நோய்கள் எவற்றால் விளைவிக்கப்படுகின்றன?

அ) மைகோபாக்டீரியா

ஆ) பூஞ்சைகள்

இ) ஆல்காக்கள்

ஈ) சயனோ பாக்டீரியா

52. பின்வருவனவற்றுள் ஒட்டுண்ணி ஆல்கா எது?

அ) செஃபல்யூரஸ்

ஆ) குளோரெல்லா

இ) ஸ்பைரோகைரா

ஈ) காரா

53. எந்தத் தாவரத்தில் அதிகமான ஸ்கிளீரைடுகள் அமைந்துள்ளன?

அ) நிம்ஃபியா

ஆ) ஹைட்ரில்லா

இ) வாலிஸ்னேரியா

ஈ) இவற்றில் எதுவுமில்லை

54. கிளெய்ஸ்டோதீஸிய வகை கனி உடலம் எந்தத் தாவரத்தில் உண்டாக்கப்படுகிறது?

அ) பெசைசா ஆ) அகாரிக்கஸ்

இ) பக்ஸீனியா ஈ) யூரேஷியம்

55. கழிவு நீர் சுத்திகரிப்பு எதன் உதவியுடன் மேற்கொள்ளப்படுகிறது?

அ) குளோரெல்லா

ஆ) பாக்டீரியா

இ) ஈஸ்ட்

ஈ) நீல பச்சை பாசிகள்

56. சந்தனம், மரத்தின் எந்தப் பாகத்திலிருந்து எடுக்கப்படுகிறது?

அ) இலை

ஆ) தண்டு

இ) வேர்

ஈ) இவை அனைத்தும்

57. சமையல் எண்ணெயை தாவர நெய் ஆக மாற்றும் முறைக்குப் பெயர் என்ன?

அ) ஹைட்ரஜனேற்றம்

ஆ) படிகமாக்கல்

இ) ஆக்ஸிஜனேற்றம்

ஈ) அயனியாக்கல்

58. பேலியோபாட்டனி (Palaeobotany) என்பது எதைப் பற்றிய படிப்பு ஆகும்?

அ) தொல்லுயிர் தாவரங்கள்

ஆ) பாறைகள்

இ) தொல்லுயிர் விலங்குகள்

ஈ) உயிர்த் தாவரங்கள்

59. தாவர வைரஸ்களை முதன் முதலில் பிரித்தெடுத்தவர் யார்?

அ) டபிள்யு. எம். ஸ்டான்லி

ஆ) கே.எம். ஸ்மித்

இ) இ.சி. ஸ்டாக்மேன்

ஈ) ஐவனோஸ்க்கி

48. இ 49. ஆ 50. ஆ 51. ஆ 52. அ 53. அ 54. ஈ 55. ஆ 56. ஆ 57. அ 58. அ 59. அ

60. தேசிய தாவரவியல் ஆராய்ச்சி நிறுவனம் அமைந்துள்ள இடம் எது?
அ) டெல்லி
ஆ) கொல்கத்தா
இ) கோயம்புத்தூர்
ஈ) லக்னோ

61. மைக்காலஜி என்ற தாவரவியல் பிரிவு எதைப்பற்றியது?
அ) ஆல்காக்கள்
ஆ) பூஞ்சைகள்
இ) பிரையோஃபைட்டுக்கள்
ஈ) பாக்டீரியங்கள்

62. ஆல்கா மற்றும் பூஞ்சை உறுப்பினர்களைக் கூட்டாகக் கொண்ட தாவர வகையை .... என்பர்.
அ) தாலோஃபைட்கள்
ஆ) பிரையோஃபைட்கள்
இ) டெரிடோஃபைட்கள்
ஈ) லைக்கன்கள்

63. டிப்ளோகாக்கஸ் நிமோனியா ஒரு
அ) பூஞ்சை ஆ) வைரஸ்
இ) பாக்டீரியம் ஈ) ஆல்கா

64. சமநீளமுள்ளமலர்க்காம்புகளைக் கொண்ட மஞ்சரி
அ) ஸ்பைக் ஆ) அம்பெல்
இ) காரிம்ப் ஈ) சிரமஞ்சரி

65. அஸ்டிரேசியின் பழைய பெயர்
அ) கிராமினே
ஆ) குரூசிபெரே
இ) கம்போசிடே
ஈ) அம்பெல்லிபெரே

66. மலர்களின் தொகுப்பே .... ஆகும்.
அ) மஞ்சரி ஆ) புல்லியிதழ்
இ) அல்லியிதழ் ஈ) பூவிதழ்

67. கூட்டிலை கொண்ட தாவரம் எது?
அ) லைகோபோடியம்
ஆ) ஈக்குவிசித்தம்
இ) அடியாந்தம்
ஈ) செலாஜினெல்லா

68. இறக்கை கொண்ட மகரந்த தூள் கொண்டது எது?
அ) பைனஸ் ஆ) சைகஸ்
இ) நீட்டம் ஈ) எபிடிரா

69. அகார்-அகார் எதிலிருந்து பெறப்படுகிறது?
அ) சர்காஸம்
ஆ) கிராசில்லேரியா
இ) ஊடோகோனியம்
ஈ) காலர்பா

70. நன்னான்டிரியத்தை உண்டாக்குவது எது?
அ) கோலியோகீட்
ஆ) கேரா
இ) காலர்பா
ஈ) ஊடோகோனியம்

71. சர்காஸத்தின் பொதுப்பெயர் என்ன?
அ) சிவப்புப் பாசி
ஆ) பச்சைப் பாசி
இ) பழுப்புப் பாசி
ஈ) நீலப்பச்சைப் பாசி

72. ஜிப்ரலின் - எந்த நொதி தயாரிப்பினை ஊக்குவிக்கும்?
அ) அமைலேஸ் ஆ) புரோட்டியேஸ்
இ) செல்லுலோஸ் ஈ) லிகேஸ்

73. தேங்காய் இளநீரிலுள்ள வளர்ச்சி ஹார்மோனின் பெயர் என்ன?
அ) ஆக்ஸின்
ஆ) சைட்டோகைனின்
இ) ஜிப்ரலின்
ஈ) அப்சிசிக் அமிலம்

74. டிரக்கீடுகளின் செல் சுவர்கள் எதை அதிகம் பெற்றுள்ளன?
அ) லிபிட் ஆ) செல்லுலோஸ்
இ) புரோட்டின் ஈ) லிக்னின்

75. கருவுறுதல் எங்கு நிகழ்கிறது?
அ) சூல் முடி
ஆ) சூல் தண்டு
இ) எம்ப்ரியோஸேக்
ஈ) நியூஸெல்லஸ்

60. ஈ	61. ஆ	62. ஈ	63. ஈ	64. ஆ	65. இ	66. அ	67. இ	68. ஆ	69. ஆ
70. ஈ	71. இ	72. ஆ	73. அ	74. ஈ	75. ஆ				

76. இந்திய ரப்பர் மரம் எனப்படுவது எந்தக் குடும்பத்தைச் சேர்ந்தது?

அ) யூபோர்பியேஸி

ஆ) ஆஸ்ட்ரேஸி

இ) ரூட்டேஸி

ஈ) சப்போட்டேஸி

77. தற்போது நாம் பயன்படுத்தும் சோயா மொச்சை ஒரு

அ) குறுகிய காலப் பயிர் தானியம்

ஆ) எண்ணெய் அளிக்கும் மோனோகாட்

இ) நல்லதொரு தாவர உணவு

ஈ) அதிகப் புரம் கொண்ட ஒரு பயறு வகை

78. ஹெர்பேரியம் எனப்படுவது ஒரு

அ) உலர் தாவரத் தொகுப்பு

ஆ) விலங்கினத் தொகுப்பு

இ) தாவர, விலங்கினத் தொகுப்பு

ஈ) இவை அனைத்தும்

79. நீரின் மூலம் நடைபெறும் மகரந்தச் சேர்க்கைக்கு என்ன பெயர்?

அ) ஹைட்ரோபில்லி

ஆ) ஆர்னிதோபில்லி

இ) அனிமோபில்லி

ஈ) என்டமோபில்லி

80. சூடோலேட்டர்கள் எவற்றில் காணப்படுகிறது?

அ) ரிக்ஸியா

ஆ) மார்க்கன்ஷியா

இ) பியூனேரியா

ஈ) ஆந்தோஸிரஸ்

81. காலர்ப்பா என்பது ஒரு

அ) ஒட்டுண்ணி ஆல்கா

ஆ) பலசெல் ஆல்கா

இ) ஒருசெல் ஆல்கா

ஈ) கூட்டுக் காலனி ஆல்கா

82. கால்நடைகளுக்கு உணவாகப் பயன்படும் பாசிகள்

அ) ஆஸ்கோபில்லம் மற்றும் லாமினேரியா

ஆ) கிராஸிலேரியா

இ) காலர்ப்பா

ஈ) சர்காஸ்ஸம்

83. சைக்ளிக் பாஸ்பாரிலேஷன் (Cyclic Phosplorylation) எங்கு நடைபெறுகிறது?

அ) போட்டோசிஸ்டம் I இல்

ஆ) போட்டோசிஸ்டம் II இல்

இ) போட்டோசிஸ்டம் I மற்றும் II இல்

ஈ) இவற்றுள் எதுவுமில்லை

84. ஜிப்ரல்லின் எதற்குத் தேவை?

அ) கணுவிடை நீட்சிக்கு

ஆ) கோலியாப்டைல் வளைவதற்கு

இ) செல் பிரிதல்களுக்கு

ஈ) பக்கத் தண்டுகளை தோற்றுவிக்க

85. இயற்கையில் காணப்படும் சைட்டோகைனின் எது?

அ) ஜியாட்டின்

ஆ) DDT

இ) BHC

ஈ) இவற்றுள் எதுவுமில்லை

86. கீழ்க்காணும் நிகழ்வுகளில் ஒளியினால் பாதிக்கப்படாதது எது?

அ) விதை முளைத்தல்

ஆ) பூத்தல்

இ) கருவுறுதல்

ஈ) கனி உருவாதல்

87. பால் சம்பந்தப்பட்ட பண்புகள் பொதுவாக

அ) ஒங்கு பண்புடையவை

ஆ) ஒடுங்கு பண்புடையவை

இ) குருடு மற்றும் வழுக்கைத் தன்மை உடையவை

ஈ) ஒங்கு மற்றும் ஒடுங்கு பண்புடையவை

76. அ 77. ஈ 78. அ 79. அ 80. ஈ 81. ஆ 82. அ 83. அ 84. அ 85. அ 86. இ 87. ஆ

88. மண் அரிப்பை எதனால் ஓரளவிற்குக் கட்டுப்படுத்த இயலும்?

அ) புல்வகைகளை பயிரிடல்

ஆ) ஒரே வகை மரங்களை நட்டல்

இ) களைச் செடிகளை வளர்த்தல்

ஈ) மரங்களை வளர்த்தல்

89. திசு வளர்ப்புப் பெருக்கம் (அ) திசு வளர்ப்பு என்பது .... ஆகும்

அ) பாலினப் பெருக்கம்

ஆ) உடல இனப்பெருக்கம்

இ) இணைவு இன்விருத்தி முறை

ஈ) பிளவு இனவிருத்தி முறை

90. நொதித்தல் நிகழ்வினை முழுமையாக அறிவியல் பூர்வமாக பயின்ற விஞ்ஞானி யார்?

அ) ஜோஸப் லிஸ்டர்

ஆ) சீசில் பூத்

இ) எட்வர்ட் ஜென்னர்

ஈ) லூயிஸ் பாஸ்டர்

91. கீழ்க்கண்டவற்றில் மைட்டோகாண்ட்ரியாவில் நடைபெறும் நிகழ்வு யாது?

அ) போட்டோ பாஸ்பாரிலேஷன்

ஆ) ஆக்ஸிடேடிவ் பாஸ்பாரிலேஷன்

இ) ட்ரான்ஸ்பிரேஷன்

ஈ) கார்பாக்ஸிலேஷன்

92. கோல்கை காம்ப்ளக்ஸில் செயல்படும் அலகானது .... எனப்படும்.

அ) கிரிஸ்டே

ஆ) சிஸ்டர்னே

இ) தைலக்காய்டு

ஈ) வெஸிக்கில்கள்

93. என்டோபிளாஸ வலையின் முக்கியப் பங்கு என்ன?

அ) கொலஸ்ட்ரால் உருவாக்குதல்

ஆ) கொழுப்பு தயாரித்தல்

இ) புரத உடைப்பு

ஈ) பெப்டைடு தொடர் உருவாக்கம்

94. அண்டார்ட்டிகாவில் ஏற்பட்டுள்ள ஓசோன் குறைவிற்குக் காரணமான மாசுபடுத்தும் காரணி யாது?

அ) கார்பன் மோனாக்ஸைடு

ஆ) கார்பன் டையாக்ஸைடு

இ) நைட்ரஜன் டையாக்ஸைடு

ஈ) குளோரோஃபுளோரோ கார்பன்கள்

95. ஹாலோ:ஃபைட்டுகள் எங்கு வளர தக அமைவு பெற்றுள்ளன?

அ) உலர் பகுதிகள்

ஆ) நீர்ப்பகுதிகள்

இ) உவர் நிலப்பகுதிகள்

ஈ) மணற்பகுதிகள்

96. நிழலில் வளர்க்கப்படும் விதை நாற்றுகள் நலிவுற்று மஞ்சள் நிறமடையக் காரணமான நிகழ்ச்சி .... எனப்படும்.

அ) ஸ்காரிஃபிகேஷன்

ஆ) ஸ்ட்ரேட்டிஃபிகேஷன்

இ) அல்பினிசம்

ஈ) ஈட்டியலேஷன்

97. நி:ப் ஜீன் எதற்கு உதவுகிறது?

அ) நைட்ரஜனேஸ் உருவாக

ஆ) நைட்ரோ ரிடக்டேஸ் உருவாக

இ) நைட்ரைட் ரிடக்டேஸ் உருவாக

ஈ) இவற்றுள் எதுவுமில்லை

98. வான்வெளியில் உள்ள நைட்ரஜனை பெற இயலாத தாவரம்

அ) பட்டாணி ஆ) பீன்ஸ்

இ) கொள்ளு ஈ) ஆமணக்கு

99. பயன்பாடு மற்றும் பயன்படுத்தாமைக் கொள்கையை அறிவித்தவர் யார்?

அ) டார்வின்

ஆ) அரிஸ்டாட்டி;ல

இ) லாமார்க்

ஈ) ஹியூகோ டீவ்ரீஸ்

88. ஈ	89. ஆ	90. ஈ	91. ஆ	92. ஆ	93. ஈ	94. ஈ	95. இ	96. ஆ	97. அ
98. ஈ	99. ஈ								

100. செல்லியலில் அளவிட உதவும் மிகக் குறைந்த அலகு என்ன?

அ) மைக்ரான்

ஆ) நானோமீட்டர்

இ) ஆங்ஸ்ட்ராம்

ஈ) ஸ்வெட்பர்க் யூனிட்

101. செல் கொள்கையை அறிவித்தது

அ) தியோடர் ஸ்வான், ஜேக்கப் ஸ்லீடன்

ஆ) ஸ்வான் மற்றும் ஸ்வான்ஸன்

இ) ராபர்ட் ஹூக் மற்றும் ராபர்ட் ப்ரௌன்

ஈ) ராபர்ட் ஹூக்

102. 80s ரைபோஸோம்களை எதில் காணலாம்?

அ) புரோகேரியாட்டிக் செல்

ஆ) யூகேரியாட்டிக் செல்

இ) பாக்டீரியா

ஈ) நீலப்பச்சை ஆல்கா

103. பெரும்பாலான தாவரங்களின் விஞ்ஞான சொற்கள் எந்த மொழியில் இருந்து பெறப்பட்டவை?

அ) இலத்தீன் ஆ) கிரேக்கம்

இ) ஜெர்மன் ஈ) ஸ்பானிஷ்

104. தென்னிந்தியாவில் அதிகம் வளரும் சைகஸின் ஒரு சிற்றினம் எது?

அ) சைகஸ் ரெவலுட்டா

ஆ) சைகஸ் சையாமென்ஸிஸ்

இ) சைகஸ் பெக்டினேட்டா

ஈ) சைகஸ் ஸிர்ஸினாலிஸ்

105. ஜெனிரா ப்ளான்டாரம் என்ற நூலை எழுதியவர் யார்?

அ) கார்ல் லின்னேயஸ்

ஆ) பிரான்டல்

இ) பெந்தம், ஹூக்கர்

ஈ) எங்ளர், பிரான்டல்

106. இதில் எந்த வகைப்பாட்டியல் வரிசை சரியானது?

அ) வகுப்பு – துணைக்குடும்பம் – துறை – குடும்பம் – பேரினம் – சிற்றினம்

ஆ) துறை – வகுப்பு – துணைக்குடும்பம் – குடும்பம் – பேரினம் – சிற்றினம்

இ) வகுப்பு – துறை – குடும்பம் – துணைக்குடும்பம் – பேரினம் – சிற்றினம்

ஈ) வகுப்பு – குடும்பம் – துணைக்குடும்பம் – துறை – பேரினம் – சிற்றினம்

107. பூஞ்சை நோய்கள் அதிகம் காணப்படும் காலம் எது?

அ) கோடை காலம்

ஆ) குளிர்காலம்

இ) வசந்த காலம்

ஈ) மழைக்காலம்

108. வியாபார ரீதியில் வளர்க்கப்படும் உணவுப் பூஞ்சை எது?

அ) அகாரிகஸ் பைஸ்போரஸ்

ஆ) மியூகார்

இ) ரைஸோபஸ்

ஈ) பிஸைஸா

109. புற்களை பயிரிடுதல் சம்பந்தமான அறிவியல் பிரிவு எது?

அ) அக்ரோனமி

ஆ) அக்ரோஸ்டோலஜி

இ) பவுல்ட்ரி

ஈ) சில்விகல்சர்

110. பெருங்காயம் தாவரத்தின் எந்த பகுதியிலிருந்து பெறப்படுகிறது?

அ) வேர்கள் ஆ) விதைகள்

இ) கனிகள் ஈ) தண்டு

111. மியாசிஸ் நிகழ்ச்சியில், குறுக்கெதிர் மாற்றம் நிகழ்வது

அ) பாக்கிட்டீன்

ஆ) டிப்ளோட்டீன்

இ) சைகோட்டீன்

ஈ) டையாகைனசிஸ்

100. அ 101. அ 102. ஆ 103. அ 104. அ 105. அ 106. இ 107. ஈ 108. அ 109. அ 110. அ 111. அ

112. மிளகாய் தாவரத்தின் தாவரவியல் பெயர் என்ன?

அ) சொலானம் டார்வம்

ஆ) பைசாவிஸ் பெருவியானா

இ) காப்சியம் அன்னுவும்

ஈ) நிக்கோட்டியானா டொபாக்கம்

113. தண்டானது, இலை போன்ற அமைப்பிற்கு மாற்றப்பட்டால், அதன் பெயர் என்ன?

அ) கிளாடோடு

ஆ) கிளாடோஃபில்

இ) சதைப் பற்றானவை

ஈ) பில்லோடு

114. ரோஜாவின் முள்ளானது .... ஆகும்

அ) இலையின் மாற்றுரு

ஆ) துணை மொட்டுகள்

இ) எண்டோஜீனஸ் தோற்றம்

ஈ) புறத்தோல் வளர்ச்சி

115. ஆப்பிளின் சதைப்பற்றான உண்ணக் கூடிய பகுதி எது?

அ) எண்டோகார்ப்

ஆ) மீசோகார்ப்

இ) தாலமஸ்

ஈ) எபிகார்ப்

116. மயோஸிஸ் பகுப்பு எதில் காணப்படுகிறது?

அ) கருப்பை

ஆ) சலாசா

இ) நியூசெல்லஸ்

ஈ) ஸ்போரிக் மியாசிஸ்

117. 'பேலியோபாலினாலஜி' என்ற சொல் எந்த படிப்பைக் குறிக்கின்றது?

அ) தொல்லுயிர் மகரந்தத்தூள் உற்பத்தி செய்யும் தாவரங்கள்

ஆ) தொல்லுயிர் மகரந்தத்தூள் உற்பத்தி செய்யும் மகரந்தம்

இ) தொல்லுயிர் மகரந்தத்தூள்

ஈ) மகரந்தத்தூள் தொல்லுயிர் ஆக்கும் முறை

118. நெக்ரோசிஸ் என்பது எதன் குறைபாட்டால் ஏற்படுகிறது?

அ) K மற்றும் Mg

ஆ) Zn மற்றும் Ca

இ) P

ஈ) இவை அனைத்தும்

119. லெக்ஹீமோகுளோபின், எதன் செயல்பாட்டை பாதுகாக்கின்றது?

அ) நைட்ரேட் ரிடக்டேஸ்

ஆ) நைட்ரோ ஜீனஸ்

இ) கேட்டலேஸ்

ஈ) சைட்டோகுரோம்

120. ஒளிச்சேர்க்கை செய்யும், காற்றில்லா, கூட்டுயிர் அற்ற நைட்ரஜன் நிலைப்படுத்தும் பாக்டீரியாவிற்கு உதாரணம் எது?

அ) அசிட்டோபாக்டர்

ஆ) பேசில்லஸ்

இ) ரைசோபியம்

ஈ) ரோடோஸ்பைரில்லம்

121. மெண்டல் தன்னுடைய சோதனைக்காக, தோட்டத்து பட்டாணி செடியில் எத்தனை ரகங்களை தேர்வு செய்தார்?

அ) 2 ஆ) 7

இ) 14 ஈ) 8

122. கீழ்க்கண்ட நுண்ணுயிர்க் கொல்லிகளில் எது பாக்டீரியங்களிலிருந்து உருவாகிறது?

அ) பெனிசிலின்

ஆ) ஸ்ட்ரெப்டோமைசின்

இ) எரித்ரோமைசின்

ஈ) பேசிட்ராசின்

123. அஸ்வகாந்தா என்ற மருத்துவச் செடியின் தாவரவியல் பெயர் என்ன?

அ) எம்பிளிகா அபிசினேலிஷ்

ஆ) பில்லாந்தஸ் அமாரஸ்

இ) வைத்தானியா சோம்னிபெரா

ஈ) கிளியோம் கைனான்ட்ரா

112. இ 113. ஈ 114. இ 115. ஆ 116. ஈ 117. இ 118. அ 119. ஆ 120. ஆ 121. ஆ 122. ஆ 123. இ

124. கலப்பின முறையை நடைமுறைப்படுத்திய முதல் மனிதர் யார்?

அ) கொல்ரியூட்டர்
ஆ) காஸ்
இ) கார்ட்னர்
ஈ) மோர்கன்

125. எம்முறையில் கார்பன் டை ஆக்ஸைடு இலையினுள் செல்கின்றது?

அ) சவ்வூடு பரவல்
ஆ) வேர் அழுத்தம்
இ) வாயு விரவல்
ஈ) இம்பைபிஷன்

126. யூகலிப்டஸ் தாவர இனச் சிற்றினம் மிக அதிகமாக உள்ள நாடு எது?

அ) இந்தியா
ஆ) மலேசியா
இ) ஆஸ்திரேலியா
ஈ) அமெரிக்கா

127. பாசிகளின் பாலினப்பெருக்கம் எவற்றின் மூலம் நடைபெறுகிறது?

அ) ஐசோகேமி
ஆ) ஸ்போர்கள்
இ) சூஸ்போர்கள்
ஈ) ஏகைனேட்டுகள்

128. தாவரங்களின் சாறேற்றம் பற்றிய டிக்ஸன், ஜாலி என்ற விஞ்ஞானிகள் எந்த அடிப்படையில் முறை செய்தனர்?

அ) நுண் துளை ஈர்ப்புக் கோட்பாடு
ஆ) உள் ஈர்த்தல் கோட்பாடு
இ) உயிர்க் கொள்கைகள்
ஈ) நீர் மூலக்கூறுகளின் பிணைப்பு சக்தி

129. மிக உயரமான மர வகைகள் காணப்படும் தாவரப் பிரிவு யாது?

அ) டெரிடோபைட்டுகள்
ஆ) மானோகாட்டுகள்
இ) ஜிம்னோஸ்பெர்ம்கள்
ஈ) டைகாட்டுகள்

130. ஒரு ஹெக்டேருக்கு தானிய உற்பத்தியில் மிக அதிக அளவு விளைவைத் தரும் மாநிலம் எது?

அ) ஆந்திரப் பிரதேசம்
ஆ) பீகார்
இ) தமிழ்நாடு
ஈ) பஞ்சாப்

131. கீழ்க்கண்டவற்றுள் எது கோடைக்கால பயிராகும்?

அ) கோதுமை ஆ) நெல்
இ) பருப்பு ஈ) கடுகு

132. தக்காண இந்தியாவின் முக்கிய நீர்ப்பாசன முறை

அ) கிணற்றுப் பாசனம்
ஆ) கால்வாய்ப் பாசனம்
இ) ஏரிப் பாசனம்
ஈ) குழாய் கிணற்றுப் பாசனம்

133. அரக்கு என்பது ஒருவகைப் பூச்சியின்

அ) வயிற்றிலிருந்து வெளியேறும் கழிவுப் பொருள்
ஆ) உடலிலிருந்து சுரக்கும் திரவம்
இ) உடலிலிருந்து வெளியேறும் கழிவுப்பொருள்
ஈ) உடலிலிருந்து பீய்ச்சப்படும் அதிகப்படியான உணவு

134. கீழ்க்கண்டவற்றுள் இரண்டாண்டுகளுக்கு ஒருமுறை பலன் தரும் தாவரம் எது?

அ) வாழை ஆ) அன்னாசி
இ) பலா ஈ) கேரட்

135. உலகின் உயரமான உயிருள்ள மரம் எது?

அ) யூகலிப்டஸ் ஆ) பனை மரம்
இ) செக்கோயா ஈ) பெரணி

136. யானைப்புற்கள் என்றழைக்கப்படும் புல்வகைகள் எப் புல்வெளிகளில் மிகுதியாக உள்ளன?

அ) பாம்பாஸ் ஆ) பிரைரிகள்
இ) ஸ்டெப்பிகள் ஈ) சவானாக்கள்

124. அ 125. இ 126. அ 127. அ 128. ஈ 129. இ 130. ஈ 131. ஆ 132. இ 133. ஆ
134. ஈ 135. இ 136. அ

137. பருத்தி இழை எதனால் ஆக்கப்பட்டுள்ளது?

அ) புரோட்டீன் ஆ) செல்லுலோஸ்

இ) தாதுக்கள் ஈ) லிக்னின்

138. முதன்முதலில் இந்தியாவில் தயாரிக்கப்பட்ட பூச்சிக் கொல்லி மருந்து எது?

அ) DDT ஆ) BHC

இ) பாரத்தியான் ஈ) குளோரால்

139. பாலிபிளாய்டி மிகச் சாதாரணமாகக் காணப்படுவது

அ) விலங்குகளின் உலகில்

ஆ) தாவர உலகில்

இ) பூஞ்சைகளில்

ஈ) புரோட்டிஸ்டாக்களிஸ்

140. ஒளிச்சேர்க்கையில் ஒளிக்கிரியை, ஹில்கிரியை என்றும் இருள் கிரியை எவ்வாறும் அழைக்கப்படும்?

அ) இருள் கிரியை

ஆ) கருப்பு கிரியை

இ) பிளாக்மான் கிரியை

ஈ) டார்க்மன் கிரியை

141. நீட்டம் ஒரு .... ஆகும்

அ) சிறுகொடி ஆ) குறுஞ்செடி

இ) கொடி ஈ) மரம்

142. புரோட்டோனிமா எவற்றின் வாழ்க்கைச் சுற்றில் தோன்றுகிறது?

அ) ரிக்சியா

ஆ) மார்கான்சியா

இ) ஃபுனேரியா

ஈ) ஆந்தோசெராஸ்

143. தாவரங்களில் சக்தி வெளிப்படும் செயல் எது?

அ) நீராவிப் போக்கு

ஆ) ஒளிச்சேர்க்கை

இ) சுவாசித்தல்

ஈ) நீர் உறிஞ்சுதல்

144. இலைகள் மஞ்சளாவதற்கு எந்த மூலகக் குறைபாடே காரணம் ஆகும்?

அ) இரும்பு ஆ) கோபால்ட்

இ) செம்பு ஈ) நைட்ரஜன்

145. பசுஞ்செடிகள் தங்கள் உணவை எதில் சேமித்து வைக்கின்றன?

அ) தண்டுகள்

ஆ) இலைகள்

இ) வேர்கள்

ஈ) இவை அனைத்திலும்

146. ஸ்டார்ச் என்னும் உணவு எதனால் ஜீரணிக்கப்படுகிறது?

அ) தயாலின் ஆ) இரத்தம்

இ) ஹார்மோன்கள்

ஈ) பித்த நீர்

147. செங்கடலின் சிவப்பு நிறத்திற்கு காரணமான ஆல்கா எது?

அ) கிளாமிடாமோனஸ்

ஆ) டிரிக்கோடெஸ்மியம் எரித்ரியம்

இ) உலோத்ரிக்ஸ் செனாடா

ஈ) மேற்கண்ட எதுவும் இல்லை

148. பின்வரும் எந்த தாவரங்கள் விதைகளை உருவாக்கும் ஆனால் பூக்களை உருவாக்காது?

அ) பூஞ்சை

ஆ) டெரிடோபைட்

இ) பிரையோபைட்

ஈ) ஜிம்னோஸ்பெர்ம்

149. பூக்கும் தாவரங்கள் எனப்படுபவை எவை?

அ) ஜிம்னோஸ்பெர்ம்

ஆ) டெரிடோபைட்டுகள்

இ) பிரையோபைட்டுகள்

ஈ) ஆஞ்சியோஸ்பெர்ம்கள்

150. விண்வெளிப் பயணத்தின்போது Co_2 மற்றும் உடலிலிருந்து வெளியேறும் கழிவுகளை சிதைக்கப்பயன்படும் ஆல்கா எது?

அ) அகார்–அகார்

ஆ) டையோட்டம்

இ) லாமினேரியா

ஈ) குளோரெல்லா பைரினாய்டோசா

137. ஆ 138. ஆ 139. ஆ 140. இ 141. இ 142. அ 143. இ 144. ஈ 145. ஆ 146. அ 147. ஆ 148. ஈ 149. ஈ 150. ஈ

விலங்கியல்

1. **குளோனிங் என்ற சொல் எதனுடன் தொடர்புடையது?**
   அ) சூழ்நிலை
   ஆ) மரபியல்
   இ) விண்வெளி தொழில்நுட்பம்
   ஈ) வர்த்தகம்

2. **எய்ட்ஸ் எம்மண்டலத்தை பாதிக்கின்றது?**
   அ) இரத்த வெள்ளை அணுக்கள்
   ஆ) இரத்த சிவப்பு அணுக்கள்
   இ) உடல் வளர்ச்சி
   ஈ) நரம்பு மண்டலம்

3. **டி.என்.ஏ. மாதிரியை முதன் முதலில் அமைத்தவர் யார்?**
   அ) வாட்சன் மற்றும் பால்
   ஆ) வாட்சன் மற்றும் கிரிக்
   இ) ராபர்ட் ஹூக்
   ஈ) ராபர்ட் ப்ரௌன்

4. **பிளாஸ்மோடியம் எத்தொகுப்பைச் சார்ந்தது?**
   அ) புரோட்டோசோவா
   ஆ) வைரஸ்
   இ) பாக்டீரியா
   ஈ) பூஞ்சை

5. **டெங்கு காய்ச்சல் எதனால் பரவுகிறது?**
   அ) அனாபிலெஸ் கொசு
   ஆ) எலிகள்
   இ) கியூலெக்ஸ் கொசு
   ஈ) நாய்கள்

6. **மனித இதயத்தில் காணப்படும் அறைகள் எத்தனை?**
   அ) 3 ஆ) 5
   இ) 4 ஈ) 6

7. **விஷப் பாம்புக் கடியினால் பாதிக்கப்பட்ட மனிதனை எவ்வளவு நேரத்திற்குள் மருத்துவரிடம் எடுத்துச் செல்ல வேண்டும்?**
   அ) 10 மணி நேரத்திற்குள்
   ஆ) 6 மணி நேரத்திற்குள்
   இ) 14 மணி நேரத்திற்குள்
   ஈ) 12 மணி நேரத்திற்குள்

8. **இரத்தத்தில் காணப்படும் எந்த அணுக்கள் உடலின் போர் வீரர்களாக செயல்படுகின்றன?**
   அ) சிவப்பணுக்கள்
   ஆ) நுண்தகடுகள்
   இ) வெள்ளையணுக்கள்
   ஈ) இயோசினோஃபில்கள்

9. **Rh என்ற பண்பு எதில் காணப்படுகிறது?**
   அ) இரத்தம் ஆ) சளி
   இ) சிறுநீர் ஈ) நிணநீர்

10. **தோல் எதனை வெளியேற்றுகிறது?**
    அ) வியர்வை ஆ) சிறுநீர்
    இ) கரியமிலவாயு ஈ) பிராணவாயு

11. **மின்மினிப் பூச்சிகளில் உயரிய ஒளிர்வுக்குப் பயன்படும் வேதிப்பொருள்**
    அ) பூட்டேன் ஆ) காலமின்
    இ) ஆர்னிதைன் ஈ) லூசிபெரின்

12. **மஞ்சள் காய்ச்சல் (Yellow fever) எதனால் பரப்பப்படுகிறது?**
    அ) ஈ ஆ) கொசு
    இ) நீர் ஈ) காற்று

13. **மனிதனின் கண் எத்துடன் ஒப்பிடப்படுகிறது?**
    அ) விலங்கின் கண்
    ஆ) பூச்சிகளின் கண்
    இ) மீன்களின் கண்
    ஈ) கேமரா

1. ஆ 2. அ 3. ஆ 4. அ 5. இ 6. இ 7. ஈ 8. இ 9. அ 10. அ
11. ஈ 12. ஆ 13. ஈ

14. சையனைடு உட்கொண்ட மனிதனின் உடனடி இறப்புக்குக் காரணம் என்ன?

அ) சையனைடு உடனடியாக ஹீமோகுளோபினுடன் இணைகிறது.

ஆ) சையனைடு உடனடியாக நரம்புகளுடன் இணைகிறது.

இ) சையனைடு உடனடியாக தசைகளுடன் இணைகிறது.

ஈ) சையனைடு சிறுநீரகங்களைப் பாதிக்கிறது.

15. மார்பையும் வயிற்றையும் பிரிக்கும் பகுதி எது?

அ) பெரிகார்டியம்

ஆ) புளூரா

இ) உதரவிதானம்

ஈ) வெண்ட்ரிக்கிள்

16. கோழி முட்டையின் வெள்ளைப் பகுதியில் உள்ள பொருள் என்ன?

அ) சர்க்கரைப் பொருட்கள்

ஆ) கொழுப்பு

இ) புரதம்

ஈ) ஸ்டீராய்டு

17. கீழ்க்கண்டவற்றுள் எந்த இரசாயன பொருள் இறந்த விலங்குகளை பாதுகாக்க பயன்படுத்தப்படுகிறது?

அ) அசிட்டோன்

ஆ) ஃபார்மலின்

இ) சல்ப்யூரிக் அமிலம்

ஈ) குளோரோபார்ம்

18. 'மரபியலின் தந்தை' எனப்படுபவர் யார்?

அ) கிரிகர் ஜோகன் மெண்டல்

ஆ) ஹியூகோ டிவ்ரீஸ்

இ) ராபெர்ட் ஹூக்

ஈ) காரல்லினேயஸ்

19. ஆர்.என்.ஏ. (RNA) யின் முக்கிய பணி யாது?

அ) கார்போஹைட்டிரேட் ஆக்கம்

ஆ) கொழுப்பு ஆக்கம்

இ) புரத ஆக்கம்

ஈ) எந்த குறிப்பிட்ட பணியுமில்லை

20. இளம்பிள்ளை வாதம் ஏற்பட காரணமானது யாது?

அ) பாக்டீரியா ஆ) காளான்

இ) கொசு ஈ) வைரஸ்

21. புகையிலையில் காணப்படும் நச்சுப் பொருள் யாது?

அ) என்டோடாக்ஸின்

ஆ) ஆஸ்ப்ரின்

இ) நிக்கோட்டின்

ஈ) கஃபின்

22. பிளாஸ்மோடியம் ஒட்டுண்ணி உண்டாக்கும் நோய் என்ன?

அ) வயிற்றுப்போக்கு

ஆ) யானைக்கால் நோய்

இ) மலேரியா

ஈ) காலரா

23. இரத்தம் உறைய உதவும் வைட்டமின் யாது?

அ) வைட்டமின் ஏ

ஆ) வைட்டமின் சி

இ) வைட்டமின் இ

ஈ) வைட்டமின் கே

24. மனிதனில் தைராய்டு சுரப்பி காணப்படும் இடம் எது?

அ) வயிற்றுப் பகுதியில்

ஆ) கணையத்தில்

இ) குரல் வளைக்கு கீழ்

ஈ) அக்குள் பகுதியில்

25. ஆண் கொசுக்களின் உணவு என்ன?

அ) மனித இரத்தம்

ஆ) தாவரத்தின் சத்து நீர்

இ) பிராணிகளின் இரத்தம்

ஈ) பிராணிகளின் மாமிசம்

14. அ 15. இ 16. இ 17. ஆ 18. அ 19. இ 20. ஈ 21. இ 22. இ 23. ஈ 24. இ 25. ஆ

26. **சூரிய ஒளி வைட்டமின் என எதைக் கூறுகிறோம்?**
அ) வைட்டமின் டி
ஆ) வைட்டமின் சி
இ) வைட்டமின் ஈ
ஈ) இவற்றில் எதுவும் இல்லை

27. **குளோன் எனப்படுவது**
அ) ஒற்றைச் செல்
ஆ) வெவ்வேறு பகுதிகளிலிருந்து எடுக்கப்பட்ட செல்களின் தொகுப்பு
இ) உடல் செல்களிலிருந்து மட்டும் கிடைப்பது
ஈ) ஒற்றைச்செல் பலமுறை பிரிவடைவதால் தோன்றும் தொகுப்பு

28. **கடற்சிப்பிகளில் பெருமளவு அடங்கியுள்ளது**
அ) புரதம்
ஆ) மாவு
இ) கிளைக்கோஜன்
ஈ) கொழுப்பு

29. **ராபீஸ்தொற்றுநோய்கீழ்க்காணும் எந்த மண்டலத்தைப்பாதிக்கிறது?**
அ) நரம்பு மண்டலம்
ஆ) ஜீரண மண்டலம்
இ) இரத்த சுழற்சி மண்டலம்
ஈ) கழிவு நீக்க மண்டலம்

30. **தேன் கூட்டில் தேனீக்களின் ஒற்றுமைக்கும் ஒத்து வாழ்தலுக்கும் எச்சுரப்புப் பொருள் உதவுகிறது?**
அ) ராயல் ஜெல்லி
ஆ) தேன்
இ) எக்டோ ஹார்மோன்
ஈ) தேனீ மெழுகு

31. **பிட்யூட்டரி சுரப்பி அதிகமாக செயல்படுவதால் தோன்றும் குறைபாடு யாது?**
அ) டவுண் சின்ட்ரோம்
ஆ) முன் கழுத்துக் கழலை
இ) அக்ரோமெகலி
ஈ) மலட்டுத்தன்மை

32. **எங்கு இரத்த சிவப்பணுக்கள் அழிக்கப்படுகின்றன?**
அ) கல்லீரல்
ஆ) மண்ணீரல்
இ) நிணநீர் நாளம்
ஈ) தைமஸ்

33. **இரத்த செல்களான RBC மற்றும் WBC-இன் மொத்த எண்ணிக்கையை கணக்கிட உதவும் கருவி எது?**
அ) ஹீமோகுளோபினோ மீட்டர்
ஆ) ஹீமோமீட்டர்
இ) ஹீமோசைட்டோ மீட்டர்
ஈ) லக்ஸ் மீட்டர்

34. **யானைக்கால் வியாதியை ஏற்படுத்தும் தீங்குயிரி எது?**
அ) அஸ்காரிஸ் லும்பிரிகாய்ட்ஸ்
ஆ) டிரைக்கினெல்லா ஸ்சைராலிஸ்
இ) உச்சரேரியா பேன்கிரஃப்டி
ஈ) பேசியோலா ஹெப்பாடிகா

35. **லைக்கன் என்பது .... ஆகும்**
அ) உடன் வாழ்விகள்
ஆ) ஒட்டுண்ணி
இ) கிருமிகள்
ஈ) போட்டி இனம்

36. **அரக்கை உற்பத்தி செய்வது எது?**
அ) முட்தோலி
ஆ) பூச்சி
இ) நத்தை
ஈ) பெரிப்பேட்டஸ்

37. **ஹீமோகுளோபின் என்பது என்ன?**
அ) இரும்புச் சத்துள்ள ஒரு வண்ண பொருள்
ஆ) தாமிரம் உள்ள ஒரு வண்ண பொருள்
இ) மக்னீசியம் உள்ள ஒரு வண்ண பொருள்
ஈ) கால்சியம் உள்ள ஒரு வண்ண பொருள்

26. அ 27. ஆ 28. அ 29. அ 30. இ 31. இ 32. ஆ 33. இ 34. இ 35. ஆ
36. ஆ 37. அ

38. மினாமட்டா நோய் உண்டாவதற்குக் காரணம் யாது?
அ) கால்சியம் குறைவு
ஆ) மக்னீசியம் குறைவு
இ) பாதரஸம் குறைவு
ஈ) குளோரைடு குறைவு

39. உடலின் வெப்பநிலையை சீராக வைப்பது எது?
அ) இரத்த ஓட்ட மண்டலம்
ஆ) சுவாச மண்டலம்
இ) எலும்பு மண்டலம்
ஈ) தசை மண்டலம்

40. சிவப்பு இரத்த அணுக்கள் குறைவதால் உண்டாகும் நோய் எது?
அ) அனீமியா
ஆ) டைபாய்டு
இ) மஞ்சள் காமாலை
ஈ) தொண்டைக்கட்டு

41. சிறுநீரில் வெளியேற்றப்படும் உணவுப் பொருள் எது?
அ) சர்க்கரைப் பொருள்
ஆ) கிரியேடின்
இ) புரதப் பொருள்
ஈ) கொழுப்புப் பொருள்

42. பாக்டீரியோபேஜ் என்பது .... ஆகும்
அ) இறந்த திசுக்களில் வசிக்கும் ஒரு பாக்டீரியா
ஆ) பாக்டீரியாவைத் தாக்கி அழிக்கும் ஒரு வைரஸ்
இ) வைரஸுடன் சண்டையிடும் ஒரு பாக்டீரியா
ஈ) ஒரு நீலப் பச்சை பாசி

43. அதிக அளவில் ஆல்கஹால் உட்கொள்வதால் பாதிக்கப்படும் உறுப்பு எது?
அ) கல்லீரல் ஆ) சிறுநீரகம்
இ) இருதயம் ஈ) நுரையீரல்

44. மனித உடலில் உள்ள எலும்புகளில் எண்ணிக்கை எவ்வளவு?
அ) 206 ஆ) 208
இ) 210 ஈ) 212

45. சுவாசம், இரத்த ஓட்ட மண்டலம் போன்றவற்றை கட்டுப்படுத்துவது எது?
அ) முகுளம்
ஆ) சிறுமூளை
இ) அனிச்சை செயல்
ஈ) டியூராமேட்டர்

46. மெட்டாசோவாக்கள் என்பவை .... விலங்குகளாகும்.
அ) ஒரு செல்
ஆ) பலசெல்
இ) இரு செல்
ஈ) உட்கருவற்ற பல செல்

47. மலேரியா நோய்க்கான மருந்து எந்த மரத்திலிருந்து பெறப்படுகிறது?
அ) சின்கோனா ஆ) வேம்பு
இ) யுகலிப்டஸ் ஈ) தூதுவளை

48. செல் கொள்கையை வெளியிட்டவர் யார்?
அ) ஆண்டன் வான் லியுவன் ஹாக்
ஆ) கிரிகோர் ஜோகன் மெண்டல்
இ) டார்வின்
ஈ) ஷெல்டன் மற்றும் ஸ்வான்

49. செல்களின் அலகு யாது?
அ) மைக்ரான் ஆ) நானோ
இ) சென்டிமீட்டர் ஈ) ஆங்ஸ்ட்ராம்

50. செல்களின் சக்தி நிலையங்கள் எனப்படுவது எது?
அ) கோல்கை உறுப்புகள்
ஆ) சைட்டோ பிளாசம்
இ) மைட்டோகாண்டிரியா
ஈ) உட்கரு

51. கோல்கை உறுப்புகளின் அலகு யாது?
அ) நியூரான் ஆ) சிஸ்டர்னே
இ) நெப்ரான் ஈ) ஈஸ்டர்னே

38. இ 39. அ 40. அ 41. அ 42. ஆ 43. அ 44. அ 45. அ 46. ஆ 47. அ
48. ஈ 49. அ 50. இ 51. ஆ

52. 'ஆட்டோலைசிஸ்' [தன்னைத்தானே ஜீரணித்தல்] எங்கு நடைபெறுகின்றது?

அ) சைட்டோபிளாசம்
ஆ) மைட்டோகாண்ட்ரியா
இ) ரிபோசோம்
ஈ) லைசோசோம்

53. செல்லின் உட்கருவை கண்டறிந்தவர் யார்?

அ) எட்வர்டு ஜென்னர்
ஆ) ஆண்டன்வான் லியுவென்ஹாக்
இ) இராபர்ட் பிரவுன்
ஈ) டார்வின்

54. மனித உடலின் 'பல்தொழில் விற்பன்னர்' என்றழைக்கப்படும் உறுப்பு யாது?

அ) தோல் ஆ) இதயம்
இ) நுரையீரல் ஈ) கண்

55. மனிதனின் பல் எதனால் ஆனது?

அ) எனாமல்
ஆ) டென்டைன்
இ) சுண்ணாம்பு
ஈ) உயிரற்ற செல்கள்

56. பறவைகளின் முட்டைகள் .... என அழைக்கப்படுகின்றன.

அ) கிளிடாய்
ஆ) ஒவம்
இ) ஆஸ்டிரிச்
ஈ) வெண்ணிற முட்டைகள்

57. நீரில் கரையக்கூடிய வைட்டமின்கள் எவை?

அ) A, B, C, D
ஆ) A, D, K
இ) A, B, C, D, E
ஈ) A, D, E, K

58. உமிழ் நீரில் உள்ள நொதி யாது?

அ) குளுக்கோஸ்
ஆ) அமைலோஸ்
இ) பெப்சின்
ஈ) ரெனின்

59. இரைப்பையில் சுரக்கும் என்சைம்கள் யாவை?

அ) குளுக்கோஸ்
ஆ) அமைலோஸ்
இ) பெப்சின், ரெனின்
ஈ) பிரக்டோஸ்

60. உடலின் மிகப் பெரிய உள்ளுறுப்பு எது?

அ) கல்லீரல் ஆ) இதயம்
இ) மண்ணீரல் ஈ) கணையம்

61. பென்சிலின் என்ற மருந்து பிளமிங் என்பவரால் எந்த ஆண்டு கண்டுபிடிக்கப்பட்டது?

அ) 1929 ஆ) 1945
இ) 1842 ஈ) 1856

62. 'ஸ்ரெப்டோமைசின்' என்ற மருந்தைக் கண்டுபிடித்தவர் யார்?

அ) அலக்ஸாண்டர் பிளமிங்
ஆ) வாக்ஸ்மேன்
இ) மேடம் கியூரி
ஈ) ஷோக்லே

63. இரத்த ஓட்டம் யாரால் கண்டுபிடிக்கப்பட்டது?

அ) அலக்ஸாண்டர் பிளமிங்
ஆ) வில்லியம் ஹார்வி
இ) லூயிஸ்
ஈ) ஹோவ்

64. ஹோமியோபதி மருத்துவம் யாரால் உருவாக்கப்பட்டது?

அ) ஹான்மேன் ஆ) காக்ரெல்
இ) ஃஸிப்மேன் ஈ) தாமஸ் மூர்

65. 'பெரி பெரி' நோய் ஏற்படுவதின் காரணத்தைக் கண்டு பிடித்தவர் யார்?

அ) மாக்மில்லன் ஆ) ருடால்ஃப்
இ) ஐக்மன் ஈ) வாட்டர்மேன்

66. காலரா தடுப்பு மருந்து யாரால் கண்டுபிடிக்கப்பட்டது?

அ) ராபர்ட் காக் ஆ) ஹாஃப்மேன்
இ) லிஸ்டர் ஈ) புஷ்வெல்

52. ஈ 53. இ 54. அ 55. ஆ 56. அ 57. அ 58. ஈ 59. இ 60. அ 61. அ
62. ஆ 63. ஆ 64. அ 65. இ 66. அ

67. கார்டியோகிராம் என்னும் கருவி எதனைக் காண பயன்படுகிறது?
அ) மூளையின் அசைவுகள்
ஆ) இதயத்தின் அசைவுகள்
இ) இரத்த ஓட்டம்
ஈ) இரத்த அழுத்தம்

68. Encephalograph என்னும் கருவி எதனைக் கண்டறியப் பயன்படுத்தப்படுகிறது?
அ) மூளையின் அசைவுகள்
ஆ) இதயத்தின் அசைவுகள்
இ) இரத்த ஓட்டம்
ஈ) இவற்றில் எதுவுமில்லை

69. 'பிட்யூட்டரி' சுரப்பிகள் எங்குள்ளன?
அ) குடல்
ஆ) மூளையின் அடிப்பகுதி
இ) சிறுநீரகத்தின் மேல்புறம்
ஈ) கணையம்

70. நிமோனியா என்னும் நோய் எந்த உறுப்பை தாக்குகிறது?
அ) கல்லீரல் ஆ) மூளை
இ) நுரையீரல் ஈ) குடல்

71. டயலின் என்னும் என்ஸைம் கீழ்க்கண்டவற்றுள் எதில் அடங்கியுள்ளது?
அ) எச்சில் ஆ) பித்த நீர்
இ) இரத்தம் ஈ) உமிழ் நீர்

72. த்ராம்போஸிஸ் என்னும் நோய் கீழ்க்கண்டவற்றுள் எதனுடன் சம்பந்தப்பட்டது?
அ) இரத்தம் ஆ) தோல்
இ) பிட்யூட்டரி ஈ) எலும்பு

73. இன்சுலினைச் சுரக்கும் நாளமில்லாச் சுரப்பி எது?
அ) தைராய்டு
ஆ) கணையம்
இ) அட்ரீனல்
ஈ) மேற்கூறிய அனைத்தும்

74. பல் ஈறுகளில் ரத்தக்கசிவு எதன் குறைவால் ஏற்படுகிறது?
அ) வைட்டமின்–சி
ஆ) வைட்டமின்–பி
இ) வைட்டமின்–ஏ
ஈ) வைட்டமின்–கே

75. முன்கழுத்துக் கழலை நோய் எதன் குறைவால் ஏற்படுகிறது?
அ) அயோடின்
ஆ) தண்ணீர்
இ) வெள்ளை அணுக்கள்
ஈ) சிவப்பு அணுக்கள்

76. ரிக்கட்ஸ் என்னும் நோய் எந்த வைட்டமின் குறைவால் ஏற்படுகிறது?
அ) வைட்டமின் ஏ
ஆ) வைட்டமின் பி
இ) வைட்டமின் டி
ஈ) வைட்டமின் சி

77. மெனின்ஜைடிஸ் எந்த உறுப்பைத் தாக்குகிறது?
அ) மூளை ஆ) தோல்
இ) கண்கள் ஈ) காதுகள்

78. டிப்தீரியா என்னும் நோய் உடலின் எந்த பாகத்தைத் தாக்குகிறது?
அ) தொண்டை ஆ) நுரையீரல்
இ) காதுகள் ஈ) மூளை

79. மலேரியா என்னும் நோய் எவ்வாறு உண்டாகிறது?
அ) எலிகள் கடிப்பதனால்
ஆ) கொசுக்கள் கடிப்பதனால்
இ) ஈக்கள் திண்பண்டங்களில் மொய்ப்பதினால்
ஈ) இவை அனைத்தும்

80. ஆர்த்ரிடிஸ் என்னும் நோய் எந்தப் பகுதியை தாக்குகிறது?
அ) நுரையீரல்கள்
ஆ) இரண்டு மூட்டுகளின் இணைப்புகள்
இ) மூளை
ஈ) இதயம்

67. ஆ 68. அ 69. ஆ 70. இ 71. அ 72. அ 73. ஆ 74. அ 75. அ 76. இ
77. அ 78. அ 79. ஆ 80. ஆ

81. அஸ்டிக்மாட்டிஸம் என்னும் நோய் உடலின் எந்த பாகத்தைத் தாக்குகிறது?

அ) காதுகள் ஆ) கால்கள்
இ) கண்கள் ஈ) மூக்கு

82. பி.சி.ஜி. ஊசி மருந்து வழக்கமாக எந்த நோய் வராமல் தடுக்கப் பயன்படுகிறது?

அ) காசநோய்
ஆ) கான்சர்
இ) நாய்க்கடி நோய்
ஈ) வயிற்றுபோக்கு

83. காட்ராக்ட் என்னும் நோய் உடலின் எந்த பாகத்தைத் தாக்குகிறது?

அ) காதுகள் ஆ) கால்கள்
இ) கண்கள் ஈ) முதுகுஎலும்பு

84. ரேடியோ கோபால்ட் .... பயன்படுகிறது.

அ) தாவரங்கள் உட்கவரும் பாஸ்பரஸ் அளவை அறிய
ஆ) புற்று நோய் சிகிச்சையில்
இ) தாளின் தடிமனைக் கண்டறிய
ஈ) அணுவின் அமைப்பை அறிய

85. வெள்ளை அணுக்கள் எங்கு உற்பத்தி செய்யப்படுகின்றன?

அ) எலும்பு மஜ்ஜையில்
ஆ) நுரையீரலில்
இ) பிட்யூட்டரியில்
ஈ) கணையத்தில்

86. லூகேமியா என்னும் நோய் எதனால் ஏற்படுகிறது?

அ) இரத்தத்தில் வெள்ளை அணுக்கள் குறைவாக இருத்தல்
ஆ) இரத்தத்தில் சிவப்பு அணுக்கள் அதிகமாக இருத்தல்
இ) இரத்தத்தில் வெள்ளை அணுக்கள் அதிகமாக இருத்தல்
ஈ) இரத்தத்தில் சிவப்பு அணுக்கள் குறைவாக இருத்தல்

87. வைட்டமின்-ஏ அதிக அளவு காணப்படும் உணவுப் பொருள் எது?

அ) பால் ஆ) ஆப்பிள்
இ) தானியங்கள் ஈ) மீன்

88. டிராகோமா என்னும் நோய் உடலின் எந்த பாகத்தைத் தாக்குகிறது?

அ) காதுகள் ஆ) கால்கள்
இ) கண்கள் ஈ) கைகள்

89. வைட்டமின்-பி சத்து கீழ்க்கண்டவற்றுள் எந்த உணவுப் பொருளில் அதிக அளவு காணப்படுகிறது?

அ) பால் ஆ) ஆப்பிள்
இ) தானியங்கள் ஈ) முட்டை

90. வைட்டமின்-சி அதிக அளவு காணப்படும் உணவுப் பொருள் எது?

அ) பால் ஆ) ஆப்பிள்
இ) எலுமிச்சை ஈ) தேங்காய்

91. ஊசியால் எந்த நோயையும் குணப்படுத்தும் சீன முறைக்கு என்ன பெயர்?

அ) நியோதரபி
ஆ) அக்குபங்ச்சர்
இ) த்ராம்போஸிஸ்
ஈ) ஹோமியோபதி

92. மீன் எதனால் சுவாசிக்கிறது?

அ) செதில் ஆ) வாய்
இ) உடல் ஈ) இதயம்

93. மனித உடலில் உள்ள மிகப் பெரிய சுரப்பி எது?

அ) பிட்யூட்டரி ஆ) அட்ரினல்
இ) கல்லீரல் ஈ) பித்த நீர்

94. இளம்பிள்ளை வாத தடுப்பு மருந்து கண்டுபிடித்தவர்

அ) ஜோனஸ் சால்க்
ஆ) ஜே.ஸி. போஸ்
இ) மைக்கேல் ஜோ
ஈ) ஹட்சின்சன்

81. இ 82. அ 83. இ 84. ஆ 85. அ 86. இ 87. அ 88. இ 89. ஆ 90. இ
91. ஆ 92. அ 93. இ 94. ஈ

95. வகைப்பாட்டியலின் தந்தை எனப்படுபவர் யார்?
 அ) காரோல் லின்னேயஸ்
 ஆ) கிரிகோர் ஜோகன் மெண்டல்
 இ) வில்லியம் ஹார்வி
 ஈ) அரிஸ்டாட்டில்

96. மருந்துகளின் ராணி எனப்படும் மருந்து எது?
 அ) சின்னம்மை தடுப்பு மருந்து
 ஆ) ரேபிஸ் தடுப்பு மருந்து
 இ) போலியோ தடுப்பு மருந்து
 ஈ) பெனிசிலின்

97. COLD என்பதன் பொருள் யாது?
 அ) Chronic Obstructive Lung Disease
 ஆ) Chromo Obstacle Lung Disease
 இ) Chronological Obstructive Lung Disease
 ஈ) Cow Oriented Lung Disease

98. உடல் நலமுள்ள ஒருவரின் சராசரி இரத்த அழுத்த அளவு யாது?
 அ) 120/100 mm Hg
 ஆ) 90/120 mm Hg
 இ) 100/120 mm Hg
 ஈ) 120/80 mm Hg

99. எய்ட்ஸ் நோயை உறுதிபடுத்தும் சோதனை எது?
 அ) ELISA
 ஆ) ஆஞ்சியோ
 இ) EEG
 ஈ) வெஸ்டர்ன் பிளாட்

100. எண்ணெய்க் கசிவுகளை சுத்தப்படுத்த ஆனந்த சக்கரவர்த்தி என்பவரால் உருவாக்கப்பட்ட பாக்டீரியம் எது?
 அ) பாக்டீரியா பேஜ்
 ஆ) ரைசோபியம்
 இ) சூடோமோனஸ்
 ஈ) ரெட்ரோ பாக்டீரியம்

---

95. அ 96. ஈ 97. அ 98. ஈ 99. ஈ 100. இ

இந்திய அரசியலமைப்பு

1. **இந்திய அரசியலமைப்பு நிர்ணய சபையின் முதல் கூட்டத்தில் தற்காலிகத் தலைவராகப் பொறுப்பு வகித்தவர்**
   அ) சச்சிதானந்த சின்ஹா
   ஆ) இராஜேந்திரபிரசாத்
   இ) G.V. மவ்லாங்கர்
   ஈ) ஜவஹர்லால் நேரு

2. **1946, நவம்பர் மாதம் அமைக்கப்பட்ட இந்திய அரசியல் நிர்ணய சபை, பின்வரும் எந்த தூதுக்குழுவின் திட்டப்படி அமைக்கப்பட்டது?**
   அ) கிரிப்ஸ் தூதுக்குழு
   ஆ) அமைச்சரவைத் தூதுக்குழு
   இ) சைமன் தூதுக்குழு
   ஈ) மாண்டேகு–செம்ஸ்போர்டு தூதுக்குழு

3. **அரசியலமைப்பு நிர்ணய சபையின் உறுப்பினர்கள் எவ்வாறு தேர்ந்தெடுக்கப்பட்டனர் ?**
   அ) விகிதப் பிரதிநிதித்துவ தேர்தல் மூலம்
   ஆ) நியமனம் மூலம்
   இ) ஆங்கிலோ இந்தியப் பகுதிகளில் தெரிவு (அ)–வின் படியும், மன்னராட்சிப் பகுதிகளில் தெரிவு (ஆ)–வின் படியும்
   ஈ) ஒட்டுமொத்தமாக தெரிவு(அ)–வின் படி

4. **பின்வருவனவற்றுள் டிசம்பர் 9, 1946-இல் நடைபெற்ற முதல் அரசியலமைப்பு நிர்ணய சபைக் கூட்டத்தை புறக்கணித்த கட்சி எது?**
   அ) பார்வார்டு பிளாக்
   ஆ) சுயராஜ்ஜிய கட்சி
   இ) முஸ்லிம் லீக்
   ஈ) சிரோன்மணி அகாலிதளம்

5. **'உங்களுக்கான அரசியலமைப்புச் சட்டத்தை உங்களாலேயே உருவாக்க முடியுமா' என இந்தியர்களுக்கு சவால் விட்ட ஆங்கிலேயர் யார்?**
   அ) பிரிக்கென் பிரபு
   ஆ) கர்சன் பிரபு
   இ) க்ளெமெண்ட் அட்லி
   ஈ) வின்ஸ்டன் சர்ச்சில்

6. **இந்திய அரசியலமைப்பு நிர்ணய சபையின் துணைத் தலைவராகப் பொறுப்பு வகித்தவர்**
   அ) சச்சிதானந்த சின்ஹா
   ஆ) H.C. முகர்ஜி
   இ) G.V. மவ்லாங்கர்
   ஈ) ஜவஹர்லால் நேரு

7. **இந்திய அரசியலமைப்பு நிர்ணய சபையின் சட்ட ஆலோசகர் யார்?**
   அ) B.R. அம்பேத்கர்
   ஆ) விஸ்வேசுவரய்யா
   இ) M.N. ராய்
   ஈ) மவுண்ட்பேட்டன்

8. **இந்திய அரசியலமைப்புச் சட்ட முகவுரையின் அடிப்படையான குறிக்கோள் தீர்மானம், டிசம்பர் 13, 1946-இல் கீழ்க்கண்ட யாரால் கொண்டுவரப்பட்டது?**
   அ) ஜவஹர்லால் நேரு
   ஆ) B.R. அம்பேத்கர்
   இ) M.N. ராய்
   ஈ) இராஜேந்திர பிரசாத்

9. **இந்திய அரசியல் நிர்ணய சபையே சுதந்திர இந்தியாவின் முதல் பாராளுமன்றமாகவும் செயல்பட்டது. அதன் தலைவராகத் திகழ்ந்தவர் யார்?**
   அ) இராஜேந்திர பிரசாத்
   ஆ) G.V. மவ்லாங்கர்
   இ) *H.C.* முகர்ஜி
   ஈ) B.R. அம்பேத்கர்

1. அ 2. ஆ 3. இ 4. இ 5. அ 6. ஆ 7. இ 8. அ 9. ஆ

10. B.R. அம்பேத்கர் தலைவராகத் திகழ்ந்த இந்திய அரசியலமைப்பு வரைவுக்குழு எந்த ஆண்டு அமைக்கப்பட்டது?
   அ) 1946   ஆ) 1947
   இ) 1948   ஈ) 1949

11. இந்திய தேசியக் கொடி அரசியலமைப்பு நிர்ணய சபையால் எப்போது ஏற்றுக் கொள்ளப்பட்டது?
   அ) ஜூலை 22, 1947
   ஆ) ஜனவரி 24, 1950
   இ) ஆகஸ்ட் 15, 1947
   ஈ) ஜனவரி 26, 1956

12. 2 ஆண்டுகள் 11 மாதங்கள் மற்றும் 18 நாட்கள் செயல்பட்ட அரசியல் நிர்ணய சபையின் கூட்டம் எத்தனை முறை கூடியது?
   அ) 10   ஆ) 64
   இ) 11   ஈ) 65

13. அரசியல் நிர்ணய சபையின் நற்சாட்சிக் குழுவின் - (Credential) தலைவர் யார்?
   அ) அல்லாடி கிருஷ்ணசாமி அய்யர்
   ஆ) இராஜேந்திர பிரசாத்
   இ) அனுக்ரஹ நாராயண் சின்ஹா
   ஈ) K.M. முன்ஷி

14. அரசியலமைப்பு நிர்ணய சபையின் பின்வரும் எந்தக் குழுவிற்கு/ குழுக்களுக்கு ஜவஹர்லால் நேரு தலைமை வகித்தார்?
   அ) மாநிலங்கள் குழு, மத்திய அதிகாரங்கள் குழு, மத்திய அரசியலமைப்பு குழு
   ஆ) அடிப்படை உரிமைகள் குழு, மத்திய அதிகாரங்கள் குழு, மத்திய அரசியலமைப்பு குழு
   இ) சிறுபான்மையினர் குழு, மத்திய அதிகாரங்கள் குழு, மத்திய அரசியலமைப்பு குழு
   ஈ) அலுவல் குழு, மத்திய அதிகாரங்கள் குழு, மத்திய அரசியலமைப்பு குழு

15. நாடாளுமன்ற அரசு, ஒற்றைக் குடியுரிமை, கேபினெட் முறை, ஈரங்க சட்டசபை போன்றவை பின்வரும் எந்த நாட்டின் அரசியலமைப்பு முறையிலிருந்து பெறப்பட்டது?
   அ) அமெரிக்கா   ஆ) அயர்லாந்து
   இ) கனடா   ஈ) இங்கிலாந்து

16. இந்திய அரசியலமைப்பு சாசனப் பிரிவு 356-இன் படி, மத்திய அரசு பெறும் சிறப்பு அதிகாரம் யாது?
   அ) மாநில அரசுகளை கலைக்கும் அதிகாரம்
   ஆ) தேசிய நெருக்கடியை அமலாக்கும் அதிகாரம்
   இ) பொருளாதார நெருக்கடியை அமலாக்கும் அதிகாரம்
   ஈ) உச்சநீதிமன்ற தலைமை நீதிபதியை நீக்கும் அதிகாரம்

17. இந்திய அரசியலமைப்பு சட்டத்தின் பகுதி-I (பிரிவு 1 முதல் 4 வரை) பின்வரும் எதனை வரையறுக்கிறது?
   அ) குடியுரிமை
   ஆ) ஒன்றியம் (நாடு) மற்றும் அதன் ஆட்சி எல்லை
   இ) அடிப்படை உரிமைகள்
   ஈ) அடிப்படைக் கடமைகள்

18. இந்திய அரசியலமைப்புச் சட்டத்தின் மூன்றாவது அட்டவணை பின்வரும் எதைப் பற்றியது?
   அ) பதவிப்பிரமாண உறுதிமொழிகள்
   ஆ) ஊதியம்
   இ) சிறப்புப் பகுதிகள்
   ஈ) ஆட்சிமொழிகள்

19. 1985-ஆம் ஆண்டு கொண்டுவரப்பட்ட 42-ஆவது அரசியல் சட்டதிருத்தம் மூலம் அரசியல் சாசனத்தில் சேர்க்கப்பட்ட 10-ஆவது அட்டவணை எதைப்பற்றியது?

---

10. ஆ   11. அ   12. இ   13. அ   14. அ   15. ஈ   16. அ   17. ஆ   18. அ   19. அ

அ) கட்சித்தாவல் தடைச்சட்டம்
ஆ) ஆட்சிமொழிகள்
இ) ஊராட்சி அமைப்புகள்
ஈ) நகராட்சி அமைப்புகள்

20. பின்வருவனவற்றுள் மொழிவாரி மாநிலங்கள் அமைப்பது குறித்து ஆராய 1948-ஆம் ஆண்டு அமைக்கப்பட்ட முதல் குழு எது?
அ) J.V.P. குழு
ஆ) S.K. தார்குழு
இ) பசல் அலி குழு
ஈ) டி.டி. கிருஷ்ணமாச்சாரி குழு

21. பின்வருவனவற்றுள் மாநில மறுசீரமைப்பு சட்டம் 1956-இன்படி, பிரிக்கப்படாத இந்திய மாநிலம் எது?
அ) குஜராத்
ஆ) ஆந்திரப்பிரதேசம்
இ) பீகார்
ஈ) ஹரியானா

22. பின்வரும் எந்த ஒன்றின் மூலம் இந்தியக் குடியுரிமையைப் பெற இயலாது?
அ) மரபு வழி
ஆ) வேண்டுகோள் மூலம்
இ) புதிய நிலப் பகுதிகள் இணைப்பு
ஈ) வேலைவாய்ப்பு

23. இந்திய அரசியலமைப்பின் மகா சாசனம் (Magna Carta of India) எனப்படுவது
அ) பகுதி – III ஆ) பகுதி – IV
இ) பகுதி – I ஈ) பகுதி – X

24. அரசியலமைப்பு வழங்கியுள்ள சுதந்திர உரிமை (பிரிவு 19) பின்வரும் எந்த சூழ்நிலையில் செயலிழக்கும்?
அ) தேசிய நெருக்கடி நிலை
ஆ) இயற்கைப் பேரிடர்களின் போது
இ) பொருளாதார நெருக்கடி நிலை
ஈ) இது எப்போதும் செயலிழக்காது

25. 1976-ஆம் ஆண்டு உருவாக்கப்பட்ட 'ஸ்வரண் சிங்' தலைமையிலான கமிட்டி எதைப் பற்றியதாகும்?
அ) அடிப்படை உரிமைகள்
ஆ) அடிப்படைக் கடமைகள்
இ) நெறிமுறைக் கோட்பாடுகள்
ஈ) அ மற்றும் ஆ

26. இந்திய அரசியலமைப்பு சட்டப்பிரிவு 123, இந்தியக் குடியரசுத் தலைவருக்கு பின்வரும் எந்தவொரு அதிகாரத்தை வழங்குகிறது?
அ) நெருக்கடி நிலை
ஆ) அவசரகாலச் சட்டம்
இ) மன்னிக்கும் அதிகாரம்
ஈ) இராணுவ அதிகாரம்

27. அரசியலமைப்புச் சாசனத்தின் பகுதி 4-இல் ஷரத்து 36 முதல் 51 வரை இடம் பெற்றுள்ள அரசுக் கொள்கைகளை நெறிப்படுத்தும் கோட்பாடுகள் எந்த நாட்டின் அரசியலமைப்பிலிருந்து எடுக்கப்பட்டது?
அ) இங்கிலாந்து
ஆ) அயர்லாந்து
இ) ஆஸ்திரேலியா
ஈ) இரஷ்யா

28. மதச்சார்பின்மை (Secularism) என்றால் என்ன?
அ) ஒரு மாநிலத்திற்கு ஒரு குறிப்பிட்ட மதம்
ஆ) எல்லா மதங்களுக்கும் சம உரிமை அளித்தல்
இ) மதம் கிடையாது
ஈ) இந்து மதம்

29. எல்லோருக்கும் வேலைவாய்ப்பு என்னும் கொள்கை எந்த உரிமைகளின் கீழ் அமைகிறது?
அ) மக்களது அடிப்படை உரிமைகள்
ஆ) சமூக, பொருளாதார உரிமைகள்
இ) மேற்குறிப்பிட்ட இரண்டுமே கிடையாது
ஈ) மேற்குறிப்பிட்ட இரண்டுமே

20. ஆ 21. ஆ 22. ஈ 23. அ 24. அ 25. ஆ 26. ஆ 27. ஆ 28. ஆ 29. ஆ

30. நமது அரசியல் சட்டத்தின் முகவுரை (Preamble) வலியுறுத்துவது யாது?

அ) மதச்சார்புள்ள நாடாக (Theocratic State) இயங்குவது

ஆ) இறையாண்மை மிக்க வாய்ந்த சமுதாய நலம் பேணும் மதச் சார்பற்ற குடியரசு நாடாக இயங்குவது

இ) மதச் சார்பற்ற குடியரசு நாடாக இயங்குவது

ஈ) குடியரசு நாடாக இயங்குவது

31. பின்வருவனவற்றுள் அரசு நெறிமுறைக் கோட்பாட்டிற்குள் (Directive Principles of State Policy) இல்லாதது எது?

அ) ஆண், பெண் இருபாலாருக்கும் சம வேலை வாய்ப்பு, வேலை வாய்ப்புக்கேற்ற சம ஊதியம் வழங்கல்

ஆ) மதுவிலக்கைத் தீவிரப்படுத்துதல்

இ) விபச்சாரத்தை ஒழித்தல்

ஈ) உலக நாடுகளுக்கிடையே அமைதியை நிலைநாட்டல்

32. அடிப்படைக் கடமைகளைப் பற்றி கொடுக்கப்பட்டுள்ள கருத்துகளை ஆராய்க.

1. இது அரசியலமைப்பின் உருவாக்கத்தின் போது வரையறுக்கப்படவில்லை. 1976-ஆம் ஆண்டு அமைக்கப்பட்ட ஸ்வரண்சிங் கமிட்டியின் பரிந்துரையின் படி அரசியலமைப்பு சட்டத்தில் சேர்க்கப்பட்டது.
2. தற்போது அடிப்படைக் கடமைகளின் மொத்த எண்ணிக்கை – 11
3. இக்கடமைகள் இந்தியக் குடிமக்களுக்கு மட்டுமே பொருந்தும். இந்தியாவில் உள்ள அயல் நாட்டவருக்கு பொருந்தாது.
4. அரசியலமைப்பிற்கு கீழ்ப்படிதல், பொதுத்தேர்தல்களில் வாக்களித்தல், பொதுச் சொத்தை பாதுகாத்தல் போன்றவை அடிப்படைக் கடமைகளில் சில.

சரியான விடையளி :

அ) அனைத்தும் சரி

ஆ) 1, 2, 4 மட்டும் சரி

இ) 1, 2, 3, மட்டும் சரி

ஈ) 1, 3, 4, மட்டும் சரி

33. அரசியலமைப்புச் சட்டம் பகுதி-IV, ஷரத்து 36-51 வரை குறிப்பிடப்பட்டிருக்கும் நெறிமுறைக் கோட்பாடுகளைப் பற்றிய பின்வரும் கருத்துகளில் எது தவறு?

அ) இது நாட்டின் பொருளாதார மற்றும் சமூக மக்களாட்சி கோட்பாட்டை நிலை நிறுத்துகிறது.

ஆ) இவற்றை நீதிமன்றங்கள் மூலம் நிலை நாட்டமுடியாது.

இ) இவற்றை செயல்படுத்த தனியாக சட்டங்கள் தேவையில்லை ஏனெனில் இவை தன்னிச்சையாகவே செயல்படும்.

ஈ) அரசாங்கத்தின் அனைத்து கொள்கைகளும் சட்டங்களும் இதன் இலட்சியத்தை பூர்த்தி செய்யும் வண்ணம் இருக்க வேண்டும்.

34. கீழ்காண்பவற்றில் இந்திய அரசுச் சட்டம் - 1935லிருந்து இந்திய அரசியலமைப்பு சாசனத்திற்கு பெறப்பட்ட அம்சங்கள் யாவை?

30. ஆ 31. இ 32. இ 33. இ

அ) கூட்டரசு முறை, ஆளுநர் அலுவல், நீதித்துறை, அவசர காலத் திட்டங்கள், பொதுத்தேர்வு ஆணையங்கள்

ஆ) நாடாளுமன்ற கூட்டமர்வு முறை, பொதுப்பட்டியல் குடியரசுத் தலைவர் தேர்தல் முறை

இ) கேபினெட் முறை, தனியுரிமை நீதிப்பேராணை, ஈரங்க சட்டசபை.

ஈ) இந்திய அரசுச் சட்டம் – 1935–லிருந்து எந்த அம்சமும் பெறப்படவில்லை.

35. மத்திய - மாநில அரசுகளுக்கிடையேயான அதிகாரப் பகிர்வு பின்வரும் எந்த ஒன்றிலிருந்து பெறப்பட்டது?

அ) மிண்டோ–மார்லி சீர்திருத்தம் – 1909

ஆ) மாண்டேகு – செம்ஸ்போர்டு சட்டம் – 1919

இ) இந்திய அரசுச் சட்டம் – 1935

ஈ) இந்திய அரசுச் சட்டம் – 1858

36. ஜனவரி 26, 1950 அன்று இந்திய அரசியலமைப்பு சாசனம் பின்வரும் எதனால் / எவரால் ஏற்றுக் கொள்ளப்பட்டது?

அ) பாராளுமன்றம்

ஆ) இந்தியக் குடிமக்கள்

இ) அரசியலமைப்பு நிர்ணயக்குழு

ஈ) இந்திய அரசு

37. பின்வரும் எந்தக் கட்சிகள் அம்பேத்கரால் தோற்றுவிக்கப்பட்டன?

1. விவசாயிகள் மற்றும் உழைப்பாளர் கட்சி (இந்திய)
2. அனைத்திந்தியப் பட்டியல் இனத்தவர் கூட்டமைப்பு
3. சுதந்திர தொழிலாளர் கட்சி

சரியான விடையளி :

அ) 1 மற்றும் 2 மட்டும்

ஆ) 2 மற்றும் 3 மட்டும்

இ) 1 மற்றும் 3 மட்டும்

ஈ) 1, 2, 3

38. அரசியலமைப்பில் கூறப்பட்டுள்ள பொருளாதார நீதி (Economic Justice) எனும் கருத்தானது இந்திய அரசியலமைப்பில் பின்வரும் எங்கு குறிப்பிடப்பட்டுள்ளது?

அ) முகப்புரை மற்றும் அடிப்படை உரிமைகள்

ஆ) முகப்புரை மற்றும் வழிகாட்டும் நெறிமுறைகள்

இ) அடிப்படை உரிமைகள் வழிகாட்டும் நெறிமுறைகள்

ஈ) மேற்கண்ட எதுவுமல்ல

39. அரசியலமைப்புச் சட்டப்படி பின்வருவனவற்றில் அரசு நிர்வாகத்தில் அடிப்படையானவை எவை?

அ) அடிப்படைக் கடமைகள்

ஆ) அடிப்படை உரிமைகள்

இ) வழிகாட்டும் நெறிமுறைகள்

ஈ) அ மற்றும் ஆ

40. டாக்டர் அம்பேத்கர் அவர்களால் 'இந்திய அரசியலமைப்பின் இதயம் மற்றும் ஆன்மா' என்று வர்ணிக்கப்பட்டது எது?

அ) சமத்துவ உரிமை

ஆ) தீண்டாமைக்கெதிரான உரிமை

இ) அரசியலமைப்பின்படி தீர்வு

ஈ) அரசியலமைப்பின் முகப்புரை

41. அரசிலமைப்பு சாசனத்தின் பகுதி-1 (Part-I)இன் படி இந்தியா எவ்வாறு வரையறுக்கப்படுகிறது?

அ) இந்தியா அதாவது பாரதமானது பல்வேறு மாநிலங்களடங்கிய ஒன்றியம்

ஆ) இந்தியா அதாவது பாரதமானது 28 மாநிலங்களையும் 8 யூனியன் பிரதேசங்களையும் உள்ளடக்கியது.

இ) இந்தியா அதாவது பாரதமானது ஓர் இறையாண்மை பொருந்திய மதச்சார்பற்ற சமதர்ம ஜனநாயக நாடு

ஈ) அ மற்றும் ஆ

34. அ 35. இ 36. ஆ 37. ஆ 38. ஆ 39. ஈ 40. இ 41. ஈ

42. தவறான இணையத் தேர்ந்தெடு.

1) Mandamus – செயலுறுத்தும் நீதிப்பேராணை

2) Certiorari – நெறியுறுத்தும் நீதிப்பேராணை

3) Prohibition – தடையுறுத்தும் நீதிப்பேராணை

4) Quo Warranto – ஆட்கொணர்வு நீதிப்பேராணை

சரியான விடையளி :

அ) 1 ஆ) 2

இ) 3 ஈ) 4

43. இந்திய அரசியல் சாசனத்தின் ஏழாவது அட்டவணையில் குறிப்பிடப்பட்டுள்ள மத்திய-மாநில அரசுகளுக்கிடையிலான அதிகாரப் பகிர்வின்படி தற்போது,

1. மத்தியப் பட்டியலில் – 100 துறைகள்

2. மாநிலப் பட்டியலில் – 62 துறைகள்

3. பொதுப்பட்டியலில்– 52 துறைகள் உள்ளன.

சரியான விடையளி :

அ) 1, 3 சரி

ஆ) 2, 3 சரி

இ) 1, 2, 3 சரி

ஈ) அனைத்தும் தவறு

44. பின்வரும் எந்த ஒன்று இந்திய அரசியலமைப்பின் சிறப்புக் கூறு அல்ல?

1. பல்வேறு மூலங்களிலிருந்து பெறப்பட்ட உலகின் நீண்ட, எழுதப்பட்ட அரசியலமைப்பு

2. நெகிழும் மற்றும் நெகிழாத் தன்மை

3. நாடாளுமன்ற இறையாண்மை, ஒருங்கிணைந்த நீதித்துறை

4. குடியரசுத் தலைவர் தலைமையிலான அரசு

சரியான விடையளி :

அ) 3 ஆ) 4

இ) 1 ஈ) 2

45. 86-ஆவது சட்டத்திருத்தம் வாயிலாக 2002-ஆம் ஆண்டு புதிதாக சேர்க்கப்பட்ட அம்சம் எது?

அ) இயற்கைச் சூழலையும் உயிரினங்களையும் பாதுகாத்தல்

ஆ) பெண்களின் கண்ணியத்தை காத்தல்

இ) நாட்டின் முன்னேற்றத்திற்கு பாடுபடல்

ஈ) 14 வயதிற்குட்பட்ட குழந்தைகளுக்கு கல்வி கற்பதற்கான வாய்ப்பை உருவாக்குதல்.

46. இந்திய அரசியலமைப்பின் படி கூட்டாட்சி முறையில் இந்தியா பின்வரும் எந்த நாட்டை பின்பற்றுகிறது?

அ) அமெரிக்க ஐக்கிய நாடுகள்

ஆ) கனடா

இ) இங்கிலாந்து

ஈ) இரஷ்யா

47. இந்திய அரசியலமைப்பு சாசனம் பகுதி-I (பிரிவு-3)-இன் படி ஒரு மாநிலத்தின் எல்லையை மாற்றியமைக்கும் அதிகாரம் பின்வரும் யாருக்கு உண்டு?

அ) குடியரசுத் தலைவர் & ஆளுநர்

ஆ) மாநில முதல்வர்

இ) பிரதமர் & குடியரசுத் தலைவர்

ஈ) நாடாளுமன்றம்

48. அரசியலமைப்பு சாசனத்தின்படி பின்வருவனவற்றுள் எது தவறு?

42. ஈ 43. இ 44. ஆ 45. ஈ 46. ஆ 47. ஈ

அ) அமைதி காலங்களில் கூட்டாட்சி தத்துவம், நெருக்கடி காலங்களில் ஒற்றையாட்சி தத்துவம்

ஆ) உச்சநீதிமன்றத்தின் தலைமையில் ஒருங்கிணைக்கப்பட்ட நீதித்துறை

இ) மத்திய அரசை கலைக்கும் அதிகாரம், ஷரத்து 356-இன்படி மாநில அரசுகளுக்கு வழங்கப்பட்டுள்ளது.

ஈ) அரசியல் சாசனத்தை மாற்றம் செய்யும் அதிகாரம் மாநிலங்களுக்கு வழங்கப்படாமை.

49. பிரவேசி பாரதீய திவாஸ் திட்டம் பற்றிய பின்வரும் கருத்துகளில் எது/எவை தவறு?

அ) இத்திட்டம் வெளிநாடு வாழ் இந்தியர்களுக்கு (NRI) தற்காலிகக் குடியுரிமையை வழங்குகிறது.

ஆ) இது இந்தியக் குடியுரிமை சட்டம் - 2003-இன் படி கொண்டுவரப்பட்டது.

இ) இத்திட்டம் பாகிஸ்தான் மற்றும் வங்கதேசத்திற்கு பொருந்தாது

ஈ) இதன் மூலம் வெளிநாடு வாழ் இந்தியர்கள் இந்திய அரசுப்பணிகளில் சேரலாம். தேர்தல்களில் வாக்களிக்கலாம், நிரந்தரமாக இந்தியாவில் தங்கலாம்.

50. அரசியலமைப்புச் சாசனத்தின் ஆறாவது அட்டவணை பின்வரும் எந்த மாநிலங்களில் செல்லும்?

அ) அஸ்ஸாம், நாகாலாந்து, திரிபுரா,

ஆ) அஸ்ஸாம், மேகாலாயா, திரிபுரா, மிசோரம்

இ) அஸ்ஸாம், நாகாந்து, திரிபுரா, மிசோரம்

ஈ) அ மட்டும் ஆ மட்டும்

51. 14 வயதிற்குட்பட்டோருக்கு இலவச மற்றும் கட்டாயக் கல்வி என்பது இந்திய அரசியலமைப்பில் பின்வரும் எந்தப் பகுதியின் கீழ் வரையறுக்கப்பட்டுள்ளது?

அ) அடிப்படை உரிமைகள்

ஆ) அடிப்படைக் கடமைகள்

இ) நெறிமுறைக் கோட்பாடுகள்

ஈ) இலவச மற்றும் கட்டாயக் கல்வி என்பது அரசியலமைப்பில் வலியுறுத்தப்படவில்லை

52. பின்வருபவர்களுள், ஜனவரி 26, 1950-இல் நடைமுறைக்கு வந்த இந்திய அரசியலமைப்புச் சட்டத்தின் முதல் நகலைத் தயாரித்தவர் யார்?

அ) பி.ஆர். அம்பேத்கர்

ஆ) இராஜகோபாலச்சாரியார்

இ) ஜவஹர்லால் நேரு

ஈ) விஜயராகவாச்சாரியார்

53. பின்வரும் எந்த அம்சம் இந்திய அரசியலமைப்பு நடைமுறைப்படுத்தப்படுவதற்கு முன்பிருந்தே செயல்பாட்டிலிருந்து வந்தது?

அ) அடிப்படை உரிமைகள்

ஆ) குடியுரிமை

இ) அடிப்படைக் கடமைகள்

ஈ) வயது வந்தோருக்கு வாக்குரிமை

54. இந்திய அரசியலமைப்பின் படி பின்வரும் எந்த அடிப்படை உரிமை குழந்தை தொழிலாளர் முறைக்கு எதிரானது?

அ) சமத்துவ உரிமை

ஆ) சுதந்திர உரிமை

இ) கல்வி உரிமை

ஈ) சுரண்டலுக்கெதிரான உரிமை

48. இ 49. ஈ 50. ஆ 51. அ 52. ஈ 53. ஆ 54. ஈ

55. கூற்று (A) : 2014-ஆம் ஆண்டு 29-ஆவது மாநிலமாக உருவாக்கப்பட்ட தெலுங்கானா 96-ஆவது அரசியல் சாசன திருத்தம் மூலம் உருவாக்கப்பட்டது.

காரணம் (R) : புதிய மாநில உருவாக்கம் என்பது அரசியல் சாசனத்தில் மாற்றம் ஏற்படுத்துவதன் மூலம் மேற்கொள்ளப்படும் ஒன்று

சரியான விடையளி :

அ) கூற்று (A)-விற்கு காரணம் (R) பொருத்தமானது.

ஆ) கூற்று (A)–விற்கு காரணம் (R) பொருத்தமானதல்ல.

இ) கூற்று (A) மட்டும் சரி.

ஈ) கூற்று (A)மற்றும் காரணம் (R) இரண்டும் தவறு.

56. இந்தியக் குடியுரிமைச் சட்டம் - 1955 காமன்வெல்த் குடியுரிமையையும் தன்னுள் கொண்டிருந்தது. இது பின்வரும் எந்தச் சட்டம் மூலம் நீக்கப்பட்டது?

அ) குடியுரிமை திருத்தச் சட்டம் – 1986

ஆ) குடியுரிமை திருத்தச் சட்டம் – 1992

இ) குடியுரிமை திருத்தச் சட்டம் – 2003

ஈ) குடியுரிமை திருத்தச் சட்டம் – 2005

57. அடிப்படை உரிமைகள் பற்றிய பின்வரும் கூற்றுகளில் எது / எவை சரி?

I. இவற்றின் மீது போதுமான கட்டுப்பாடுகளை விதிக்க அரசுக்கு அதிகாரம் உண்டு

II. இவை அரசின் தன்னிச்சையான நடவடிக்கைக்கு எதிரானவை

III. உச்சநீதிமன்றம் இவற்றை பாதுகாப்பதுடன் இவற்றிற்கு உத்திரவாதம் வழங்குகின்றது.

IV. இவை புனிதமானதோ அல்லது நிரந்தரமானதோ அன்று.

சரியான விடையளி :

அ) அனைத்தும் தவறு

ஆ) அனைத்தும் சரி

இ) II மற்றும் III சரி

ஈ) I, II மற்றும் III சரி

58. இந்திய அரசியலமைப்பு சட்டப்படி 22 மொழிகள் அங்கீகரிக்கப்பட்டுள்ளன. இவை பின்வரும் எந்த அட்டவணையின் கீழ் வரும்?

அ) ஆறாவது **ஆ)** மூன்றாவது

இ) எட்டாவது **ஈ)** முதலாவது

59. 1976-ஆம் ஆண்டு 42-ஆவது அரசியலமைப்பு சட்ட திருத்தம் மூலம் இந்திய அரசியலமைப்பின் முகவுரையில் சேர்க்கப்பட்ட சொற்கள்.

அ) இறையாண்மை (Sovereign) சமதர்மம் (Socialist)

ஆ) மக்களாட்சி (Democratic) ஒருமைப்பாடு (Unity)

இ) மதச்சார்பின்மை (Secular) சமதர்மம் (Socialist)

ஈ) சகோதரத்துவம் (Fraternity) சமத்துவம் (Equality)

60. 1973-ஆம் ஆண்டு உச்சநீதிமன்ற முகப்புரை இந்திய அரசியலமைப்பின் ஒரு பகுதியே எனத் பளித்தது. பின்வருவனவற்றில் இத்தீர்ப்புக்கான வழக்கு எது?

அ) பெருபாரி வழக்கு

ஆ) கேசவானந்த பாரதி வழக்கு

இ) கோலக்நாத் வழக்கு

ஈ) எல்.ஐ.சி. வழக்கு

55. ஈ 56. இ 57. ஆ 58. இ 59. இ 60. ஆ

சுராவின் ✱ பொது அறிவு வினா - விடை

61. இந்திய அரசியலமைப்பு சட்டத்தில் ஜெர்மன் அரசியலமைப்பு முறையிலிருந்து பெறப்பட்ட அம்சம் எது?

அ) நெருக்கடி காலத்தில் அடிப்படை உரிமைகளைத் தடைசெய்தல்
ஆ) அரசியலமைப்பு சட்டதிருத்தம்
இ) சமத்துவம், சகோதரத்துவம், குடியரசு, சுதந்திரக்குறிக்கோள்
ஈ) அடிப்படைக் கடமைகள்

62. அரசியலமைப்புச் சட்டப்படி பின்வருவனவற்றில் மாநில அரசுகள் பெறாத அதிகாரம் எது?

அ) அரசியலமைப்பு சாசனத்தை திருத்தும் உரிமை
ஆ) சட்டசபையைக் கூட்டும் உரிமை
இ) சட்ட இயற்றும் உரிமை
ஈ) நிதிநிலை அறிக்கையைத் தயாரிக்கும் உரிமை

63. நெருக்கடி நிலை குறித்த சட்ட வரைமுறைகளை விளக்கும் அரசியலமைப்பின் பகுதி எது?

அ) 18 ஆ) 17
இ) 16 ஈ) 15

64. இந்திய அரசியலமைப்பின் முதல் சட்ட திருத்தம் 1951-ஆம் ஆண்டு கொண்டுவரப்பட்டது. இது பின்வரும் எதற்கானது?

அ) 9 - ஆவது அட்டவணை இணைப்பு
ஆ) குடியரசுத் தலைவர் தேர்தல்
இ) பிரதமர் தேர்வு
ஈ) மேற்கண்ட எதுவுமில்லை

65. சுதந்திர இந்தியாவில் 1953-ஆம் ஆண்டு பிரிக்கப்பட்ட முதல் மொழிவாரி மாநிலம் எது?

அ) குஜராத்
ஆ) பீகார்
இ) ஆந்திரப் பிரதேசம்
ஈ) கேரளா

66. 1953 -ஆம் ஆண்டு அமைக்கப்பட்ட பசல் அலி குழு பின்வரும் எந்த சட்டத்துடன் தொடர்புடையது?

அ) மொழிவாரி மாநில சட்டம் - 1953
ஆ) மாநில மறுசீரமைப்பு சட்டம் - 1956
இ) மாகாண இணைப்பு சட்டம் - 1947
ஈ) அ மற்றும் இ

67. மாநில மறுசீரமைப்பு சட்டம் 1956-இன்படி பிரிக்கப்பட்ட முதல் இந்திய மாநிலம் எது?

அ) கேரளம்
ஆ) ஆந்திரப்பிரதேசம்
இ) பீகார்
ஈ) ஹரியானா

68. பின்வருவனவற்றுள் இந்திய அரசியலமைப்புப்படி அடிப்படை உரிமை அல்லாதது எது?

அ) சமத்துவ உரிமை
ஆ) சுதந்திர உரிமை
இ) சுரண்டலுக்கெதிரான உரிமை
ஈ) சொத்துரிமை

69. 1952-இல் அமைக்கப்பட்ட முதலாவது பிற்படுத்தப்பட்டோர் ஆணையம் கீழ்க்கண்ட யாருடைய தலைமையில் அமைக்கப்பட்டது?

அ) B.P. மண்டல்
ஆ) B.R. அம்பேத்கர்
இ) காகா கலேல்கர்
ஈ) விஜயராகவாச்சாரி

70. 1979-இல் அமைக்கப்பட்ட இரண்டாவது பிற்படுத்தப்பட்டோர் ஆணையம் கீழ்க்கண்ட யாருடைய ஆட்சிக் காலத்தில் அமைக்கப்பட்டது?

அ) இந்திராகாந்தி
ஆ) மொரார்ஜி தேசாய்
இ) சரண்சிங்
ஈ) ஏ.ஞ. சிங்

61. அ 62. அ 63. அ 64. அ 65. இ 66. ஆ 67. அ 68. ஈ 69. இ 70. இ

71. இந்தியாவில் முதன்முறையாக 1959-ஆம் ஆண்டு பின்வரும் எந்த மாநிலத்தில் குடியரசுத் தலைவர் ஆட்சி அமல்படுத்தப்பட்டது?

அ) பஞ்சாப்
ஆ) கேரளா
இ) உத்திரப்பிரதேசம்
ஈ) நாகாலாந்து

72. பின்வரும் எந்த மாநிலத்தில் அதிக முறை (9) குடியரசுத் தலைவர் ஆட்சி அமல்படுத்தப்பட்டுள்ளது?

அ) பஞ்சாப்
ஆ) கேரளா
இ) மேற்கு வங்காளம்
ஈ) நாகாலாந்து

73. இந்திய அரசியலமைப்பு இந்தியக் குடியரசுத் தலைவருக்கு பின்வரும் எந்தவொரு அதிகாரத்தை வழங்கவில்லை?

அ) நெருக்கடி நிலை
ஆ) அவசரகாலச் சட்டம்
இ) மரண தண்டனை விதிக்கும் அதிகாரம்
ஈ) இராணுவ அதிகாரம்

74. இந்திய குடியரசுத் தலைவர்களில் மிக அதிக அளவு வாக்குகளைப் பெற்று வெற்றி பெற்றவர் யார்?

அ) N. சஞ்சீவ ரெட்டி
ஆ) இராதாகிருஷ்ணன்
இ) இராஜேந்திர பிரசாத்
ஈ) A.P.J. அப்துல்கலாம்

75. துணைக் குடியரசுத் தலைவரை பின்வரும் எவர் தேர்ந்தெடுப்பர்?

அ) பாராளுமன்ற உறுப்பினர்கள்
ஆ) மாநிலசட்டமன்ற உறுப்பினர்கள்
இ) யூனியன் பிரதேச சட்டமன்ற உறுப்பினர்கள்
ஈ) தெரிவு (அ), (ஆ), (இ) – மூன்றும்

76. பின்வருபவர்களுள் இந்தியாவின் முதல் மக்களவைத் தலைவர் யார்?

அ) பல்ராம் ஜாகர்
ஆ) G.V. மவ்லாங்கர்
இ) P.A. சங்மா
ஈ) சோம்நாத் சாட்டர்ஜி

77. அரசியலமைப்புப்படி பின்வருவனவற்றுள் எது பாராளுமன்றத்தின் அங்கம் அல்ல?

அ) மக்களவை
ஆ) மாநிலங்களவை
இ) குடியரசுத் தலைவர்
ஈ) அமைச்சரவைக் குழு

78. அரசியலமைப்பு சட்டத்தின்படி இராஜ்ஜிய சபாவிற்கு அனுமதியளிக்கப்பட்ட அதிகபட்ச உறுப்பினர்களின் எண்ணிக்கை யாது?

அ) 245 **ஆ)** 250
இ) 545 **ஈ)** 552

79. இந்தியாவிற்கென ஒரு குடியரசுத் தலைவர் இருப்பார் இந்தியக் குடியரசுத் தலைவர் இந்தியாவின் முதல் குடிமகன் ஆவார். என்பதைக் குறிப்பிடும் அரசியலமைப்பு ஷரத்து ....

அ) ஷரத்து 55
ஆ) ஷரத்து 63
இ) ஷரத்து 62
ஈ) ஷரத்து 52

80. பின்வருபவர்களில் கட்சித்தாவல் தடைசட்டம் மூலம் மக்களால் தேர்ந்தெடுக்கப்பட்ட பிரதிநிதியை தகுதி இழப்பு செய்ய அதிகாரமற்றவர் யார்?

அ) குடியரசுத் தலைவர்
ஆ) மக்களவைத் தலைவர்
இ) மாநிலங்களவைத் தலைவர்
ஈ) தெரிவு (அ) மற்றும் (இ)

71. ஆ 72. அ 73. இ 74. இ 75. அ 76. ஆ 77. ஈ 78. ஆ 79. ஈ 80. இ

81. அரசியலமைப்பு சாசன ஷரத்து 93-இன் படி, தேர்ந்தெடுக்கப்படும் மக்களவை சபாநாயகர் பதவிக்கான தேர்தல் அறிவிப்பை வெளியிடுபவர் யார்?

அ) பிரதமர்
ஆ) இந்திய தேர்தல் ஆணையர்
இ) குடியரசுத் தலைவர்
ஈ) உச்ச நீதிமன்ற நீதிபதி

82. நாடாளுமன்றத்தின் மக்களவையை நடத்துவதற்கு குறைந்தபட்சம் எத்தனை உறுப்பினர்கள் வருகை தர வேண்டும்?

அ) 55 ஆ) 250
இ) 100 ஈ) 252

83. பின் வருவன வற்றுள் 1962-ஆம் ஆண்டு முதல் இந்திய நாடாளுமன்றத்தில் அறிமுகப்படுத்தப்பட்ட புதிய அம்சம் எது?

அ) கேள்வி நேரம்
ஆ) பூஜ்ய நேரம்
இ) குடியரசுத் தலைவரின் உரை
ஈ) பிரதமரின் உரை

84. 1921-ஆம் ஆண்டு பின்வரும் எந்த கமிட்டியின் அறிவுரைப்படி இரயில்வே பட்ஜெட், பொது பட்ஜெட்டிலிருந்து பிரிக்கப்பட்டது?

அ) ஹண்டர் கமிட்டி
ஆ) ஹோவர் கமிட்டி
இ) அக்வொர்த் கமிட்டி
ஈ) பிரிக்கென் கமிட்டி

85. 2003-ஆம் ஆண்டு மேற்கொள்ளப்பட்ட அரசியலமைப்பு சட்டத்திருத்தம் 91-இன் படி ஒரு மாநில சட்டசபை குறைந்தபட்சம் எத்தனை அமைச்சர்களை கொண்டிருக்க வேண்டும் (முதலமைச்சர் உட்பட)?

அ) 29 ஆ) 12
இ) 10 ஈ) 25

86. அரசியலமைப்பு சாசனத்தின் விதி 170-இன் படி ஒரு மாநிலத்திற்கு அதிகபட்சமாக எத்தனை சட்டசபை உறுப்பினர்கள் இருக்கலாம்?

அ) 500 ஆ) 300
இ) 400 ஈ) 450

87. 1986-ஆம் ஆண்டு தமிழக சட்ட மேலவை கலைக்கப்பட்ட போது அதன் தலைவராக பணியாற்றியவர் யார்?

அ) ம.பொ. சிவஞானம்
ஆ) சி.பி. சிற்றரசு
இ) பி.வி. செரியன்
ஈ) எம்.ஏ. மாணிக்க வேலு

88. ஐந்தாண்டுகளுக்கு ஒரு முறை அமைக்கப்படும் நிதி ஆணையத்தை அமைப்பவர் யார்?

அ) பிரதமர்
ஆ) குடியரசுத் தலைவர்
இ) ரிசர்வ் வங்கி கவர்னர்
ஈ) நிதியமைச்சர்

89. மத்திய அரசுப் பணியாளர் தேர்வாணையத்தின் உறுப்பினர்கள் ஓய்வுபெறும் வயது என்ன?

அ) 58 ஆ) 60
இ) 62 ஈ) 65

90. இந்தியக் கணக்காய்வு மற்றும் தணிக்கைத் துறைத் தலைவர் (CAG) பின்வரும் எவருக்கு பதில் சொல்ல கடமைப்பட்டவர்?

அ) பிரதமர்
ஆ) குடியரசுத் தலைவர்
இ) நாடாளுமன்றம்
ஈ) உச்சநீதி மன்றம்

91. 2003-ஆம் ஆண்டு மேற்கொள்ளப்பட்ட 89-ஆவது அரசியல் சாசன திருத்தம் பின்வரும் எதைப் பற்றியது?

---

81. இ 82. அ 83. ஆ 84. இ 85. ஆ 86. அ 87. அ 88. ஆ 89. ஈ 90. இ

அ) தாழ்த்தப்பட்டோர் மற்றும் பழங்குடியினருக்கான தேசிய ஆணையம் இரண்டாகப் பிரிப்பு

ஆ) பிற்படுத்தப்பட்டோர் மிகவும் பிற்படுத்தப்பட்டோர் தேசிய ஆணையம் இரண்டாகப் பிரிப்பு

இ) மகளிர் மற்றும் குழந்தைகள் தேசிய ஆணையம் இரண்டாகப் பிரிப்பு

ஈ) கூட்டு மாநில அரசுப் பணியாளர் தேர்வாணையம் அமைப்பது பற்றியது.

92. அரசியலமைப்பு சாசன ஷரத்து 76-இன் படி நியமிக்கப்படும் இந்திய அரசு தலைமை வழக்குரைஞர் பற்றிய பின்வரும் கருத்துக்களில் எது தவறு?

அ) உச்ச நீதிமன்ற நீதிபதியாக அமர்த்தப்பட தகுதியுள்ளவர்

ஆ) இந்தியாவின் எந்த நீதிமன்றத்திலும் பார்வையாளராக இடம்பெற தகுதிவாய்ந்தவர்

இ) இராஜ்ஜிய சபாவில் மட்டும் ஓட்டுரிமை பெற்றவர்

ஈ) பாராளுமன்ற உறுப்பினர்களுக்கு வழங்கப்படும் சிறப்பு உரிமை மற்றும் பாதுகாப்பு பெற உரிமை உண்டு.

93. பின்வரும் எந்தவொன்று அரசியலமைப்பு சாரா அமைப்பு ஆகும்?

அ) இந்திய தேர்தல் ஆணையம்

ஆ) நிதி ஆணையம்

இ) திட்டக்குழு

ஈ) அரசுப் பணியாளர் தேர்வாணையம்

94. ஒருவர் உச்சநீதிமன்றநீதிபதியாக தேர்ந்தெடுக்கப்படுவதற்கான குறைந்தபட்ச வயது வரம்பு யாது?

அ) 59

ஆ) 35

இ) 40

ஈ) வயது வரம்பு இல்லை

95. இந்திய உயர்நீதிமன்றங்களிலேயே அதிக கிளைகளைக் கொண்ட உயர்நீதிமன்றம் எது?

அ) கௌஹாத்தி

ஆ) மும்பை

இ) சென்னை

ஈ) அலகாபாத்

96. சமுதாய மேம்பாட்டுத்திட்டம் (1952), தேசிய சமூகப் பணிகள் திட்டம் (1953) ஆகியவற்றின் செயல்பாடுகளை ஆராய அமைக்கப்பட்ட கமிட்டி எது?

அ) பல்வந்த்ராய் மேத்தா கமிட்டி

ஆ) அசோக் மேத்தா கமிட்டி

இ) G.V.K. ராவ் கமிட்டி

ஈ) L.M. சிங்வி கமிட்டி

97. இந்தியாவில் முதன் முறையாக 1952-ஆம் ஆண்டு பஞ்சாயத்துராஜ் அமைப்பு இராஜஸ்தானின் எந்த மாவட்டத்தில் செயல்படுத்தப்பட்டது?

அ) நாகாவூர் ஆ) பீகானீர்

இ) பாரமுல்லா ஈ) ஜெய்சல்மர்

98. தமிழகத்தில் மூன்றடுக்கு பஞ்சாயத்து முறைக்கு அதிகாரம் வழங்க பரிந்துரைத்த கமிட்டி எது?

அ) L.C. ஜெயின் கமிட்டி

ஆ) அசோக் மேத்தா கமிட்டி

இ) L.M. சிங்வி கமிட்டி

ஈ) கோத்தாரி கமிட்டி

99. பின்வருவனவற்றுள் இந்திய அரசின் நிர்வாகத் தீர்மானம் (Executive Resoultion) மூலம் உருவாக்கப்பட்ட அமைப்பு எது?

அ) திட்டக்குழு

ஆ) தேசிய வளர்ச்சிக் குழு

இ) மத்தியக் கண்காணிப்பு ஆணையம்

ஈ) (அ), (ஆ), (இ) மூன்றும்

91. அ 92. இ 93. இ 94. ஈ 95. அ 96. அ 97. அ 98. அ 99. ஈ

100. கீழ்க்காணும் நபர்களில் தேசிய வளர்ச்சிக்குழுவில் (N.D.C) உறுப்பினர் அல்லாதவர் யார் / யாவர்?

அ) மத்திய கேபினட் அமைச்சர்கள்

ஆ) மாநில கேபினட் அமைச்சர்கள்

இ) மாநில (ம) யூனியன் பிரதேச முதல்வர்கள்

ஈ) இந்தியப் பிரதமர்

101. 1993-இல் அமைக்கப்பட்ட தேசிய மனித உரிமைகள் ஆணையம் பற்றிய பின்வரும் கருத்துகளில் எது தவறு?

அ) இது நிர்வாகத் தீர்மானம் மூலம் உருவாக்கப்பட்டது.

ஆ) இது ஒரு தலைவரையும் நான்கு உறுப்பினர்களையும் கொண்டது.

இ) உச்சநீதி மன்றத்தின் ஓய்வு பெற்ற தலைமை நீதிபதி இதன் தலைவராகப் பதவி வகிப்பார்.

ஈ) இது மனித உரிமைகள் பாதுகாப்பு சட்டம் 1993-இன் படி உருவாக்கப்பட்டது.

102. மத்தியக் கண்காணிப்பு ஆணையம் (CVC), 1964-ஆம் ஆண்டு நிர்வாகத் தீர்மானத்தின் மூலம் உருவாக்கப்பட காரணமாக இருந்த கமிட்டி எது?

அ) K.C. நியோகி கமிட்டி

ஆ) சந்தானம் கமிட்டி

இ) முத்கல் கமிட்டி

ஈ) சிதம்பரம் கமிட்டி

103. 1966-இல் அமைக்கப்பட்ட நிர்வாகச் சீர்திருத்த ஆணையம் (Administrative Reforms Commission-ARC) பின்வரும் எதனுடன் தொடர்புடையது?

அ) லோக்பால் உருவாக்கம்

ஆ) லோக் ஆயுக்தா உருவாக்கம்

இ) (அ) மற்றும் (ஆ)

ஈ) மேற்கண்ட எதுவுமில்லை

104. 1971-ஆம் ஆண்டு இந்தியாவில் முதன்முதலாக லோக் ஆயுக்தா அமைக்கப்பட்ட மாநிலம் எது?

அ) ஒடிசா

ஆ) மஹாராஷ்டிரம்

இ) மத்தியப்பிரதேசம்

ஈ) இராஜஸ்தான்

105. மக்களவையின் பதவிக்காலம் ஐந்து ஆண்டுகள். இந்த ஐந்து ஆண்டுகள் என்பது பின்வரும் எந்த நாளிலிருந்து தொடங்குகிறது?

அ) தேர்தல் முடிவு வெளியான நாள்முதல்

ஆ) பிரதமர் பதவியேற்ற நாள்முதல்

இ) மக்களவையின் முதல் கூட்டம் தொடங்கிய நாள் முதல்

ஈ) அமைச்சரவைக் குழு பதவியேற்ற நாள் முதல்

106. இந்திய அரசியலமைப்புச் சட்டப்படி நாட்டின் நிதிக்கு முழுப் பொறுப்பானவர் யார்?

அ) ரிசர்வ் வங்கியின் கவர்னர்

ஆ) நிதி அமைச்சர்

இ) பிரதமர்

ஈ) குடியரசுத் தலைவர்

107. இந்திய அரசியலமைப்புச் சட்டப்படி மத்திய அரசின் தலைவர் யார்?

அ) பிரதமர்

ஆ) குடியரசுத் தலைவர்

இ) (அ) மற்றும் (ஆ)

ஈ) (ஆ) மட்டும்

108. பின்வரும் கூற்றுக்களில் எது சரி?

1. உச்சநீதிமன்ற தலைமை நீதிபதியை குடியரசுத் தலைவர் நேரடியாக பதவிநீக்கம் செய்யலாம்
2. உச்சநீதிமன்ற தலைமை நீதிபதி, உச்சநீதிமன்றத்தின் இதர நீதிபதிகளை நியமிக்க குடியரசுத் தலைவருக்கு ஆலோசனை வழங்குவார்.

100. ஆ 101. அ 102. ஆ 103. இ 104. ஆ 105. இ 106. ஆ 107. ஆ

3. குடியரசுத் தலைவரின் ஒப்புதலுடன் நாட்டின் எந்தவொரு பகுதியிலும் உச்சநீதிமன்ற அமர்வைக் கூட்ட உச்சநீதிமன்ற நீதிபதிக்கு அதிகாரம் உண்டு.

சரியான விடையளி :

அ) 1, 2, 3

ஆ) 2 மற்றும் 3

இ) 1, 2, 3

ஈ) அனைத்தும் தவறு

109. லோக் அதாலத் நீதிமன்றங்கள் பற்றிய பின்வரும் கருத்துகளில் எது தவறு?

அ) விரைவாகவும், குறைந்த செலவிலும் நீதி கிடைக்க 1987-இல் ஏற்படுத்தப்பட்டது.

ஆ) இது மக்கள் நீதிமன்றம், விரைவு நீதிமன்றம் என்ற பெயர்களிலும் அழைக்கப்படும்.

இ) இதன் மூலம் குற்றவியல் பிரச்சனைகளுக்கு தீர்வு காணலாம்.

ஈ) **இது மற்ற நீதிமன்றங்களைப் போல் உச்சநீதிமன்றத்திற்கு கட்டுப்பட்டது.**

110. அரசியலமைப்புச் சாசனத்தின் பகுதி 4-இல் ஷரத்து 36 முதல் 51 வரை இடம் பெற்றுள்ள அரசுக் கொள்கைகளை நெறிப்படுத்தும் கோட்பாடுகள் பின்வரும் எந்த நாட்டின் அரசியலமைப்பிலிருந்து எடுக்கப்பட்டது?

அ) இங்கிலாந்து

ஆ) அயர்லாந்து

இ) ஆஸ்திரேலியா

ஈ) இரஷ்யா

108. ஆ 109. இ 110. ஆ

விருதுகள்

மாநிலம்

1. தமிழக அரசின் சார்பில் வழங்கப்படும் 'முதலமைச்சரின் நல் ஆளுமை விருதுகள்' பின்வரும் எந்த நிகழ்ச்சியின் போது வழங்கப்படும்?
   - அ) குடியரசுத் தின விழா
   - ஆ) சுதந்திரதின விழா
   - இ) தமிழ்நாடு பெயர் மாற்ற தினம்
   - ஈ) காமராஜர் பிறந்த தினம்

2. தமிழக அரசின் வீரதீர செயலுக்கான அண்ணா பதக்கமானது பின்வரும் எந்த நிகழ்ச்சியின்போது வழங்கப்படும்?
   - அ) காமராஜர் பிறந்த தினம்
   - ஆ) சுதந்திர தின விழா
   - இ) தமிழ்நாடு பெயர் மாற்ற தினம்
   - ஈ) குடியரசுத் தின விழா

3. அறிவியல் வளர்ச்சி, மாணவர் நலன் போன்றவற்றிற்காக, 2015-ஆம் ஆண்டு முதல் தமிழக அரசால் வழங்கப்பட்டுவரும் விருதின் பெயரென்ன?
   - அ) ஏ.பி.ஜே. அப்துல்கலாம் விருது
   - ஆ) கல்பனா சாவ்லா விருது
   - இ) கபிலர் விருது
   - ஈ) ஔவையார் விருது

4. தமிழக அரசு சார்பில் ஆண்டுதோறும் நுண்கலைகளில் ஈடுபட்டுள்ள மரபுவழிக்கலைஞர் ஒருவருக்கும் நவீன பாணி கலைஞர் ஒருவருக்கும் வழங்கப்படும் விருது யாது?
   - அ) கலைப்புலி விருது
   - ஆ) கலைச் செம்மல் விருது
   - இ) கலாரத்னா
   - ஈ) கலைமாமணி விருது

5. இயல், இசை நாடகம் மற்றும் கலைத்துறையில் சிறப்பாக பணியாற்றிவருபவர்களுக்கு ஆண்டுதோறும் வழங்கப்படும் விருதின் பெயரென்ன?
   - அ) கலைப்புலி விருது
   - ஆ) கலைச் செம்மல் விருது
   - இ) கலாரத்னா
   - ஈ) கலைமாமணி விருது

6. வீரதீரச் செயல்கள் புரியும் மகளிருக்கென தமிழக அரசால் வழங்கப்படும் விருதின் பெயரென்ன?
   - அ) இராணி இலட்சுமிபாய் விருது
   - ஆ) கல்பனாசாவ்லா விருது
   - இ) ஔவையார் விருது
   - ஈ) ஏ.பி.ஜெ. அப்துல்கலாம் விருது

7. திரைத்துறையில் சிறந்த வசன கர்த்தாவிற்கு தமிழக அரசு சார்பில் வழங்கப்படும் விருதின் பெயரென்ன?
   - அ) அண்ணா விருது
   - ஆ) கலைஞர் விருது
   - இ) திரு.வி.க. விருது
   - ஈ) கண்ணதாசன் விருது

8. தமிழக அரசு சார்பில் தியாகராஜ பாகவதர் விருது கீழ்க்கண்ட எந்தத் துறையில் சிறந்து விளங்குபவர்களுக்கு வழங்கப்படுகிறது?
   - அ) நவீன இசை
   - ஆ) நடனம்
   - இ) பக்திப்பாடல்கள்
   - ஈ) இசை

1. ஆ 2. ஈ 3. அ 4. ஆ 5. ஈ 6. ஆ 7. அ 8. ஈ

9. **சிறந்த தமிழ் எழுத்தாளருக்கு தமிழக அரசின் சார்பில் வழங்கப்படும் விருதின் பெயரென்ன?**
அ) தேவநேயப் பாவாணர் விருது
ஆ) திரு.வி.க. விருது
இ) கல்கி விருது
ஈ) பரிதிமாற் கலைஞர் விருது

10. **தமிழக அரசின் சார்பில் சிறந்த மகளிர் சமூக சேவகருக்கு வழங்கப்படும் விருதின் பெயரென்ன?**
அ) கலைமகள் விருது
ஆ) கல்பனா சாவ்லா விருது
இ) இராணி இலக்குமி பாய்
ஈ) அவ்வையார் விருது

11. **தமிழக அரசின் சார்பில் கோட்டை அமீர் பதக்கம் பின்வரும் எந்தவொன்றிற்காக வழங்கப்படுகிறது?**
அ) இலக்கியம்
ஆ) சமூக நல்லிணக்கம்
இ) இலக்கணம்
ஈ) கலாச்சாரம்

12. **கல்வெட்டுகள், அகழ்வாய்வுகள் ஓலைச்சுவடிகள் போன்ற கிடைத்தற்கரிய பொருட்களை வெளிக்கொணரவும் பதிப்பிக்கவும் பாடுபடுபவர்களுக்கு தமிழக அரசு சார்பில் வழங்கப்படும் விருது?**
அ) உ.வே.சா. விருது
ஆ) பரிதிமாற்கலைஞர் விருது
இ) பாரதியார் விருது
ஈ) திரு.வி.க. விருது

13. **பழந்தமிழரின் தொன்மை, வரலாறு, நாகரிகம், பண்பாடு போன்றவற்றை தமது படைப்புகளின் மூலம் வெளிக்கொணரும் அறிஞர்களுக்கு வழங்கப்படும் விருதின் பெயரென்ன?**
அ) சேக்கிழார் விருது
ஆ) கபிலர் விருது
இ) திருவள்ளுவர் விருது
ஈ) கம்பர் விருது

14. **தமிழ் வளர்ச்சி இயக்கம் மூலம் தமிழ் நெறியில் தமிழ் தொண்டாற்றுபவர்களுக்கு கி.பி. 2000 ஆண்டு முதல் வழங்கப்படும் விருது**
அ) தேவநேயப்பாவாணர் விருது
ஆ) மறைமலையடிகள் விருது
இ) கி.ஆ.பெ. விசுவநாதம் விருது
ஈ) தனிநாயகம் அடிகளார் விருது

15. **தமிழ் மொழியில் மென்பொருட்களை உருவாக்குபவர்களுக்கு ஆண்டுதோறும் வழங்கப்படும் விருதின் பெயர்**
அ) தமிழன் விருது
ஆ) தென்தமிழ் விருது
இ) கணினி தமிழன் விருது
ஈ) கணினித் தமிழ் விருது

16. **சிறந்த இலக்கியப் பேச்சாளருக்கு தமிழக அரசின் சார்பில் 2013-ஆம் ஆண்டு முதல் வழங்கப்படும் விருதின் பெயர் என்ன?**
அ) திரு.வி.க. விருது
ஆ) மென் தமிழ் விருது
இ) சொல்லின் செல்வர் விருது
ஈ) கணினித் தமிழ் விருது

17. **தமிழக அரசினால் 2012 முதல் வழங்கப்பட்டு வரும் தமிழ்த்தாய் விருது கீழ்க்காணும் நபர்களில் யாருக்கு வழங்கப்படுகிறது?**
அ) தமிழ் சேவையாற்றும் மகளிருக்கு
ஆ) தமிழக அரசியலில் சாதனைபுரியும் மகளிருக்கு
இ) தமிழ் வளர்ச்சிக்கு சேவையாற்றும் நிறுவனங்கள் / அமைப்புகள்
ஈ) சிறந்த மகளிர்குழுக்களுக்கு

9. ஆ 10. ஈ 11. ஆ 12. அ 13. ஆ 14. இ 15. ஈ 16. இ 17. இ

18. தமிழ் இலக்கியங்கியங்களை பிறமொழிகளில் மொழி பெயர்ப்பவர்களுக்கு தமிழக அரசு சார்பில் வழங்கப்படும் விருதின் பெயரென்ன?

அ) ஜி.யூ. போப் விருது
ஆ) வீரமாமுனிவர் விருது
இ) பாரதிதாசன் விருது
ஈ) பாரதியார் விருது

19. அமெரிக்க வாழ் தமிழர்களால் 'புதுமைப்பித்தன்' நினைவாக கலை இலக்கியத்தில் சிறப்பாக பணியாற்றி வரும் அறிஞர்களுக்கு ஆண்டுதோறும் வழங்கப்பட்டுவரும் விருது எது?

அ) U.S. புதுமைபித்தன் விருது
ஆ) விளக்கு விருது
இ) புதுமைப்பித்தன் விருது
ஈ) புதுமை விருது

20. தமிழக கைவினைஞர்களை ஊக்குவிக்க தமிழக அரசு சார்பில் ஆண்டுதோறும் வழங்கப்பட்டு வரும் விருதின் பெயரென்ன?

அ) கண்ணுள் வினைஞர் விருது
ஆ) பூம்புகார் விருது
இ) கதர் விருது
ஈ) காதி விருது

21. வகுப்பு கலவரங்களின் போது பிற வகுப்பினரின் உயிர் அல்லது உடைமையைக் காத்தவருக்கு வழங்கப்படும் விருது எது?

அ) ஏ.பி.ஜெ. அப்துல்கலாம் விருது
ஆ) அபுல்கலாம் ஆசாத் விருது
இ) கபீர் புரஸ்கர்
ஈ) குருநானக் விருது

22. தமிழக அரசு சார்பில் சிறந்த நாடகக் குழுக்களுக்கு வழங்கப்படும் விருது எது?

அ) ஆளுநர் கே.கே. ஷா விருது
ஆ) பம்மல் சம்பந்தனார் விருது
இ) அவ்வை சண்முகனார் விருது
ஈ) பாரதிதாசன் விருது

23. 1954 முதல் கலைமாமணி விருதை வழங்கும் தமிழக அரசின் அங்கம் எது?

அ) தமிழ்ச் சங்கம்
ஆ) தமிழ் வளர்ச்சித்துறை
இ) தமிழ்நாடு இயல் இசை நாடக மன்றம்
ஈ) மேற்கண்ட எதுவுமில்லை

24. தமிழக அரசின் பெரியார் விருது கீழ்க்கண்ட நபர்களில் யாருக்கு வழங்கப்படுகிறது?

அ) சிறந்த பகுத்தறிவாளருக்கு
ஆ) சிறந்த கடவுள் மறுப்பு கொள்கை பரப்பாளருக்கு
இ) தீண்டாமை எதிர்ப்பு பிரச்சாரம் செய்வோருக்கு
ஈ) பெரியார் குறித்த ஆராய்ச்சி மற்றும் அவரின் கருத்துகளை சிறப்பாக பரப்புபவர்களுக்கு

25. தமிழக அரசின் சார்பில் சிறந்த ஆசிரியர்களுக்கு ஆண்டுதோறும் வழங்கப்பட்டு வரும் விருதின் பெயர் என்ன?

அ) டாக்டர் இராதாகிருஷ்ணன் விருது
ஆ) சிறந்த ஆசிரியர் விருது
இ) நல்லாசான் விருது
ஈ) பண்டிதர் விருது

26. தமிழ் ஆய்வில் ஈடுபட்டு ஒப்பிலாப் பங்களிப்பை வழங்கியோருக்கு செம்மொழித் தமிழாய்வு மத்திய நிறுவனம் ஆண்டுதோறும் வழங்கியவரும் விருதின் பெயர் என்ன?

அ) செம்மொழி விருது
ஆ) குறள் செல்வ விருது
இ) குறள்பீடம் விருது
ஈ) குறளோசை விருது

18. அ 19. ஆ 20. ஆ 21. இ 22. அ 23. இ 24. ஈ 25. அ 26. இ

27. தமிழகத்துக்கும், தமிழினத்தின் வளர்ச்சிக்கும் மாபெரும் பங்காற்றிறயவர்களைப் பெருமைப்படுத்தும் வகையில் தமிழக அரசால் புதிதாக (2021) அறிவிக்கப்பட்டிருக்கும் விருது ....

அ) தகைசால் தமிழர் விருது

ஆ) கண்ணுள் வினைஞர் விருது

இ) நல்லாசான் விருது

ஈ) தமிழினம் விருது

தேசம்

1. இந்தியாவின் முதன்மை விருதான 'பாரத ரத்னா' எந்த ஆண்டிலிருந்து வழங்கப்பட்டு வருகிறது?

அ) 1950 ஆ) 1954

இ) 1947 ஈ) 1964

2. பின்வரும் எந்த ஒரு விருது பத்ம விருதுகள் பட்டியலில் சேராது?

அ) பத்மவிபூஷன்

ஆ) பத்மபூஷன்

இ) பத்மஸ்ரீ

ஈ) பத்மரத்னா

3. இந்தியாவில் வீரதீரச் செயல்களுக்காக வழங்கப்படும் விருதுகளில் முதன்மையானது எது?

அ) வீர்சக்ரா

ஆ) சௌர்ய சக்ரா

இ) பரம்வீர் சக்ரா

ஈ) அசோக சக்ரா

4. 'கீர்த்திச்சக்ரா' எனும் விருது கீழ்க்கண்ட எந்தப் பாதுகாப்பு படைப் பிரிவின் சார்பில் வழங்கப்படுகிறது?

அ) இந்தியக் கடற்படை

ஆ) இந்திய இராணுவம்

இ) இந்திய விமானப்படை

ஈ) எல்லையோர காவல்படை

5. அமைதி காலத்தில் இந்திய இராணுவத்தினால் வழங்கப்படும் மிக உயரிய சேவை விருது யாது?

அ) பரம்வீர்

ஆ) பரம்விசிஸ்ட் சேவா

இ) உத்தம்சேவா

ஈ) அதிவிசிட்ட சேவா

6. 1965 முதல் வழங்கப்பட்டு வரும் இந்திய இலக்கியத்துறையின் உயரிய விருதான 'ஞானபீட' விருது பின்வரும் எவரால் வழங்கப்படுகின்றது?

அ) ஞானபீட அமைப்பு

ஆ) பாரதீய ஞானபீட அமைப்பு

இ) சாகித்ய அகாதெமி

ஈ) சரஸ்வதி அகாதெமி

7. மத்திய அரசினால் இலக்கியத்தை வளர்க்கவும் எழுத்தாளர்களை பெருமைப்படுத்தவும் 1954 முதல் வழங்கப்பட்டு வரும் சாகித்ய அகாதெமி விருது எத்தனை மொழிகளுக்கு வழங்கப்படுகிறது?

அ) 22 ஆ) 18

இ) 10 ஈ) 24

8. சாகித்ய அகாதெமியின் குழந்தைகள் இலக்கியத்திற்கான 'பாலபுரஸ்கார் விருது' எப்பொழுது தோற்றுவிக்கப்பட்டது?

அ) 2010 ஆ) 2000

இ) 2015 ஈ) 2012

27. அ ஐ 1. ஆ 2. ஈ 3. ஈ 4. ஆ 5. ஆ 6. அ 7. ஈ 8. அ

9. தேசிய ஒற்றுமைக்காக 1989 முதல் வழங்கப்பட்டுவரும் 'இந்திராகாந்தி தேசிய ஒருமைப்பாட்டு விருதை' வழங்குவது யார்?

அ) இந்திய அரசு

ஆ) இந்திய தேசிய காங்கிரஸ்

இ) இந்திராகாந்தி அறக்கட்டளை

ஈ) மேற்கண்ட எதுவுமில்லை

10. சிறந்த பாராளுமன்ற உறுப்பினர்களுக்கான விருதை 1995-இல் அறிமுகப்படுத்தியவர் யார்?

அ) இராஜீவ் காந்தி

ஆ) நரசிம்மராவ்

இ) மன்மோகன் சிங்

ஈ) சிவராஜ் பாட்டீல்

11. ல்ால்பகதூர் சாஸ்திரி மேலாண்மைக் கல்வி நிறுவனம் சார்பில் வழங்கப்படும் 'லால்பகதூர் சாஸ்திரி விருது' கீழ்க்கண்ட நபர்களில் யாருக்கு வழங்கப்படுகிறது?

அ) இந்தியாவின் வெளிநாடுகளுடனான இராஜ்ஜிய உறவை மேம்படுத்துபவருக்கு

ஆ) மேலாண்மையில் சிறந்து விளங்குபவருக்கு

இ) சிறந்த மாவட்ட ஆட்சியருக்கு

ஈ) சிறந்த மாநில முதல்வருக்கு

12. இந்தியாவின் அங்கீகரிக்கப்பட்ட மொழிகளில் வெளியாகும் சிறந்த இலக்கியங்களுக்கு பிர்லா அறக்கட்டளை சார்பில் வழங்கப்படும் விருது எது?

அ) சரஸ்வதி சம்மான் விருது

ஆ) ஞானபீட விருது

இ) பாஷா சம்மான்

ஈ) சாகித்ய விருது

13. கலாச்சார நல்லிணக்கத்திற்கென 2011-ஆம் ஆண்டு முதல் மத்திய அரசால் வழங்கப்பட்டு வரும் விருதின் பெயரென்ன?

அ) நேதாஜி கலாச்சார நல்லிணக்க விருது

ஆ) மகாத்மா காந்தி கலாச்சார நல்லிணக்க விருது

இ) தாகூர் கலாச்சார நல்லிணக்க விருது

ஈ) திலகர் கலாச்சார நல்லிணக்க விருது

14. அமைதி, ஆயுதக்குறைப்பு மற்றும் வளர்ச்சிக்காக ஆண்டுதோறும் வழங்கப்படும் இந்திராகாந்தி சர்வதேச அமைதிப்பரிசை வழங்குவது யார்?

அ) இந்திராகாந்தி சர்வதேச அறக்கட்டளை

ஆ) மத்திய நிதித்துறை

இ) இந்திய அரசு

ஈ) இந்திய தேசிய காங்கிரஸ்

15. சமூக, பொருளாதார மற்றும் அரசியல் மாற்றங்களை நோக்கி அகிம்சை மற்றும் பிறகாந்திய வழிகளின் மூலம் தீர்வுகாண முயலும் தனி நபர் அல்லது நிறுவனத்திற்கு ஆண்டுதோறும் இந்திய அரசால் வழங்கப்படும் விருது எது?

அ) சர்வதேச காந்தி அமைதிப் பரிசு

ஆ) இந்திராகாந்தி அமைதிப் பரிசு

இ) இராஜீவ்காந்தி அமைதிப் பரிசு

ஈ) நேரு அமைதிப் பரிசு

16. உலக மக்களிடையே சர்வதேச புரிந்துணர்வு, நல்லெண்ணம் மற்றும் நட்புறவு ஆகியவற்றை மேம்படுத்த மாபெரும் பங்களிப்புகளை செய்தவர்களுக்கு 1965-ஆம் ஆண்டு முதல் இந்திய அரசால் வழங்கப்பட்டு வரும் விருது எது?

9. ஆ 10. ஈ 11. ஆ 12. அ 13. இ 14. இ 15. அ 16. ஆ

அ) இந்திராகாந்தி விருது
ஆ) சர்வதேச புரிந்துணர்விற்கான ஜவஹர்லால் நேரு விருது
இ) மகாத்மாகாந்தி சர்வதேச விருது
ஈ) வி.கே. மேனன் விருது

17. சமுதாய நல்லிணக்கம், தேசிய ஒருமைப்பாடு மற்றும் அமைதி ஆகியவற்றிற்காக சேவை புரிந்து வருவோருக்கு ஆண்டுதோறும் வழங்கப்பட்டு வரும் 'இராஜீவ் காந்தி தேசிய சத்பாவனா' விருதை வழங்குவது யார்?

அ) இந்திய அரசு
ஆ) அனைத்திந்திய காங்கிரஸ் கட்சி
இ) தேசிய முற்போக்கு கூட்டணி
ஈ) மத்திய சமூக நலத்துறை

18. இந்தியத் திரைப்படத் துறையினருக்கு இந்திய அரசால் வழங்கப்படும் உயரிய விருதான 'தாதா சாகேப் பால்கே' விருது கீழ்க்கண்ட நபர்களில் யாருக்கு வழங்கப்படுகிறது?

அ) சிறந்த தயாரிப்பாளர்களுக்கு
ஆ) சிறந்த இயக்குநருக்கு
இ) சிறந்த நடிகருக்கு
ஈ) திரைப்படத்துறையில் வாழ்நாள் சாதனை புரிந்தவர்களுக்கு

19. இந்திய அரசினால் விளையாட்டுத்துறைக்கு வழங்கப்படும் உச்சபட்ச விருது எது?

அ) அர்ஜுனா
ஆ) துரோணாச்சார்யா
இ) மேஜர் தயான் சந்த் கேல் ரத்னா விருது
ஈ) பாலி உம்ரிகர்

20. தேசிய விளையாட்டுகளில் அசாதாரண சாதனைகளைப் புரிந்தவர்களுக்கு 1961 முதல் இந்திய அரசால் வழங்கப்பட்டுவரும் விருது எது?

அ) அர்ஜுனா விருது
ஆ) பீஷ்மா விருது
இ) துரோணாச்சார்யா விருது
ஈ) பாலி உம்ரிகர் விருது

21. இந்திய அரசினால் வழங்கப்படும் 'துரோணாச்சார்யா விருது' கீழ்க்கண்ட நபர்களில் யாருக்கு வழங்கப்பட்டு வருகிறது?

அ) உள்நாட்டு விளையாட்டுப் பயிற்சியாளர்களுக்கு
ஆ) உள்நாட்டு விளையாட்டு வீராங்கனைகளுக்கு
இ) சிறந்த விளையாட்டுப் பயிற்சியாளர்களுக்கு
ஈ) சிறந்த விளையாட்டு வீரர்களுக்கு

22. விளையாட்டுப் போட்டிகளில் வாழ்நாள் சாதனை புரிந்தவர்களுக்கு வழங்கப்படும் விருது எது?

அ) மில்காசிங் விருது
ஆ) கேல்ரத்னா
இ) தயான்சந்த் விருதுகள்
ஈ) பாலி உம்ரிகர்

23. இந்திய கிரிக்கெட் கட்டுப்பாட்டு வாரியத்தினால் சர்வதேச அளவில் விளையாடும் சிறந்த இந்திய கிரிக்கெட் வீரர்களுக்கு வழங்கப்படும் விருதின் பெயர் என்ன?

அ) இராஜீவ்காந்தி கேல்ரத்னா
ஆ) தயான்சந்த் விருது
இ) அர்ஜுனா விருது
ஈ) பாலி உம்ரிகர் விருது

24. சிறந்த வெளிநாடு வாழ் இந்தியர்களுக்கு வழங்கப்படும் 'பிரவாசி பாரதீய திவாஸ் விருது' பின்வரும் எந்தவொன்றின் நினைவாக வழங்கப்படுகிறது?

அ) சிகாகோ உரை முடித்து விவேகானந்தர் இந்தியா திரும்பிய நாள்

17. இ 18. ஈ 19. இ 20. அ 21. இ 22. இ 23. ஈ 24. ஆ

ஆ) காந்தியடிகள் தென்னாப்பிரிக்காவிலிருந்து இந்தியா திரும்பிய நாள்

இ) ஜவஹர்லால் நேரு தனது கல்வியை முடித்து இந்தியா திரும்பிய நாள்

ஈ) தாதாபாய் நௌரோஜி பிரிட்டிஷ் நாடாளுமன்ற உறுப்பினராகத் தேர்வான நாள்

25. 'நவசேனா' எனும் விருது பின்வரும் எந்த பாதுகாப்புப் படைப் பிரிவில் வழங்கப்படுகிறது?

அ) இந்திய இராணுவம்

ஆ) இந்திய விமானப்படை

இ) இந்தியக் கடற்படை

ஈ) கடலோரக் காவல்படை

26. ஆண்டுதோறும் சிறந்த இந்திய அறிவியல் விஞ்ஞானிகளுக்கு வழங்கப்படும் 'சாந்தி ஸ்வரூப் பட்னாகர் விருதை' வழங்குவது யார்?

அ) SHAR ஆ) DRDO

இ) CSIR ஈ) ISRO

27. இந்திய அரசின் மனிதவள மேம்பாட்டுத்துறையினால் வழங்கப்படும் 'சுப்ரமணிய பாரதி விருது' பின்வரும் எந்த மொழிக்கு சிறப்பான பங்களிப்பை செய்தவருக்கு வழங்கப்படுகிறது?

அ) தமிழ் ஆ) இந்தி

இ) பிரெஞ்சு ஈ) சமஸ்கிருதம்

28. இந்திய மருத்துவக் கழகத்தினால் 1976 முதல், சிறந்த மருத்துவர்களுக்கு ஆண்டுதோறும் வழங்கப்பட்டு வரும் விருது கீழ்க்கண்ட யாரின் நினைவாக வழங்கப்படுகிறது?

அ) தன்வந்திரி

ஆ) வராதிமிஹின்

இ) சுஸ்ருதா

ஈ) பிதான் சந்திர ராய்

29. சர்வபள்ளி இராதாகிருஷ்ணன் அவர்களின் நினைவாக ஆசிரியர்களுக்கான தேசிய விருது ஆண்டுதோறும் எப்பொழுது வழங்கப்படுகின்றது?

அ) ஜனவரி 26 ஆ) ஆகஸ்ட் 15

இ) நவம்பர் 14 ஈ) செப்டம்பர் 5

30. ஆங்கிலேயர் ஆட்சிக்குத் துணைபுரிந்த இந்திய ஆட்சியாளர்களுக்கு ஆங்கில அரசு வழங்கிய பெயர் என்ன?

அ) சர் ஆ) கான்சாகிப்

இ) நவாப் ஈ) சேவா ரத்னா

31. விவசாயத்துறைக்கு தமது புதிய முயற்சிகளின் மூலம் ஈடற்ற பங்களிப்பைத் தந்த விவசாயிகளுக்கு வழங்கப்பட்டு வரும் விருதின் பெயரென்ன?

அ) எம்.எஸ். சுவாமிநாதன் விருது

ஆ) போர்லாக் விருது

இ) சி. சுப்ரமணியம் விருது

ஈ) இந்திராகாந்தி விருது

32. இரவீந்தரநாத் தாகூர் அவர்களின் 150 ஆவது ஆண்டு விழா கொண்டாட்டத்தினை முன்னிட்டு 2013-ஆம் ஆண்டு முதல் இந்திய அரசினால் வழங்கப்பட்டுவரும் 'தாகூர் விருது' கீழ்க்கண்ட நபர்களில் யாருக்கு வழங்கப்படுகிறது?

அ) சிறந்த வங்க மொழிக் கவிஞருக்கு

ஆ) சிறந்த கிழக்கிந்திய கவிஞருக்கு

இ) சிறந்த மேகாலய மாநில கவிஞருக்கு

ஈ) பன்னாட்டளவில் சகோதரத்துவம் தழைக்கப் பாடுபடும் கவிஞர்கள் மற்றும் சமூக ஆர்வலர்களுக்கு

33. இந்திய அரசினால் பொருளாதார வளர்ச்சிக்கு சிறந்த பங்களிப்பு வழங்கியவருக்கு வழங்கப்படும் விருது

25. இ 26. இ 27. ஆ 28. ஈ 29. ஈ 30. ஆ 31. ஆ 32. ஈ

அ) உத்யோக் ரத்தன் விருது

ஆ) உத்யோக் பண்டிட் விருது

இ) உத்யோக் ராஷ்டிரா

ஈ) உத்யோக் நிதி

34. 'உத்யன் பண்டிட்' எனும் விருது பின்வரும் எந்தவொன்றிற்காக இந்திய அரசினால் வழங்கப்படுகிறது?

அ) சிறந்த கலைஞர்களுக்கு

ஆ) சிறந்த அரசுப்பணியாளர்களுக்கு

இ) பழங்கள் சாகுபடியில் சிறப்பான பங்களிப்பு

ஈ) விவசாயத்தில் சாதனைபுரிந்ததற்காக

35. அறிவியலில் வாழ்நாள் சாதனைபுரிந்தவர்களுக்கு CSIR நிறுவனத்தினால் வழங்கப்படும் இந்தியாவின் மிக உயரிய விருது எது?

அ) இந்திய அறிவியல் விருது

ஆ) எஸ்.எஸ். பட்நாகர் விருது

இ) டாடா விருது

ஈ) விக்ரம் சாராபாய் விருது

36. சர்வதேச மகளிர் தினத்தன்று வீரதீரச்செயல்கள் புரிந்த மகளிருக்கு இந்திய அரசினால் வழங்கப்படும் விருது எது?

அ) பத்ம ஸ்திரீ புரஸ்கர் விருது

ஆ) ஸ்திரீ சக்திபுரஸ்கர் விருது

இ) சக்தி புரஸ்கர்

ஈ) ஸ்திரீ புரஸ்கர் விருது

37. இந்திய அளவில் சிறந்த நடிகர்களுக்கு ஆண்டுதோறும் வழங்கப்படும் உயரிய விருது எது?

அ) பாரத் விருது

ஆ) இந்திரா விருது

இ) நடிகவேள் விருது

ஈ) சக்ரா விருது

38. இந்திய அளவில் சிறந்த நடிகைகளுக்கு ஆண்டுதோறும் வழங்கப்படும் உயரிய விருது எது?

அ) மேனகா விருது

ஆ) ஊர்வசி விருது

இ) நஸ்ரின் விருது

ஈ) எம்.எஸ். சுப்புலட்சுமி விருது

39. எந்தவொரு துறையிலும் சிறந்து விளங்கும் இந்தியர்களுக்கு ஆண்டுதோறும் வழங்கப்படும் விருதுகளில் மதிப்புகளின் அடிப்படையில் பின்வரும் எந்த வரிசை சரி?

அ) பாரத ரத்னா > பத்ம விபூஷன் > பத்ம பூஷன் > பத்ம ஸ்ரீ

ஆ) பத்ம ஸ்ரீ > பத்ம விபூஷன் > பாரத ரத்னா> பத்ம பூஷன்

இ) பத்ம ஸ்ரீ > பத்ம பூஷன் > பாரத ரத்னா > பத்ம விபூஷன்

ஈ) பத்ம பூஷன் > பத்ம ஸ்ரீ > பத்ம விபூஷன் > பாரத ரத்னா

40. 1952 ஒடிஸாவின் பிஜு பட்நாயக்கால் தோற்றுவிக்கப்பட்டு சாதாரண மக்களின் வாழ்க்கைத் தரத்தை அறிவியல் கண்டுபிடிப்புகளின் மூலம் மேம்படுத்த முனைவோருக்கு ஆண்டுதோறும் UNESCO-வின் மூலம் வழங்கப்படும் விருது எது?

அ) ஒடிஸா விருது

ஆ) பட்நாகர் விருது

இ) பட்நாயக் விருது

ஈ) கலிங்கா விருது

33. அ 34. இ 35. அ 36. ஆ 37. அ 38. ஆ 39. அ 40. ஈ

சுராவின் ❋ பொது அறிவு வினா - விடை

சர்வதேசம்

1. **ஆண்டுதோறும் வழங்கப்பட்டு வரும் உலக அளவில் புகழ்மிக்க பரிசான நோபல் பரிசு எத்தனை துறைகளுக்கு வழங்கப்படுகிறது?**
   அ) ஐந்து ஆ) ஆறு
   இ) மூன்று ஈ) நான்கு

2. **உலகின் மிகப்பெரிய இயற்பியல் பரிசான 'யூரி மில்னெர் பரிசு' கீழ்க்கண்ட நபர்களில் யாருக்கு வழங்கப்படுகிறது?**
   அ) அணுக்கரு இயற்பியல் ஆராய்ச்சிகளில் ஈடுபட்டுள்ளோர்
   ஆ) வான் இயற்பியல் ஆராய்ச்சிகளில் ஈடுபட்டுள்ளோர்
   இ) மின்காந்த கதிர் இயற்பியல் ஆராய்ச்சிகளில் ஈடுபட்டுள்ளார்.
   ஈ) அடிப்படை இயற்பியல் ஆராய்ச்சிகளில் ஈடுபட்டுள்ளோர்

3. **'ஆசிய நோபல் பரிசு' எனக் கருதப்படும் பரிசு எது?**
   அ) ராமன் மகசேசே விருது
   ஆ) இக்நோபல் விருது
   இ) ஏபெல் விருது
   ஈ) கான்பூஷியஸ் விருது

4. **ஜனநாயக சமூக அமைப்பிற்குள் எதார்த்த பூர்வமாக அமைந்த இலட்சியவாதம், மக்களுக்குச் செய்யப்படுகிற தீரமிக்க சேவை, தார்மீக அரசாங்க எழுச்சி போன்றவற்றிக்காக பிலிப்பைன்ஸ் அரசினால் வழங்கப்படும் 'ராமன் மகசேசே விருது' கீழ்க்கண்ட யாரின் நினைவாக வழங்கப்படுகிறது?**
   அ) பிலிப்பைன்ஸின் முன்னாள் பிரதமர் ராமன் மகசேசே
   ஆ) பிலிப்பைன்ஸின் முன்னாள் இளவரசர் ராமன் மகசேசே
   இ) பிலிப்பைன்ஸின் முன்னாள் அரசர் ராமன் மகசேசே
   ஈ) பிலிப்பைன்ஸின் முன்னாள் அதிபர் ராமன் மகசேசே

5. **ஊடகவியல், இணைய ஊடகவியல், இலக்கியம், இசையமைப்பு ஆகியவற்றில் சாதனை புரிந்ததற்காக வழங்கப்படும் புலிட்சர் பரிசு பின்வரும் எந்தவொன்றால் வழங்கப்படுகிறது?**
   அ) கொலம்பிய பல்கலைக்கழகம், அமெரிக்கா
   ஆ) ஸ்டான்ஃபோர்ட் பல்கலைக்கழகம், அமெரிக்கா
   இ) மாசாசூசெட்ஸ் பல்கலைக்கழகம், அமெரிக்கா
   ஈ) ஹார்வார்ட் பல்கலைக்கழகம், அமெரிக்கா

6. **காமன்வெல்த் நாடுகள், அயர்லாந்து மற்றும் ஜிம்பாப்வே ஆகிய நாடுகளைச் சார்ந்தோரால் ஆங்கில மொழியில் எழுதப்பட்ட முழுநீள நாவலுக்கு, ஆண்டுதோறும் வழங்கப்படும் விருது எது?**
   அ) DSC விருது
   ஆ) தி மேன் புக்கர் பரிசு
   இ) பென் விருது
   ஈ) என்கோர் விருது

7. **சர்வதேச அளவில் சிறந்த எழுத்தாளருக்கு வழங்கும் வகையில் 2004-ஆம் ஆண்டில் புதிதாக உருவாக்கப்பட்ட 'சர்வதேச தி மேன் புக்கர் பரிசு' எத்தனை ஆண்டுகளுக்கு ஒருமுறை வழங்கப்படுகிறது?**

1. ஆ 2. ஈ 3. அ 4. ஈ 5. அ 6. ஆ 7. ஈ

அ) மூன்று ஆண்டுகளுக்கு ஒருமுறை
ஆ) பத்து ஆண்டுகளுக்கு ஒருமுறை
இ) ஐந்து ஆண்டுகளுக்கு ஒரு முறை
ஈ) இரண்டு ஆண்டுகளுக்கு ஒருமுறை

8. 'உலக உணவுப் பரிசு' எனும் வேளாண் அறிஞர்களின் சாதனைக்காக வழங்கப்படும் உயரிய விருதானது 1986-ஆம் ஆண்டு கீழ்க்கண்ட யாரால் உருவாக்கப்பட்டது?

அ) எம்.எஸ். சுவாமிநாதன்
ஆ) நார்மன் போர்லாக்
இ) சி. சுப்ரமணியம்
ஈ) ஸ்டீவ் ஜாப்ஸ்

9. கணிதவியலாளர்களுக்கு வழங்கப்படும், 'கணித நோபல் பரிசு' என்று அறியப்படும் 'ஏபெல் பரிசை' வழங்கும் நாடு எது?

அ) அமெரிக்கா ஆ) கனடா
இ) நார்வே ஈ) பிரான்ஸ்

10. திரைப்பட மற்றும் தொலைக்காட்சி கலைஞர்களுக்கு வழங்கப்படும் உயரிய விருதான 'கோல்டன் குளோப் விருது' பின்வரும் எந்த நாட்டினால் வழங்கப்படுகிறது?

அ) இங்கிலாந்து ஆ) அமெரிக்கா
இ) இந்தியா ஈ) பிரான்ஸ்

11. அமெரிக்காவால் வழங்கப்படும் 'கிராமி விருது' பின்வரும் எந்தத் துறைக்கு வழங்கப்படுகிறது?

அ) அரசியல்துறை
ஆ) பத்திரிக்கைத்துறை
இ) இசைத்துறை
ஈ) நாடகத்துறை

12. சதுரங்க விளையாட்டில் சிறந்தவர்களுக்கு வழங்கப்படும் 'கிராண்ட்மாஸ்டர்' பட்டத்தை வழங்குவது யார்?

அ) இந்திய சதுரங்க கூட்டமைப்பு
ஆ) சர்வதேச ஒலிம்பிக் கவுன்சில்
இ) சர்வதேச ஸ்போர்ட்ஸ் கவுன்சில்
ஈ) சர்வதேச சதுரங்கக் கூட்டமைப்பு

13. சர்வதேச பென் (Pen) விருதுகள் பின்வரும் எந்தவொரு காரணத்திற்காக வழங்கப்படுகின்றன?

அ) எழுத்துலகின் சிறந்த படைப்பு
ஆ) சிறந்த திரைக்கதை
இ) சிறந்த நாவல்
ஈ) உலக அமைதி

14. 1929 முதல் அமெரிக்காவினால் வழங்கப்படும் திரையுலகின் மிக உயர்ந்த விருதான 'ஆஸ்கர் விருது' எத்தனை பிரிவுகளில் வழங்கப்படுகிறது?

அ) 52 ஆ) 100
இ) 24 ஈ) 10

15. சர்வதேச அளவில் அமைதி மற்றும் நல்லிணக்கம் ஆகியவற்றிற்காக சேவை புரிந்துவருபவர்களுக்கு வழங்கப்படும் 'சன்ஹாக் அமைதி பரிசு' எப்பொழுது உருவாக்கப்பட்டது?

அ) 2012 ஆ) 2015
இ) 2000 ஈ) 1500

16. உலக அளவில் நீர் மேலாண்மை மற்றும் நீர் சார்ந்த பிரச்சினைகளுக்கு தீர்வு காண்பவர்களுக்கு 1991 முதல், ஸ்டாக் ஹோம் நீர் மேலாண்மைக்குழுவின் மூலம் வழங்கப்படும் விருதின் பெயரென்ன?

அ) உலக நீர் பரிசு
ஆ) சர்வதேச நீர் பரிசு
இ) சிறந்த உலகத் தலைவர் விருது
ஈ) ஸ்டாக்ஹோம் நீர் பரிசு

8. ஆ 9. இ 10. ஆ 11. இ 12. ஈ 13. அ 14. இ 15. ஆ 16. ஈ

17. மக்களை சிரிக்க வைத்து பிறகு சிந்திக்கவைக்கும் கண்டுபிடிப்புகளுக்கு 1991 முதல் வழங்கப்பட்டு வரும் 'இக் நோபல்' பரிசு பின்வரும் எந்த ஒன்றினால் வழங்கப்படுகிறது?

அ) வெள்ளை மாளிகை

ஆ) ஹார்வார்டு பல்கலைக்கழகம்

இ) சார்லிசாப்ளின் அறக்கட்டளை

ஈ) மேற்கண்ட எதுவுமில்லை

18. உயர்பெருமைக்குரியவர் எனும் பொருள்படும் 'செவாலியர்' விருதுகளை வழங்கும் நாடு எது?

அ) அமெரிக்கா

ஆ) பிரான்ஸ்

இ) இந்தியா

ஈ) இங்கிலாந்து

19. நான்கு வருடங்களுக்கு ஒரு முறை கணிதத்தில் சாதனைபுரிந்தவர்களுக்கு வழங்கப்பட்டு வரும் 'ஃபீல்டஸ்' பதக்கம் எத்தனை வயதிற்குட்பட்ட கணித மேதைக்கு வழங்கப்படுகிறது?

அ) 35 ஆ) 40

இ) 60 ஈ) 70

20. உலக அமைதிக்கு பாடுபடுவோருக்கு 2010-ஆம் ஆண்டு முதல் சீனாவின் சார்பில் வழங்கப்பட்டு வரும் அமைதிப்பரிசு எது?

அ) கான்பூசியஸ் அமைதிப்பரிசு

ஆ) மாவோ அமைதிப்பரிசு

இ) டாங் அமைதிப்பரிசு

ஈ) சன்யாட்சென் அமைதிப்பரிசு

17. ஆ 18. ஆ 19. ஆ 20. அ

சிறப்புப் பெயர்கள்

உலகம்

1. 'உலகின் கூரை' என்றழைக்கப்படும் இடம் எது?
அ) எவரெஸ்ட்
ஆ) நேபாளம்
இ) பூடான்
ஈ) பாமீர் முடிச்சு

2. 'இருண்ட கண்டம்' என்றழைக்கப்படும் கண்டம் எது?
அ) தென் ஆமெரிக்கா
ஆ) ஆப்பிரிக்கா
இ) அண்டார்டிகா
ஈ) ஆசியா

3. 'உலகின் சர்க்கரைக் கிண்ணம்' என்றழைக்கப்படும் இடம் எது?
அ) கியூபா
ஆ) ஹவானா
இ) இந்தியா
ஈ) உத்திரப்பிரதேசம்

4. 'அதிகாலை அமைதி நாடு' எனப்படும் நாடு எது?
அ) தைவான் ஆ) திபெத்
இ) கொரியா ஈ) ஜப்பான்

5. 'நைல் நதியின் நன்கொடை' என்றழைக்கப்படும் நாடு எது?
அ) எகிப்து ஆ) சிரியா
இ) துருக்கி ஈ) ஜோர்டான்

6. 'ஆயிரம் ஏரிகளின் நாடு' என்படுவது எது?
அ) பின்லாந்து
ஆ) இந்தோனேஷியா
இ) கம்போடியா
ஈ) பாராகுவே

7. 'வெள்ளை யானைகளின் தாயகம்' எனப்படும் நாடு எது?
அ) கேரளம் ஆ) அசாம்
இ) பூடான் ஈ) தாய்லாந்து

8. 'மத்தியத் தரைக்கடலின் திறவுகோல்' எனப்படுவது எது?
அ) அமேசான் நதி
ஆ) ஜிப்ரால்டர் நீரிணை
இ) ஜிப்ரால்டர் நிலச்சந்தி
ஈ) நைல் நதி

9. 'தடை செய்யப்பட்ட நகரம்' எனப்படுவது எது?
அ) ஹிட்சு (ஜப்பான்)
ஆ) டாக்கா (வங்கதேசம்)
இ) குவாண்டனாமோ (குவாந்தமாலா)
ஈ) லாசா (திபெத்)

10. 'உலகின் தனிமைத் தீவு' எனப்படுவது எது?
அ) அண்டார்டிக்
ஆ) டிரிஸ்டன் டா குன்ஹா
இ) ஆர்டிக்
ஈ) பார்மோசா தீவு

11. உலகின் 'கருங்கல் நகரம்' எனப்படும் நகரம் எது?
அ) அபர்டின் ஆ) ஜெய்ப்பூர்
இ) வார்தா ஈ) கிராம்ளின்

12. 'மரகத்தீவு' என்றழைக்கப்படும் நாடு எது?
அ) மாலத்தீவு ஆ) கிரீன்லாந்து
இ) லாவோஸ் ஈ) அயர்லாந்து

13. 'வெள்ளை நகரம்' என்றழைக்கப்படுவது எது?
அ) தாய்லாந்து ஆ) பெல்கிரேடு
இ) திஸ்பூர் ஈ) நியூயார்க்

14. 'கனவுக் கோபுரங்களின் நகரம்' என்றழைக்கப்படுவது எது?
அ) இலண்டன்
ஆ) பாரீஸ்
இ) ஆக்ஸ்போர்டு
ஈ) லிமா

1. ஈ 2. ஆ 3. அ 4. இ 5. அ 6. அ 7. ஈ 8. ஆ 9. ஈ 10. ஆ
11. அ 12. ஈ 13. ஆ 14. இ

15. 'முத்துத் தீவு' என்றழைக்கப்படும் நாடு எது?
அ) மாலத்தீவு
ஆ) வனுவாட்டு
இ) இலங்கை
ஈ) பஹ்ரைன்

16. 'பொன்வாயில் நகரம்' (Golden Gate City) எனப்படுவது எது?
அ) சான்பிரான்சிஸ்கோ
ஆ) நியூயார்க்
இ) நியூ ஜெர்ஸி
ஈ) மதீனா

17. 'ஐரோப்பாவின் விளையாட்டரங்கம்' எனப்படுவது எது?
அ) சுவிட்சர்லாந்து
ஆ) கிரீன்லாந்து
இ) ஆஸ்திரேலியா
ஈ) கான்ஸ்டான்டிநோபில்

18. சூரியன் முதலில் உதிக்கும் நாடு எது?
அ) தென்கொரியா
ஆ) வட கொரியா
இ) நார்வே
ஈ) ஜப்பான்

19. 'ஐரோப்பாவின் போர்க்களம்' எனப்படும் நாடு எது?
அ) பெல்ஜியம்
ஆ) துருக்கி
இ) மத்திய ஆசியா
ஈ) ஆப்பிரிக்கா

20. 'உலகின் தாழ்வாரம்' (தாழ்வான பகுதி) எனப்படுவது எது?
அ) மரியானா டிரன்ச்
ஆ) சாக்கடல் (Dead Sea)
இ) தரைக்கடல்
ஈ) மாலத்தீவுகள்

இந்தியா

1. 'இளஞ்சிவப்பு நகரம்' (Pink City) எனப்படும் இந்திய நகரம் எது?
அ) ஜோத்பூர் ஆ) ரன்தாம்பூர்
இ) ஜெய்ப்பூர் ஈ) ஐதராபாத்

2. 'இந்தியாவின் நுழைவு வாயில்' எனப்படும் இந்திய நகரம் எது?
அ) கொல்கத்தா ஆ) மும்பை
இ) புதுடெல்லி ஈ) தூத்துக்குடி

3. 'இந்தியாவின் கோயில் நகரம்' எனப்படும் நகரம் எது?
அ) மும்பை ஆ) புவனேஷ்வர்
இ) கொல்கத்தா ஈ) புதுடெல்லி

4. 'ஐந்து நதிகளின் பூமி' எனப்படும் மாநிலம் எது?
அ) பஞ்சாப் ஆ) ஹரியானா
இ) பீகார் ஈ) ஆக்ரா

5. 'இந்தியாவின் சுவிட்சர்லாந்து' எனப்படும் மாநிலம் எது?
அ) உத்திரகாண்ட்
ஆ) கேரளா
இ) கோவா
ஈ) காஷ்மீர்

6. 'பொற்கோயில் நகரம்' எனப்படும் இந்திய நகரம் எது?
அ) திருப்பதி ஆ) அமிர்தசரஸ்
இ) வாரணாசி ஈ) புத்தகயா

7. கிழக்கத்திய / இந்தியாவின் 'வெனீஸ்' எனப்படும் நகரம் எது?
அ) ஆலப்புழா
ஆ) கோவா
இ) புதுச்சேரி
ஈ) கன்னியாகுமரி

15. ஈ 16. அ 17. அ 18. ஈ 19. அ 20. ஆ ஐ 1. இ 2. ஆ 3. ஆ 4. அ 5. ஈ 6. ஆ 7. அ

8. 'இந்தியாவின் மான்செஸ்டர்' / 'ஏழு தீவுகளின் நகரம்' என அழைக்கப்படும் நகரம் எது?
அ) கோயம்புத்தூர்
ஆ) கான்பூர்
இ) கொல்கத்தா
ஈ) மும்பை

9. இந்தியாவின் 'அரண்மனை நகரம்' எனப்படும் நகரம் எது?
அ) ஜெய்ப்பூர் ஆ) ஐதராபாத்
இ) கொல்கத்தா ஈ) புதுடெல்லி

10. 'பிரதம மந்திரிகளின் நகரம்' எனப்படும் இந்திய நகரம் எது?
அ) புதுடெல்லி ஆ) அலகாபாத்
இ) ஐதராபாத் ஈ) குஜராத்

11. 'கருப்பு வைர நிலம்' எனப்படும் இந்திய நகரம் எது?
அ) அசன்சோல்
ஆ) ஜாலியன் வாலாபாக்
இ) ஜபல்பூர்
ஈ) சிட்டகாங்

12. இந்தியாவின் மின்னணு நகரம் / தோட்டங்களின் நகரம் / சிலிக்கான் பள்ளத்தாக்கு / அறிவியல் நகரம் / வான்நகரம் / மென்பொருள் தலைநகரம் என்றெல்லாம் சிறப்பிக்கப்படும் நகரம் எது?
அ) ஐதராபாத் ஆ) சென்னை
இ) பெங்களூரு ஈ) புதுடெல்லி

13. இந்தியாவின் 'பட்டுநகரம்' எனப்படும் நகரம் எது?
அ) காஞ்சிபுரம் ஆ) பாகல்பூர்
இ) ஆரணி ஈ) அலகாபாத்

14. 'ஏரிகளின் நகரம்' எனப்படும் இந்திய நகரம் எது?
அ) போபால் ஆ) செங்கல்பட்டு
இ) நைனிடால் ஈ) காஷ்மீர்

15. 'ஆசியாவின் டெட்ராய்ட்' / 'இந்தியாவின் உடல் நல (Health) தலைநகரம்' எனப்படும் நகரம் எது?
அ) குர்காவ்ன் ஆ) கான்பூர்
இ) சென்னை ஈ) மும்பை

16. 'இந்தியாவின் ஸ்காட்லாந்து' எனப்படும் நகரம் எது?
அ) கூர்க்
ஆ) திருநெல்வேலி
இ) முசௌரி
ஈ) வார்தா

17. 'வடகிழக்கு இந்தியாவின் நுழைவுவாயில்' எனப்படும் நகரம் எது?
அ) திஸ்பூர் ஆ) கொல்கத்தா
இ) பானாஜி ஈ) கௌஹாட்டி

18. பவளங்களின் நகரம் / நிசாம்களின் நகரம் / உலக பிரியாணித் தலைநகர் என அழைக்கப்படும் நகரம் எது?
அ) ஹைதராபாத்
ஆ) செகந்தராபாத்
இ) ஆற்காடு
ஈ) அமராவதி

19. உலக லெதர் நகரம் / வட இந்தியாவின் மான்செஸ்டர் என்றழைக்கப்படும் நகரம் எது?
அ) மும்பை ஆ) கான்பூர்
இ) புதுடெல்லி ஈ) சண்டிகர்

20. 'மிளகாய் நகரம்' எனப்படும் இந்திய நகரம் எது?
அ) குண்டூர் ஆ) நெல்லூர்
இ) கிருஷ்ணா ஈ) போபால்

21. 'விதியின் நகரம்' எனப்படும் நகரம் எது?
அ) ராய்ப்பூர்
ஆ) புதுடெல்லி
இ) ஐதராபாத்
ஈ) விசாகப்பட்டிணம்

8. ஈ 9. இ 10. ஆ 11. அ 12. இ 13. ஆ 14. அ 15. இ 16. அ 17. ஈ
18. அ 19. ஆ 20. அ 21. ஈ

22. இந்தியாவின் வைர நகரம் / வைரங்களின் நகரம் / ஆடைகளின் நகரம் என்றழைக்கப்படும் நகரம் எது?

அ) மும்பை ஆ) திருப்பூர்

இ) பன்னா ஈ) சூரத்

23. இந்தியாவின் திராட்சை நகரம் / இந்தியாவின் ஒயின் தலைநகரம் / இந்தியாவின் கலி:போர்னியா எனப்படும் நகரம் எது?

அ) நாக்பூர்

ஆ) நாசிக்

இ) மதுரா

ஈ) கோல்கொண்டா

24. சூரிய / நீல நகரம் என்றழைக்கப்படும் இந்திய நகரம் எது?

அ) ஜெய்ப்பூர் ஆ) ஜோத்பூர்

இ) அகமதாபாத் ஈ) புரி

25. இந்தியாவின் ஒளிகளின் நகரம் / கோயில்களின் நகரம் / புனித நகரம் / மதத் தலைநகரம் எனப்படும் நகரம் எது?

அ) புத்தகயா ஆ) பாட்னா

இ) வாரணாசி ஈ) அலகாபாத்

26. இந்தியாவின் 'யோகா தலைநகரம்' எனப்படும் இடம் எது?

அ) ரிஷிகேஷ் ஆ) மானசரோவர்

இ) கைலாஷ் ஈ) கேதர்நாத்

27. 'தக்காணத்தின் இளவரசி' எனப்படும் நகரம் எது?

அ) ஐதராபாத்

ஆ) செகந்திராபாத்

இ) புனே

ஈ) போபால்

28. 'கிழக்கின் பாரீஸ்' எனப்படும் நகரம் எது?

அ) புதுச்சேரி

ஆ) திருவனந்தபுரம்

இ) கோவா

ஈ) காரைக்கால்

29. 'இந்தியாவின் ஆரஞ்சு நகரம்' எனப்படும் நகரம் எது?

அ) நாசிக்

ஆ) தர்மசலா

இ) ரிஷிகேஷ்

ஈ) நாக்பூர்

30. 'மலைகளின் இளவரசி' எனப்படும் இந்திய நகரம் எது?

அ) ஊட்டி ஆ) முசௌரி

இ) நைனிடால் ஈ) டேராடூன்

22. ஈ 23. ஆ 24. ஆ 25. இ 26. அ 27. இ 28. அ 29. ஈ 30. ஆ

தமிழகம்

1. 'தென்னிந்தியாவின் நுழைவுவாயில்' எனப்படும் நகரம் எது?
   அ) தூத்துக்குடி
   ஆ) சென்னை
   இ) விசாகப்பட்டினம்
   ஈ) மும்பை
2. தென்னிந்தியாவின் மான்செஸ்டர் எனப்படும் நகரம் எது?
   அ) மும்பை
   ஆ) கரூர்
   இ) திருப்பூர்
   ஈ) கோயம்புத்தூர்
3. 'மலைகளின் அரசி' என்றழைக்கப்படும் மலைவாசஸ்தலம் எது?
   அ) முசௌரி
   ஆ) உதகமண்டலம்
   இ) கொடைக்கானல்
   ஈ) மூணார்
4. தூங்கா நகரம் / கோயில்களின் நகரம் / கீழை நாடுகளின் ஏதென்ஸ் என்றழைக்கப்படும் நகரம் எது?
   அ) காஞ்சிபுரம் ஆ) மதுரை
   இ) கும்பகோணம் ஈ) தஞ்சாவூர்
5. தமிழகத்தின் கோழிப்பண்ணை நகரம் / முட்டை நகரம் என்றழைக்கப்படும் நகரம் எது?
   அ) கரூர் ஆ) சேலம்
   இ) ஆத்தூர் ஈ) நாமக்கல்
6. 'தமிழகத்தின் ஏலக்காய் நகரம்' என்றறியப்படும் நகரம் எது?
   அ) மூணார்
   ஆ) போடிநாயக்கனூர்
   இ) கம்பம்
   ஈ) ஏற்காடு
7. தமிழகத்தின் 'கோட்டை நகரம்' என்று அறியப்படும் நகரம் எது?
   அ) செஞ்சி
   ஆ) வேலூர்
   இ) புதுக்கோட்டை
   ஈ) கிருஷ்ணகிரி
8. தமிழகத்தின் 'மஞ்சள் நகரம்' என்றறியப்படும் நகரம் எது?
   அ) சென்னை ஆ) ஈரோடு
   இ) கரூர் ஈ) தருமபுரி
9. 'தமிழகத்தின் ஹாலந்து' எனும் சிறப்புப் பெயரை உடைய நகரம் எது?
   அ) திருநெல்வேலி
   ஆ) கிருஷ்ணகிரி
   இ) திண்டுக்கல்
   ஈ) ஒசூர்
10. 'குட்டி ஜப்பான்' என்றழைக்கப்படும் தமிழக நகரம் எது?
    அ) சிவகாசி ஆ) விருதுநகர்
    இ) தூத்துக்குடி ஈ) மதுரை
11. தமிழகத்தின் பருத்தி நகரம் / வியாபார நகரம் என்றழைக்கப்படும் நகரம் எது?
    அ) கரூர்
    ஆ) கோயம்புத்தூர்
    இ) திருப்பூர்
    ஈ) விருதுநகர்
12. 'தென்னிந்தியாவின் காசி' என்றழைக்கப்படும் நகரம் எது?
    அ) கன்னியாகுமரி
    ஆ) இராமேஸ்வரம்
    இ) வேளாங்கண்ணி
    ஈ) சமயபுரம்

1. ஆ 2. ஈ 3. ஆ 4. ஆ 5. ஈ 6. ஆ 7. ஆ 8. ஆ 9. இ 10. அ
11. ஈ 12. ஆ

13. தமிழகத்தின் நுழைவு வாயில் / முத்துநகரம் என்றழைக்கப்படுவது எது?

அ) சென்னை

ஆ) மதுரை

இ) கன்னியாகுமரி

ஈ) தூத்துக்குடி

14. 'தமிழகத்தின் நெற்களஞ்சியம்' என்றழைக்கப்படும் மாவட்டம் எது?

அ) தஞ்சாவூர்

ஆ) திருவண்ணாமலை

இ) நாகப்பட்டினம்

ஈ) திருவாரூர்

15. 'தென்னிந்தியாவின் ஆக்ஸ்போர்டு' என்றழைக்கப்படுவது எது?

அ) திண்டுக்கல்

ஆ) தேனி

இ) திருநெல்வேலி

ஈ) மதுரை

16. ஏரிகள் மாவட்டம் / ஆயிரம் கோயில்கள் நகரம் / பட்டு நகரம் என அழைக்கப்படுவது எது?

அ) காஞ்சிபுரம்

ஆ) மதுரை

இ) ஆரணி

ஈ) இராமநாதபுரம்

17. 'மலைக்கோட்டை நகரம்' என்று அறியப்படும் நகரம் எது?

அ) கிருஷ்ணகிரி

ஆ) செஞ்சி

இ) சதுரங்கப் பட்டிணம்

ஈ) திருச்சி

18. 'புனிதப் பசுக்களின் பூமி' என்றழைக்கப்படும் நகரம் எது?

அ) கரூர்

ஆ) இராமேஸ்வரம்

இ) ஈரோடு

ஈ) தேனி

19. தமிழகத்தின் 'சமூக நல்லிணக்க பூமி' என்றழைக்கப்படுவது எது?

அ) இராமேஸ்வரம் ஆ) சென்னை

இ) நாகப்பட்டினம் ஈ) கோவை

20. 'ஏழைகளின் ஊட்டி' என்றழைக்கப்படும் சுற்றுலாத்தலம் எது?

அ) ஏலகிரி ஆ) ஏற்காடு

இ) குமுளி ஈ) கம்பம்

13. ஈ 14. அ 15. இ 16. அ 17. ஈ 18. அ 19. இ 20. ஆ

தலைவர்கள்

1. 'கவிக்குயில்' என்றழைக்கப்பட்ட பெண் சுதந்திரப் போராட்டத் தலைவர் யார்?
   அ) சரோஜினி நாயுடு
   ஆ) கஸ்தூரிபா அம்மையரர்
   இ) ஜான்சிராணி
   ஈ) அன்னிபெசன்ட்
2. 'சாச்சா' என்றழைக்கப்பட்ட தேசியத் தலைவர் யார்?
   அ) மகாத்மா காந்தி
   ஆ) வல்லபாய் படேல்
   இ) ஜவஹர்லால் நேரு
   ஈ) அம்பேத்கர்
3. 'தேசபந்து' என்றழைக்கப்பட்ட தேசியத் தலைவர் யார்?
   அ) மகாத்மா காந்தி
   ஆ) சித்ரஞ்சன்தாஸ்
   இ) ஜவஹர்லால் நேரு
   ஈ) மோதிலால் நேரு
4. 'பாட்ஷாகான்' அல்லது 'எல்லைக்காந்தி' என்றழைக்கப்பட்ட தலைவர் யார்?
   அ) கான் அப்துல் காஃபர்கான்
   ஆ) மௌலானா அபுல் கலாம் ஆசாத்
   இ) எம்.ஏ. ஜின்னா
   ஈ) சலீமுல்லாகான்
5. 'குருதேவ்' என்றழைக்கப்பட்ட சுதந்திரப் போராட்டத் தலைவர் யார்?
   அ) சுபாஷ் சந்திரபோஸ்
   ஆ) பகத்சிங்
   இ) லாலா லஜபதிராய்
   ஈ) இரவிந்தரநாத் தாகூர்
6. 'லோக் நாயக்' என்றழைக்கப்பட்ட தேசியத் தலைவர் யார்?
   அ) பாலகங்காதர திலகர்
   ஆ) பெரோஸ் காந்தி
   இ) ஜெயப்பிரகாஷ் நாராயணன்
   ஈ) லால் பகதூர் சாஸ்திரி
7. 'அமைதியின் சின்னம்' என்றழைக்கப்பட்ட இந்தியப் பிரதமர் யார்?
   அ) லால் பகதூர் சாஸ்திரி
   ஆ) மன்மோகன் சிங்
   இ) வாஜ்பாய்
   ஈ) வி.பி. சிங்
8. 'லோகமான்யர்' என்றழைக்கப்பட்ட சுதந்திரப் போராட்டத் தலைவர் யார்?
   அ) லாலா லஜபதிராய்
   ஆ) அரவிந்தகோஷ்
   இ) பாலகங்காதர திலகர்
   ஈ) தாதாபாய் நௌரோஜி
9. 'பஞ்சாப் சிங்கம்' என்றழைக்கப்பட்ட சுதந்திரப் போராட்டத் தலைவர் யார்?
   அ) பாலகங்காதர திலகர்
   ஆ) தாதாபாய் நௌரோஜி
   இ) லாலா லஜபதிராய்
   ஈ) அரவிந்தகோஷ்
10. 'பாபு' என்றழைக்கப்பட்ட சுதந்திரப் போராட்டத் தலைவர் யார்?
    அ) தாதாபாய் நௌரோஜி
    ஆ) மகாத்மா காந்தி
    இ) பெரோஷா மேத்தா
    ஈ) திலகர்
11. 'தேச ரத்னா' என்றழைக்கப்பட்ட இந்திய சுதந்திரப் போராட்டத் தலைவர் யார்?
    அ) பெரோஷா மேத்தா
    ஆ) திலகர்
    இ) அம்பேத்கர்
    ஈ) இராஜேந்திர பிரசாத்

1. அ 2. இ 3. ஆ 4. அ 5. ஈ 6. இ 7. அ 8. இ 9. இ 10. ஆ 11. ஈ

12. 'லோகப்பிரியா' என்றழைக்கப்பட்ட இந்தியத் தலைவர் யார்?
அ) கோபினாத் பர்டோலி
ஆ) திலகர்
இ) லாலா லஜபதிராய்
ஈ) அரவிந்த கோஷ்

13. 'மஹாமானா' என்றழைக்கப்பட்ட இந்திய சுதந்திரப் போராட்டத் தலைவர் யார்?
அ) வல்லபாய் படேல்
ஆ) வி.டி. சவார்க்கர்
இ) இரவீந்தரநாத் தாகூர்
ஈ) மதன் மோகன் மாளவியா

14. 'சாஹித் இ அசாம்' என்றழைக்கப்பட்ட இந்திய சுதந்திரப் போராட்ட வீரர் யார்?
அ) சுக்தேவ் ஆ) பகத்சிங்
இ) குருதேவ் ஈ) நானாசாகிப்

15. 'தீனபந்து' என்றழைக்கப்பட்ட தலைவர் யார்?
அ) சித்தரஞ்சன்தாஸ்
ஆ) மோதிலால் நேரு
இ) சி.எஃப் ஆண்ட்ரூஸ்
ஈ) W.C. பானர்ஜி

16. 'ஜம்மு-காஷ்மீரின் சிங்கம்' என்றழைக்கப்பட்ட தலைவர் யார்?
அ) கான் அப்துல் காபர்கான்
ஆ) ஷேக் முகமது அப்துல்லா
இ) மௌலானா அபுல் கலாம் ஆசாத்
ஈ) லாலா லஜபதிராய்

17. 'குருஜீ' என்றழைக்கப்பட்ட தலைவர் யார்?
அ) எம்.எஸ். கோல்வாக்கர்
ஆ) மகாத்மா காந்தி
இ) சுபாஷ் சந்திரபோஸ்
ஈ) ஜவஹர்லால் நேரு

18. 'கே (Gay) ஆஃப் கொல்கத்தா' என்றழைக்கப்பட்டவர் யார்?
அ) இரவீந்தரநாத் தாகூர்
ஆ) W.C. பானர்ஜி
இ) பெரோஷா மேத்தா
ஈ) அன்னை தெரசா

19. 'இந்தியாவின் முதுபெரும் மனிதர்' என்றழைக்கப்பட்ட தலைவர் யார்?
அ) மகாத்மா காந்தி
ஆ) ஈ.வெ.ரா
இ) தாதாபாய் நௌரோஜி
ஈ) திலகர்

20. 'பாபாசாகேப்' என்றழைக்கப்பட்ட தலைவர் யார்?
அ) டாக்டர் அம்பேத்கர்
ஆ) மகாத்மா காந்தி
இ) மௌலானா அபுல் கலாம் ஆசாத்
ஈ) திலகர்

12. அ 13. ஈ 14. ஆ 15. இ 16. ஆ 17. அ 18. ஈ 19. இ 20. அ

முதன்மைகள்

உலகம்

1. விண்வெளிக்குச் சென்ற முதல் மனிதர் யார்?
   - அ) ராகேஷ் சர்மா
   - ஆ) யூரி காகரின்
   - இ) லைக்கா
   - ஈ) நீல் ஆம்ஸ்ட்ராங்

2. வடதுருவத்தை அடைந்த முதல் மனிதர் யார்?
   - அ) ரொனால்ட் அமுண்ட்சன்
   - ஆ) இராபர்ட் பியரி
   - இ) எட்மண்ட் ஹிலாரி
   - ஈ) மிகிர்சென்

3. கடல் வழியே உலகை வலம் வந்தவர் யார்?
   - அ) கொலம்பஸ்
   - ஆ) வாஸ்கோடகாமா
   - இ) மெகல்லன்
   - ஈ) ஹென்றி

4. உலகின் முதல் பெண் 'அதிபர்' யார்?
   - அ) மரியா எஸ்டெலா பெரோன், அர்ஜெண்டினா
   - ஆ) மார்கரெட் தாட்சர், இங்கிலாந்து
   - இ) இந்திராகாந்தி, இந்தியா
   - ஈ) சிரிமா பண்டார நாயகே, இலங்கை

5. உலகின் முதல் அரசியலமைப்புச் சாசனத்தை உருவாக்கிய நாடு எது?
   - அ) அமெரிக்கா
   - ஆ) இங்கிலாந்து
   - இ) பிரான்ஸ்
   - ஈ) இத்தாலி

6. உலகின் முதல் பேசும் படம் எது?
   - அ) டைட்டானிக்
   - ஆ) ஹரிதாஸ்
   - இ) த ஜாஸ் சிங்கர்
   - ஈ) தி கிரேட் டிக்டேட்டர்

7. உலகின் முதல் நோயெதிர்ப்பு மருந்து எது?
   - அ) ரோட்டாவாக்
   - ஆ) பெனிசிலியம்
   - இ) போலியோ நோயெதிர்ப்பு மருந்து
   - ஈ) கார்ட்சில்

8. எவரெஸ்ட் சிகரத்தை முதன் முதலில் அடைந்தவர்கள் யாவர்?
   - அ) அமுண்ட்சென் மற்றும் எட்மண்ட் ஹிலாரி
   - ஆ) டென்சிங் நார்கே மற்றும் இராபர்ட் பியரி
   - இ) டென்சிங் நார்கே மற்றும் மிகிர்சென்
   - ஈ) டென்சிங் நார்கே மற்றும் எட்மண்ட் ஹிலாரி

9. செவ்வாயில் தரையிறங்கிய முதல் விண்வெளிக் கலம் எது?
   - அ) வைகிங் - 2
   - ஆ) வைகிங் - 1
   - இ) அப்பலோ - 7
   - ஈ) அப்பலோ - 2

10. உலகின் முதல் பல்கலைக்கழகம் எது?
    - அ) தக்ஷசீலா பல்கலைக்கழகம்
    - ஆ) நாளந்தா பல்கலைக்கழகம்
    - இ) ஹார்வார்டு பல்கலைக்கழகம்
    - ஈ) ஆக்ஸ்போர்டு பல்கலைக்கழகம்

11. விண்வெளியில் நடந்த முதல் பெண்மணி யார்?
    - அ) கல்பனா சாவ்லா
    - ஆ) வாலன்டினா தெரஸ்கோவா
    - இ) சுனிதா வில்லியம்ஸ்
    - ஈ) சாலி ரைட்

---

1. ஆ 2. ஆ 3. இ 4. அ 5. அ 6. இ 7. ஆ 8. ஈ 9. ஆ 10. அ 11. ஆ

12. ஐ.நா. சபையின் முதல் பொதுச்செயலர் யார்?
   அ) கோபி அனான்
   ஆ) டிரிக்வ் லி
   இ) ஊ தாண்ட்
   ஈ) போட்ரோஸ் போட்ரோஸ்

13. உலகின் முதல் செயற்கைக் கோள் எது?
   அ) மார்ச் – I
   ஆ) வைகிங் – I
   இ) அப்பல்லோ – I
   ஈ) ஸ்புட்னிக் – I

14. முதன் முதலில் காகிதப் பணத்தை வெளியிட்ட நாடு எது?
   அ) சீனா
   ஆ) இங்கிலாந்து
   இ) எகிப்து
   ஈ) பிரான்ஸ்

15. உலகின் முதல் மனித உரிமைகள் சாசனம் எது?
   அ) அமெரிக்க அரசியல் சாசனம்
   ஆ) பிரஞ்சு மனித உரிமைகள் பிரகடனம்
   இ) மாக்ன கார்ட்டா
   ஈ) ஐ.நா. மனித உரிமைகள் பிரகடனம்

12. ஆ   13. ஈ   14. அ   15. இ

சுராவின் ❋ பொது அறிவு வினா - விடை

இந்தியா

1. **ஆங்கிலேயர் ஆட்சிக்காலத்தில் நீதிபதியாக நியமிக்கப்பட்ட முதல் இந்தியர் யார்?**
அ) பம்மல் சம்பந்தனார்
ஆ) ராம் பிரசாத்ராம்
இ) முத்துசாமி ஐயர்
ஈ) எச்.எல். கோகலே

2. **முதன் முதலில் பாரதரத்னா விருது பெற்றவர் யார்?**
அ) இராதாகிருஷ்ணன்
ஆ) இராஜாஜி
இ) சி.வி. இராமன்
ஈ) மேற்கண்ட மூவரும்

3. **முதன் முதலில் விண்வெளிக்கு பயணித்த இந்தியர் யார்?**
அ) சத்தீஸ் தவான்
ஆ) சுனிதா வில்லியம்ஸ்
இ) கல்பனா சாவ்லா
ஈ) ராகேஷ் சர்மா

4. **இந்தியாவின் முதல் ஒளி-ஒலி திரைப்படம் எது?**
அ) இராஜ ஹரிச்சந்திரா
ஆ) ஆலம் அரா
இ) இராம் சரிதா ஈ) கீசகவதம்

5. **இந்தியாவில் முதன் முதலாக மின்சார வசதி பெற்ற பகுதி எது?**
அ) டார்ஜிலிங் ஆ) மெட்ராஸ்
இ) கல்கட்டா ஈ) டெல்லி

6. **முறையே வட, தென் துருவத்தை அடைந்த முதல் இந்தியர்கள் யாவர்?**
அ) முறையே டென்சிங் நார்கே, அருணிமா சின்ஹா
ஆ) முறையே சஞ்சய் தாபர், பச்சேந்திரிபால்
இ) முறையே அருணிமா சின்ஹா, பச்சேந்திரி பால்
ஈ) சஞ்சய் தாபர், ஜதீந்தர் குமார் பஜாஜ்

7. **ஆஸ்கர் விருது பெற்ற முதல் இந்தியர் யார்?**
அ) பானு ஆதய்யா
ஆ) சத்யஜித்ரே
இ) தாதா சாகேப் பால்கே
ஈ) மணிரத்னம்

8. **உலக அழகியாகத் தேர்வு செய்யப்பட்ட முதல் இந்தியர் யார்?**
அ) ஐஸ்வர்யா ராய்
ஆ) ரீட்டா ஃப்ரியா
இ) யுக்தா முகி
ஈ) டயானா ஹைடென்

9. **விமானம் ஓட்டுவதற்கான உரிமம் பெற்ற இந்தியாவின் முதல் விமானி யார்?**
அ) சர்தார் ஹர்டித் சிங் மாலிக்
ஆ) ராகேஷ் ஷர்மா
இ) சஞ்சய் காந்தி
ஈ) J.R.னு. டாடா

10. **பத்மஸ்ரீ விருது பெற்ற முதல் நடிகை யார்?**
அ) நர்கீஸ் தத்
ஆ) ஐஸ்வர்யா ராய்
இ) ரீட்டா ஃப்ரியா
ஈ) வீணா மாலிக்

11. **பாகிஸ்தானின் உயர்ந்த விருதான 'நிசான்-இ-பாகிஸ்தானி' விருது பெற்ற முதல் இந்தியர் யார்?**
அ) மௌலானா அபுல்கலாம் ஆசாத்
ஆ) மொரார்ஜி தேசாய்
இ) மன்மோகன்சிங்
ஈ) ஜாகீர் உசேன்

12. **இந்தியாவின் முதல் உச்சநீதிமன்ற தலைமை நீதிபதி யார்?**
அ) சுகுமார் சென்
ஆ) H.J. கனியா
இ) கோபால்சாமி
ஈ) இதயத்துல்லா

1. ஆ 2. ஈ 3. ஈ 4. ஆ 5. அ 6. ஈ 7. அ 8. ஆ 9. ஈ 10. அ 11. ஆ 12. ஆ

13. இந்தியாவின் முதல் தலைமைத் தேர்தல் ஆணையர் யார்?

அ) சுகுமார் சென்

ஆ) இதயத்துல்ல

இ) H.J. கனியா

ஈ) கோபால்சாமி

14. இந்தியாவின் முதல் குடிமைப்பணி அதிகாரி யார்?

அ) சுபாஷ் சந்திரபோஸ்

ஆ) ஜவஹர்லால் நேரு

இ) சத்யேந்திரநாத் தாகூர்

ஈ) மேற்கண்ட எவருமில்லை

15. இந்தியாவின் முதல் ஃபீல்டு மார்ஷல் யார்?

அ) அர்ஜூன் சிங்

ஆ) கே.எம். கரியப்பா

இ) ஜெனரல் மானக்ஷா

ஈ) முருகேசன்

13. அ 14. இ 15. இ

பன்னாட்டு முகமைகள்

உலகம்

1. ஐ.நா. சபையின் தலைமையகம் எங்குள்ளது?
   - அ) இலண்டன்
   - ஆ) நியூயார்க்
   - இ) வாஷிங்டன்
   - ஈ) ஜெனீவா

2. ஐ.நா. சபை எப்போது நிறுவப்பட்டது?
   - அ) 10 ஜனவரி 1945
   - ஆ) 24 அக்டோபர் 1940
   - இ) 10 ஜனவரி 1940
   - ஈ) 24 அக்டோபர் 1945

3. ஐ.நா. சபையின் அதிகாரப்பூர்வ மொழிகள் எத்தனை?
   - அ) ஆறு
   - ஆ) நான்கு
   - இ) ஏழு
   - ஈ) பத்து

4. ஐ.நா. சபையின் முன்னோடி எனப்படுவது எது?
   - அ) உலக நாடுகள் சங்கம்
   - ஆ) உலக வர்த்தக சங்கம்
   - இ) உலக வங்கி
   - ஈ) ஐரோப்பிய நாடுகள் சங்கம்

5. ஐக்கிய நாடுகள் சபை எனும் கருத்தாக்கத்தை வெளியிட்டவர் யார்?
   - அ) ஸ்டாலின்
   - ஆ) பிராங்க்ளின் டி. ரூஸ்வெல்ட்
   - இ) ஐசனோவர்
   - ஈ) வின்ஸ்டன் சர்ச்சில்

6. ஐ.நா. சபையின் தற்போதைய உறுப்பு நாடுகள் எத்தனை?
   - அ) 193
   - ஆ) 190
   - இ) 200
   - ஈ) 198

7. ஐ.நா. சபையில் தற்போது செயல்படும் அங்கங்கள் எத்தனை?
   - அ) 3
   - ஆ) 2
   - இ) 5
   - ஈ) 6

8. ஐ.நா. பாதுகாப்புக் குழுவின் நிரந்தர மற்றும் தற்காலிக உறுப்புநாடுகளின் எண்ணிக்கை யாது?
   - அ) முறையே 10 மற்றும் 5
   - ஆ) முறையே 7 மற்றும் 8
   - இ) முறையே 5 மற்றும் 5
   - ஈ) முறையே 5 மற்றும் 10

9. ஐ.நா. அனைத்துலக நீதிமன்றம் (UNICJ) அமைந்துள்ள இடம் எது?
   - அ) இலண்டன், இங்கிலாந்து
   - ஆ) தி ஹேக், நெதர்லாந்து
   - இ) வாஷிங்டன், அமெரிக்கா
   - ஈ) ஜெனீவா, சுவிட்சர்லாந்து

10. ஐ.நா. சபையின் 'நீடித்த வளர்ச்சி இலக்குகள்' எனும் 17 இலக்குகள் 2030-ஆம் ஆண்டிற்குள் நிறைவேற்றப்படுவதை கண்காணிக்கும் ஐ.நா.வின் அங்கம் எது?
    - அ) பொருளாதார மற்றும் சமூக குழு
    - ஆ) பொதுக்குழு
    - இ) பொறுப்பாட்சி மன்றம்
    - ஈ) பாதுகாப்புச் சபை

11. ஜி-4 நாடுகள் அமைப்பின் நோக்கம் என்ன?
    - அ) அமெரிக்க ஐக்கிய நாடுகளை பொருளாதாரத்தில் விஞ்சுவது
    - ஆ) பயங்கரவாதத்தை எதிர்ப்பது
    - இ) பொருளாதார முன்னேற்றம்
    - ஈ) ஐ.நா. பாதுகாப்புக் குழுவில் நிரந்தர உறுப்பினராக இடம் பிடிப்பது.

1. ஆ 2. ஈ 3. அ 4. அ 5. ஆ 6. அ 7. இ 8. ஈ 9. ஆ 10. அ 11. ஈ

சுராவின் ✱ பொது அறிவு வினா - விடை

12. சர்வதேச உணவு மற்றும் வேளாண்மை அமைப்பின் (FAO) தலைமையகம் எங்குள்ளது?
    - அ) நியூயார்க்
    - ஆ) ரோம்
    - இ) ஜெனீவா
    - ஈ) தி ஹேக்

13. பன்னாட்டு தொழிலாளர் மற்றும் வேளாண்மை அமைப்பின் (ILO) தலைமையகம் எங்குள்ளது?
    - அ) ரோம்
    - ஆ) ஜெனீவா
    - இ) நியூயார்க்
    - ஈ) தி ஹேக்

14. ஐக்கிய நாடுகளின் கல்வி, அறிவியல், பண்பாட்டு நிறுவனத்தின் (UNESCO) தலைமையகம் எங்குள்ளது?
    - அ) பாரீஸ்
    - ஆ) ரோம்
    - இ) தி ஹேக்
    - ஈ) ஜெனீவா

15. உலக சுகாதார அமைப்பின் (WHO) தலைமையகம் எங்குள்ளது?
    - அ) தி ஹேக்
    - ஆ) பாரீஸ்
    - இ) ஜெனீவா
    - ஈ) ரோம்

16. பன்னாட்டு அணுசக்தி முகமையின் (IAEA) தலைமையகம் எங்குள்ளது?
    - அ) ரோம்
    - ஆ) வியன்னா
    - இ) ஜெனீவா
    - ஈ) நியூயார்க்

17. ஐ.நா. குழந்தைகள் நல நிதியத்தின் (UNICEF) தலைமையகம் எங்குள்ளது?
    - அ) நியூயார்க்
    - ஆ) ரோம்
    - இ) ஜெனீவா
    - ஈ) பாரீஸ்

18. பன்னாட்டு காவல் அமைப்பின் (Interpol) தலைமையகம் எங்குள்ளது?
    - அ) லிமா
    - ஆ) பிரேசிலியா
    - இ) லியான், பிரான்ஸ்
    - ஈ) ரியோ டி ஜெனிரா

19. சர்வதேச கடல்சார் அமைப்பின் (IMO) தலைமையகம் எங்குள்ளது?
    - அ) இலண்டன்
    - ஆ) ரோம்
    - இ) பாரீஸ்
    - ஈ) நியூயார்க்

20. அகதிகளுக்கான ஐ.நா. உயர் ஆணையர் அமைப்பின் (UNHCR) தலைமையகம் எங்குள்ளது?
    - அ) இலண்டன்
    - ஆ) கான்பெரா
    - இ) பெய்ஜிங்
    - ஈ) ஜெனீவா

21. உலக வணிக அமைப்பின் தலைநகரம் எங்குள்ளது?
    - அ) நியூயார்க்
    - ஆ) ஜெனீவா
    - இ) நியூஜெர்ஸி
    - ஈ) அல்ரக்கா

22. பிரட்டன்வுட்ஸ் நிறுவனங்கள் என்பவை யாவை?
    - அ) உலக வங்கி மற்றும் ஐ.எம்.எஃப்.
    - ஆ) ஐ.நா. மற்றும் உலகநாடுகள் சபை
    - இ) ஜி-20 மற்றும் ஜி-8
    - ஈ) ஜி-4 மற்றும் ஜி-66

23. உலக வர்த்தக நிறுவனம் (WTO) எப்போது உருவாக்கப்பட்டது?
    - அ) 1 ஜனவரி 1995
    - ஆ) 24 அக்டோபர் 2000
    - இ) 24 நவம்பர் 1945
    - ஈ) 1 ஜனவரி 2000

24. உலக வங்கியின் தலைமையகம் எங்கு அமைந்துள்ளது?
    - அ) பாரீஸ்
    - ஆ) வாஷிங்டன்
    - இ) இலண்டன்
    - ஈ) ஜெனீவா

25. சர்வதேச நாணய நிதியத்தின் எப்போது துவங்கப்பட்டது?
    - அ) 1995
    - ஆ) 1972
    - இ) 1950
    - ஈ) 1945

26. சர்வதேச நாணய நிதியம் தலைமையகம் எங்குள்ளது
    - அ) நியூ ஜெர்ஸி
    - ஆ) மாஸ்கோ
    - இ) டோக்கியோ
    - ஈ) வாஷிங்டன்

27. ஐரோப்பிய ஒன்றியம் எப்போது ஏற்படுத்தப்பட்டது?
    - அ) 1 ஜனவரி 2000
    - ஆ) 7 பிப்ரவரி 1992
    - இ) 17 மார்ச் 1992
    - ஈ) 1 மார்ச் 2000

| 12. ஆ | 13. ஆ | 14. அ | 15. இ | 16. ஆ | 17. அ | 18. இ | 19. அ | 20. ஈ | 21. ஆ |
| 22. அ | 23. அ | 24. ஆ | 25. ஈ | 26. ஈ | 27. ஆ | | | | |

28. ஐரோப்பிய ஒன்றியக் குழுவின் தலைமையகம் எங்குள்ளது?

அ) இலண்டன் ஆ) பாரீஸ்

இ) பிரஸல்ஸ் ஈ) தி ஹேக்

29. ஐரோப்பிய ஒன்றியக் குழுவின் பொது நாணயம் எது?

அ) யூரோ

ஆ) டாலர்

இ) பவுண்ட்

ஈ) யுவான்

30. ஐரோப்பிய ஒன்றியக் குழுவின் அடிப்படை அங்கங்கள் எத்தனை?

அ) 7 ஆ) 11

இ) 8 ஈ) 10

31. வட அட்லாண்டிக் ஒப்பந்த அமைப்பு (NATO) எனும் இராணுவக் கூட்டணி எப்போது ஏற்படுத்தப்பட்டது?

அ) 1945 ஆ) 1947

இ) 1949 ஈ) 1940

32. வட அட்லாண்டிக் ஒப்பந்த அமைப்பின் (NATO) தலைமையகம் எங்குள்ளது?

அ) பிரஸல்ஸ் ஆ) நியூயார்க்

இ) பெர்லின் ஈ) ரோம்

33. ஷாங்காய் கூட்டுறவு அமைப்பின் தலைமையகம் எங்குள்ளது?

அ) ஷாங்காய்

ஆ) டோக்கியோ

இ) பெய்ஜிங்

ஈ) டெல் அவிவ்

34. ஷாங்காய் கூட்டுறவு அமைப்பின் புதிய உறுப்புநாடுகள் எவை?

அ) இலங்கை, இரஷ்யா

ஆ) இந்தியா, பாகிஸ்தான்

இ) பாகிஸ்தான், சீனா

ஈ) அமெரிக்கா, இங்கிலாந்து

35. விடுதலை பெற்ற நாடுகளின் கூட்டமைப்பு (CIS) எனும் 11 நாடுகளின் கூட்டணியானது

அ) பிரிட்டனிடமிருந்து சுதந்திரம் பெற்ற நாடுகளால் உருவாக்கப்பட்டது.

ஆ) அமெரிக்க ஐக்கிய நாடுகளில் 11 மாகாணங்களால் ஏற்படுத்தப்பட்டது.

இ) சோவியத் யூனியனிலிருந்து பிரிந்த நாடுகளால் உருவாக்கப்பட்டது.

ஈ) பிரான்சிடமிருந்து விடுதலை பெற்ற 11 ஆப்பிரிக்க நாடுகளால் ஏற்படுத்தப்பட்டது.

36. ஆப்பிரிக்க ஒன்றியத்தின் மொத்த உறுப்பினர்கள் எண்ணிக்கை யாது?

அ) 53 ஆ) 50

இ) 33 ஈ) 44

37. ஆப்பிரிக்க ஒன்றியத்தின் தலைமையகம் எங்குள்ளது?

அ) லிமா

ஆ) அடிஸ் அபாபா

இ) எரித்திரியா

ஈ) ஜிம்பாப்வே

38. ஆப்பிரிக்க ஒன்றியத்தின் உறுப்பினரல்லாத ஆப்பிரிக்கக் கண்டத்தில் அமைந்துள்ள நாடு எது?

அ) எகிப்து

ஆ) சோமாலியா

இ) தெற்கு சூடான்

ஈ) மொராக்கோ

39. 'ஓபெக்' எனும் கூட்டமைப்பானது பின்வரும் எதனுடன் தொடர்புடையது?

அ) பெட்ரோலியம் ஏற்றுமதி செய்யும் நாடுகள்

ஆ) பெட்ரோலியம் இறக்குமதி செய்யும் நாடுகள்

இ) பெட்ரோலியம் சுத்திகரிப்பு செய்யும் நாடுகள்

ஈ) பெட்ரோலியம் விற்பனை செய்யும் நாடுகள்

28. இ 29. அ 30. அ 31. இ 32. அ 33. இ 34. ஆ 35. இ 36. அ 37. ஆ 38. ஈ 39. அ

40. சார்க் (SAARC) அமைப்பின் தலைமையகம் எது?

அ) புதுடெல்லி ஆ) கொழும்பு
இ) டாக்கா ஈ) காத்மண்டு

41. சார்க் (SAARC) அமைப்பின் மொத்த உறுப்புநாடுகள் எத்தனை?

அ) 10 ஆ) 8
இ) 11 ஈ) 9

42. பின்வருவனவற்றுள் ஜி-8 நாடுகள் அமைப்பில் உறுப்பினரல்லாத நாடு எது?

அ) அமெரிக்கா ஆ) இரஷ்யா
இ) சீனா ஈ) பிரான்ஸ்

43. வளைகுடா நாடுகள் ஒத்துழைப்பு கவுன்சிலின் (Gulf Cooperation Council) மொத்த உறுப்புநாடுகள் எத்தனை?

அ) 6 ஆ) 11
இ) 26 ஈ) 30

44. தென் கிழக்கு ஆசிய நாடுகள் சங்கத்தின் குறிக்கோள் என்ன?

அ) ஒரு தொலைநோக்கு பார்வை, ஓர் அடையாளம், ஒரே சமுதாயம்.
ஆ) பொருளாதார முன்னேற்றம், சமத்துவம், சகோதரத்துவம்.
இ) சமவளர்ச்சி, சமவாய்ப்பு
ஈ) குறிக்கோள் இல்லை.

45. தென் கிழக்கு ஆசிய நாடுகள் சங்கத்தின் தலைமையகம் எங்குள்ளது?

அ) பாண்டுங் ஆ) சிங்கப்பூர்
இ) ஜகார்த்தா ஈ) மலேசியா

46. ஆசிய-பசிபிக் பொருளாதார ஒத்துழைப்பு (APEC) இன் தலைமையகம் எங்குள்ளது?

அ) மணிலா ஆ) சிங்கப்பூர்
இ) மலேசியா ஈ) மாஸ்கோ

47. அணி சேரா இயக்கம் எப்போது உருவாக்கப்பட்டது?

அ) 1961 ஆ) 1948
இ) 1950 ஈ) 1982

48. காமன்வெல்த் அமைப்பின் தலைவர் யார்?

அ) இங்கிலாந்து பிரதமர்
ஆ) இங்கிலாந்து அதிபர்
இ) இங்கிலாந்து அரசி
ஈ) இந்தியப் பிரதமர்

49. பிரிக்ஸ் (BRICS) எனும் கருத்தாக்கத்தை முன்மொழிந்தவர் யார்?

அ) கீன்ஸ்
ஆ) ஜிம் ஓ நெய்ல்
இ) ஜவஹர்லால் நேரு
ஈ) மாவோ

50. பிரிக்ஸ் (BRICS) கூட்டமைப்பில் கடைசியாக இணைந்து கொண்ட நாடு எது?

அ) சீனா
ஆ) தென் ஆப்பிரிக்கா
இ) பிரேசில்
ஈ) இரஷ்யா

40. ஈ 41. ஆ 42. இ 43. அ 44. அ 45. இ 46. ஆ 47. அ 48. இ 49. ஆ 50. ஆ

விளையாட்டு

1. நவீன ஒலிம்பிக் போட்டிகள் முதன்முதலாக எங்கு, எப்போது துவக்கப்பட்டன?
   அ) 1930, பெர்லின்
   ஆ) 1945, நியூயார்க்
   இ) 1896, கிரீஸ்
   ஈ) 1905, லண்டன்
2. ஒலிம்பிக் கொடியில் உள்ள 5 வண்ணங்கள் எதனைக் குறிக்கின்றன?
   அ) 5 கண்டங்கள்
   ஆ) 5 கடல்கள்
   இ) 5 வல்லரசு நாடுகள்
   ஈ) ஐம்பூதங்கள்
3. ஆசிய நாடுகளுக்கிடையே நடத்தப்படும் ஆசிய விளையாட்டுப் போட்டிகள் முதன் முதலாக எங்கு, எப்பொழுது துவங்கப்பட்டன?
   அ) 1960, மாஸ்கோ
   ஆ) 1948, பெய்ஜிங்
   இ) 1950, காத்மாண்டு
   ஈ) 1951, புதுடெல்லி
4. சதுரங்க (செஸ்) விளையாட்டினை உலகிற்கு அறிமுகம் செய்த நாடு எது?
   அ) இலங்கை
   ஆ) பிரான்ஸ்
   இ) இந்தியா
   ஈ) இந்தோனேசியா
5. முழுமாரத்தான் ஓட்டப்பந்தயத்தின் தூரம் எவ்வளவு?
   அ) 42.19 கி.மீ. ஆ) 42.19 கி.மீ.
   இ) 37.25 கி.மீ. ஈ) 43 கி.மீ.
6. இந்தியாவின் தேசிய விளையாட்டு எது?
   அ) கிரிக்கெட்
   ஆ) கபடி
   இ) ஹாக்கி
   ஈ) மேற்கண்ட எதுவுமில்லை
7. உலகப் புகழ் பெற்ற வீரரான தயான்சந்த் எந்த விளையாட்டுடன் தொடர்புடையவர்?
   அ) ஹாக்கி ஆ) கிரிக்கெட்
   இ) கால்பந்து ஈ) கைப்பந்து
8. டென்னிஸில் உள்ள கிராண்ட்ஸ்லாம் போட்டிகள் எத்தனை?
   அ) 6 ஆ) 4
   இ) 12 ஈ) 20
9. 'காளைச் சண்டை'யை தேசிய விளையாட்டாகக் கொண்ட நாடு எது?
   அ) தமிழ்நாடு ஆ) அமெரிக்கா
   இ) ஸ்பெயின் ஈ) இங்கிலாந்து
10. ஆண்டுதோறும் ஆகஸ்ட் 29 அன்று கொண்டாடப்படும் தேசிய விளையாட்டு தினம், கீழ்க்கண்ட எந்த நபரின் பிறந்த நாளன்று கொண்டாடப்படுகிறது?
    அ) மில்காசிங்
    ஆ) பி.டி. உஷா
    இ) தயான்சந்த்
    ஈ) ஜவஹர்லால் நேரு
11. 'ஆகாகான் கோப்பை' பின்வரும் எந்த விளையாட்டுடன் தொடர்புடையது?
    அ) ஹாக்கி ஆ) கால்பந்து
    இ) டென்னிஸ் ஈ) கிரிக்கெட்
12. 'துராண்ட் கோப்பை' பின்வரும் எந்த விளையாட்டுடன் தொடர்புடையது?
    அ) ஹாக்கி ஆ) டென்னிஸ்
    இ) கைப்பந்து ஈ) கால்பந்து

1. இ 2. அ 3. ஈ 4. இ 5. அ 6. ஈ 7. அ 8. ஆ 9. இ 10. இ 11. அ 12. ஈ

13. 'முகமது அலி' எனும் புகழ்பெற்ற விளையாட்டு வீரர் பின்வரும் எந்த விளையாட்டுடன் தொடர்புடையவர்?
அ) மல்யுத்தம்
ஆ) குத்துச்சண்டை
இ) கராத்தே
ஈ) ஜூடோ

14. இந்து சமயக் கடவுளான அனுமன் பின்வரும் எந்த விளையாட்டுடன் தொடர்புபடுத்தி நினைவுகூரப்படுகிறார்?
அ) கராத்தே
ஆ) ஜூடோ
இ) குத்துச்சண்டை
ஈ) மல்யுத்தம்

15. ஒலிம்பிக் போட்டிகளை இருமுறை நடத்திய நகரங்கள் யாவை?
அ) பாரிஸ், லண்டன்
ஆ) லாஸ் ஏஞ்சல்ஸ்
இ) A மட்டும்
ஈ) A & B ஆகிய இரண்டும்

16. 'பறக்கும் சீக்கியர்' (Flying Sikh) என அறியப்பட்ட விளையாட்டு வீரர் யார்?
அ) மில்கா சிங் ஆ) ரத்தன் சிங்
இ) யுவராஜ் சிங் ஈ) ஹர்பஜன் சிங்

17. சிறப்பு ஒலிம்பிக் போட்டிகளில் பங்கேற்போர் யாவர்?
அ) உடல் வளர்ச்சி குன்றியோர்
ஆ) மனவளர்ச்சி குன்றியோர்
இ) பார்வையிழந்தோ
ஈ) 60 வயதிற்கு மேற்பட்டோர்

18. 'பிரகாஷ் படுகோனே' எந்த விளையாட்டுடன் தொடர்புடையவர்?
அ) ஹாக்கி ஆ) பேட்மிண்டன்
இ) டென்னிஸ் ஈ) கைப்பந்து

19. கருப்பு முத்து (Black Pearl) என்றழைக்கப்படும் விளையாட்டு வீரர் யார்?
அ) கிறிஸ்டைன் ரொனால்டோ
ஆ) உசைன் போல்ட்
இ) பீலே
ஈ) கிறிஸ் கெயில்

20. 'கராத்தே' என்பதன் பொருள் யாது?
அ) தற்காப்பு
ஆ) வெறும் கைகள்
இ) முன்னெச்சரிக்கை
ஈ) பலமாகத் தாக்கு

21. மிகக்குறைவான நேரம் மட்டுமே விளையாடப்படும் விளையாட்டு எது?
அ) கார் பந்தயம்
ஆ) ஐஸ் ஹாக்கி
இ) குதிரைப் பந்தயம்
ஈ) கைப்பந்து

22. இந்தியா உள்ளிட்ட 8 நாடுகள் பங்குபெறும் தெற்காசிய விளையாட்டுப் போட்டிகள் எப்பொழுது துவங்கப்பட்டன?
அ) 1960 ஆ) 1951
இ) 1984 ஈ) 1965

23. உலகின் மிகப் பிரபலமான விளையாட்டு எது?
அ) கால்பந்து ஆ) கிரிக்கெட்
இ) நீச்சல் ஈ) கூடைப்பந்து

24. ஒலிம்பிக் போட்டிகளின் தனிநபர் பிரிவில் முதன்முதலாகப் பதக்கம் வென்ற இந்தியர் யார்?
அ) யோகேஸ்வர் தத்
ஆ) மு.னு. ஜாதவ்
இ) மேரி கோம்
ஈ) அபினவ் பிந்த்ரா

25. இந்திய கிரிக்கெட் அணி எப்பொழுது முதன்முதலாக ஒருநாள் உலகக்கோப்பையை வென்றது?
அ) 1975 ஆ) 1983
இ) 1996 ஈ) 2011

13. ஆ 14. ஈ 15. ஈ 16. அ 17. ஆ 18. ஆ 19. இ 20. ஆ 21. ஆ 22. இ
23. அ 24. ஆ 25. ஆ

பல்வகை

மக்கள்தொகைக் கணக்கெடுப்பு - 2011

1. 2011-ஆம் ஆண்டு மேற்கொள்ளப்பட்ட மக்கள்தொகை கணக்கெடுப்பு எத்தனையாவது மக்கள்தொகைக் கணக்கெடுப்பு ஆகும்?

அ) 12 ஆ) 10
இ) 15 ஈ) 20

2. மக்கள்தொகைக் கணக்கெடுப்பு - 2011 இன்படி, முறையே இந்தியாவின் மக்கள்தொகை அடர்த்தி, தேசிய அளவில் அதிக மக்களடர்த்தி உடைய மாநிலம் மற்றும் குறைந்த மக்களடர்த்தி உடைய மாநிலம் யாது?

அ) முறையே 400, பீகார், அருணாச்சலப் பிரதேசம்
ஆ) முறையே 382, பீகார், அருணாச்சலப் பிரதேசம்
இ) முறையே 385, தமிழகம், அந்தமான் மற்றும் நிக்கோபார் தீவுகள்
ஈ) முறையே 390, புதுடெல்லி, இலட்சத் தீவுகள்

3. மக்கள்தொகைக் கணக்கெடுப்பு அறிக்கை-2011 இன்படி, முறையே இந்தியாவின் பாலின விகிதம், தேசிய அளவில் அதிக பாலின விகிதம் கொண்ட மாநிலம் மற்றும் குறைவான பாலின விகிதம் கொண்ட மாநிலம் யாது?

அ) முறையே 940, கேரளம், ஹரியானா
ஆ) முறையே 950, தமிழகம், குஜராத்
இ) முறையே 970, கேரளம், பாண்டிச்சேரி
ஈ) முறையே 945, கேரளம், உத்திரப்பிரதேசம்

4. மக்கள்தொகைக் கணக்கெடுப்பு அறிக்கை-2011 இன்படி, முறையே இந்தியாவின் எழுத்தறிவு விகிதம், தேசிய அளவில் உயர்ந்த எழுத்தறிவு கொண்ட மாநிலம் மற்றும் குறைவான எழுத்தறிவு கொண்ட மாநிலம் யாது?

அ) 78.06 திரிபுரா, பஞ்சாப்
ஆ) 76.08 கேரளம், உத்திரப்பிரதேசம்
இ) 75.05 புதுச்சேரி, சண்டிகர்
ஈ) 74.04, கேரளம், பீகார்

5. 2011-இன்படி, உலக அளவிலான மக்கள்தொகையில் இந்தியாவின் பங்கு யாது?

அ) 16 சதவிகிதம்
ஆ) 17.5 சதவிகிதம்
இ) 20 சதவிகிதம்
ஈ) 22 சதவிகிதம்

6. மக்கள்தொகைக் கணக்கெடுப்பு - 2011 இன்படி, இந்தியாவின் மொத்த மக்கள்தொகையில் தமிழகத்தின் பங்கு யாது?

அ) 8.8 ஆ) 5.96
இ) 5.0 ஈ) 7.0

1. இ 2. ஆ 3. அ 4. ஈ 5. ஆ 6. ஆ

7. மக்கள்தொகைக் கணக்கெடுப்பு - 2011 இன்படி, முறையே தமிழகத்தின் மக்கள் தொகை அடர்த்தி, மாநில அளவில் அதிக மக்களடர்த்தி உடைய மாவட்டம் மற்றும் குறைந்த மக்களடர்த்தியுடைய மாவட்டம் யாது?

அ) 555, சென்னை, சிவகங்கை
ஆ) 555 கோவை, உதகமண்டலம்
இ) 480, சென்னை, மதுரை
ஈ) 500 சென்னை, சிவகங்கை

8. மக்கள்தொகைக் கணக்கெடுப்பு அறிக்கை-2011 இன்படி, முறையே தமிழகத்தின் பாலின விகிதம், மாநில அளவில் அதிக பாலின விகிதம் கொண்ட மாவட்டம் மற்றும் குறைவான பாலின விகிதம் கொண்ட மாவட்டம் யாது?

அ) 992, சென்னை, சேலம்
ஆ) 998, தூத்துக்குடி, நாமக்கல்
இ) 990, தூத்துக்குடி, தருமபுரி
ஈ) 995, தூத்துக்குடி, சேலம்

9. மக்கள்தொகைக் கணக்கெடுப்பு அறிக்கை-2011 இன்படி, முறையே தமிழகத்தின் எழுத்தறிவு விகிதம் யாது?

அ) 88.10 ஆ) 80.33
இ) 85.07 ஈ) 78.7

10. 2011-இல் மக்கள்தொகைக் கணக்கெடுப்பின்படி, மக்கள்தொகை வளர்ச்சி விகிதம் யாது?

அ) 15.60% ஆ) 20.00%
இ) 21.07% ஈ) 10.00%

7. அ 8. ஈ 9. ஆ 10. அ

தேசிய மற்றும் மாநிலச் சின்னங்கள்

1. **இந்திய தேசியக் கொடி, அரசியல் சாசன சபையால் எப்பொழுது ஏற்றுக்கொள்ளப்பட்டது?**
   அ) ஆகஸ்ட் 22, 1947
   ஆ) ஜூலை 22, 1947
   இ) ஜனவரி 22, 1950
   ஈ) ஜனவரி 26, 1950

2. **இந்திய அரசு சின்னத்தில் இடம் பெற்றுள்ள 'சத்யமேவ ஜெயதே' எனும் வாசகம் எந்த எழுத்துக்களில் பொறிக்கப்பட்டுள்ளன?**
   அ) உருது ஆ) வங்கமொழி
   இ) இந்தி ஈ) தேவநாகரி

3. **இந்திய தேசியகீதத்தை இயற்றிய இரவிந்தரநாத் தாகூர் வேறு எந்த நாடுகளின் தேசிய கீதத்தையும் இயற்றியுள்ளார்?**
   அ) இலங்கை, வங்கதேசம்
   ஆ) நேபாளம், பூடான்
   இ) மியான்மர், வங்கதேசம்
   ஈ) வங்கதேசம், பாகிஸ்தான்

4. **பங்கிம் சந்திர சட்டர்ஜியின் எந்த நூலில் தேசியப் பாடலான 'வந்தே மாதரம்' இடம் பெற்றுள்ளது?**
   அ) கீதாஞ்சலி
   ஆ) ஆனந்த மடம்
   இ) ஸ்வராஜ்
   ஈ) சத்தியமேவ ஜயதே

5. **1957 மார்ச் 22 இல், தேசிய நாள்காட்டியாக ஏற்றுக் கொள்ளப்பட்ட "சக" நாள்காட்டி யாருடைய ஆட்சிக்காலத்தில் அறிமுகமானது?**
   அ) கனிஷ்வர்
   ஆ) குஜூலா காட்பீசஸ்
   இ) அசோகர்
   ஈ) சமுத்திரகுப்தர்

6. **இந்தியாவின் தேசிய விலங்கான புலியை தேசிய விலங்காகக் கொண்ட மற்ற நாடுகள் யாவை?**
   அ) வங்கதேசம், மலேஷியா, மியான்மர், தென்கொரியா, வியட்நாம்
   ஆ) சிங்கப்பூர், அமெரிக்கா, இங்கிலாந்து, பாகிஸ்தான், இலங்கை
   இ) சீனா, பூடான், நேபாளம், இலங்கை, மாலத்தீவுகள்
   ஈ) ஆப்கானிஸ்தான், பாகிஸ்தான், சவூதி அரேபியா, ஈரான், சிரியா

7. **இந்தியாவின் தேசிய திருவுரு, ஊர்வன மற்றும் பாரம்பரிய விலங்கு ஆகியன யாவை?**
   அ) முறையே புறா, ஆலிவ்ரிட்லி ஆமை, வங்காளப்புலி
   ஆ) முறையே கங்கை டால்பின், வரையாடு, இந்திய யானை
   இ) முறையே கங்கை டால்பின், வங்காளப்புலி, காண்டாமிருகம்
   ஈ) முறையே அனுமன் லாங்கூர், இராஜநாகம், இந்திய யானை

8. **இந்தியாவின் தேசிய கடல் நீர் விலங்கு எது?**
   அ) கங்கை நதி டால்பின்
   ஆ) கடல் பசு
   இ) டால்பின்
   ஈ) கடல் குதிரை

1. ஆ 2. ஈ 3. அ 4. ஆ 5. அ 6. அ 7. ஈ 8. அ

9. தமிழகத்தின் மாநில சின்னத்தில் இடம் பெற்றுள்ள கோபுரம் எது?
   - அ) மதுரை மீனாட்சி கோயில் கோபுரம்
   - ஆ) சிதம்பரம் நடராஜர் கோயில் கோபுரம்
   - இ) ஸ்ரீவில்லிபுத்தூர் ஆண்டாள் கோயில் கோபுரம்
   - ஈ) திருவண்ணாமலை அண்ணாமலையார் கோயில் இராஜகோபுரம்

10. தமிழகத்தின் அதிகாரப்பூர்வ அரசுபாடல் எது?
    - அ) ஜன கண மன
    - ஆ) நீராரும் கடலுடுத்த
    - இ) வந்தே மாதரம்
    - ஈ) சாரே ஜஹாங்சே அச்சா

11. தமிழ்நாட்டின் மாநில விளையாட்டு எது?
    - அ) மல்யுத்தம்   ஆ) கபடி
    - இ) வில்வித்தை   ஈ) மல்லர் கம்பம்

12. தமிழ்நாட்டின் மாநில மலர் எது?
    - அ) தாமரை மலர்
    - ஆ) மல்லிகை மலர்
    - இ) ரோஜாமலர்
    - ஈ) செங்காந்தள் மலர்

13. தமிழ்நாட்டின் மாநிலப் பழம் எது?
    - அ) பலா   ஆ) மா
    - இ) வாழை   ஈ) செர்ரி

14. தமிழ்நாட்டின் மாநிலப் பறவை எது?
    - அ) பஞ்சவர்ணக்கிளி
    - ஆ) வெண்புறா
    - இ) இராஜாளி
    - ஈ) மரகதப்புறா

15. ஆந்திரப் பிரதேசத்தின் பாரம்பரிய நடனம் எது?
    - அ) யக்ஷகானா   ஆ) குச்சுப்புடி
    - இ) பரதம்   ஈ) ஒடிசி

16. 'கர்பா' என்பது எந்த மாநிலத்தின் பாரம்பரிய நடனமாகும்?
    - அ) கர்நாடகம்   ஆ) குஜராத்
    - இ) கேரளம்   ஈ) ஒடிசா

17. 'கதக்' எனும் பாரம்பரிய நடனம் பின்வரும் எப்பகுதிக்குரியது?
    - அ) தென்மேற்கு இந்தியா
    - ஆ) வடமேற்கு இந்தியா
    - இ) வட கிழக்கு இந்தியா
    - ஈ) வட இந்தியா

18. எந்த இந்திய மாநிலம் தனக்கென தனியாக ஓர் அதிகாரப்பூர்வ கொடியை வைத்துள்ளது?
    - அ) பீகார்
    - ஆ) ஜம்மு–காஷ்மீர்
    - இ) சிக்கிம்
    - ஈ) இராஜஸ்தான்

19. இந்திய நாடாளுமன்றத்தின் அதிகாரப்பூர்வ பெயர் என்ன?
    - அ) சன்சாட்
    - ஆ) பாராளுமன்றம்
    - இ) ஜன்சபா
    - ஈ) பஞ்சாயத்து

20. இந்தியாவின் அதிகாரப்பூர்வ பெயர் என்ன?
    - அ) இந்தியக் கூட்டரசு
    - ஆ) இந்தியப் பேரரசு
    - இ) பாரதம்
    - ஈ) இந்தியக் குடியரசு

9. இ	10. ஆ	11. ஆ	12. ஈ	13. அ	14. ஈ	15. ஆ	16. ஆ	17. ஈ	18. ஆ
19. அ	20. ஈ								

புகழ்பெற்ற முழக்கங்கள்

1. 'சைமனே திரும்பிப் போ' என முழங்கியவர் யார்?
அ) பாலகங்காதர திலகர்
ஆ) சுக்தேவ்
இ) லாலா லஜபதிராய்
ஈ) பகத்சிங்

2. 'டெல்லியை நோக்கிச் செல்லுங்கள் (Delhi Chalo) என முழங்கியவர் யார்?
அ) சுபாஷ் சந்திரபோஸ்
ஆ) பாலகங்காதர திலகர்
இ) பகத்சிங்
ஈ) லாலா லஜபதிராய்

3. 'வந்தே மாதரம்' என முழங்கியவர் யார்?
அ) சுபாஷ் சந்திரபோஸ்
ஆ) பகத்சிங்
இ) பங்கிம் சந்திரசாட்டர்ஜி
ஈ) மகாத்மா காந்தி

4. 'இன்குலாப் ஜிந்தாபாத்' என முழக்கமிட்டவர் யார்?
அ) பகத்சிங்
ஆ) சுபாஷ் சந்திர போஸ்
இ) முகமது இக்பால்
ஈ) ஜவஹர்லால் நேரு

5. 'சுயராஜ்ஜியம் எனது பிறப்புரிமை' என முழங்கியவர் யார்?
அ) லாலா லஜபதிராய்
ஆ) பாலகங்காதர திலகர்
இ) சுப்பிரமணிய பாரதி
ஈ) வ.ஊ. சிதம்பரம்

6. 'செய் அல்லது செத்து மடி' என முழங்கியவர் யார்?
அ) சுபாஷ் சந்திர போஸ்
ஆ) மகாத்மா காந்தி
இ) பகத்சிங்
ஈ) திலகர்

7. 'ஜெய் ஜவான் ஜெய் கிசான்' என முழங்கியவர் யார்?
அ) மகாத்மா காந்தி
ஆ) ஜவஹர்லால் நேரு
இ) லால் பகதூர் சாஸ்த்திரி
ஈ) இந்திராகாந்தி

8. 'கரீபி ஹட்டாவோ' என முழங்கியவர் யார்?
அ) லால் பகதூர் சாஸ்த்திரி
ஆ) இந்திராகாந்தி
இ) ஜவஹர்லால் நேரு
ஈ) வாஜ்பாய்

9. சுதந்திர போராட்டத்தின் போது 'சத்யமேவ ஜெயதே' என முழங்கியவர் யார்?
அ) வ.வே.சு. ஐயர்
ஆ) சத்தியேந்திரநாத் போஸ்
இ) சுரேந்திரநாத் பானர்ஜி
ஈ) பண்டிட் மதன் மோகன் மாளவியா

10. 'வேதங்களுக்கு திரும்புங்கள்' என முழங்கியவர் யார்?
அ) இராமகிருஷ்ண பரமஹம்சர்
ஆ) தயானந்த சரஸ்வதி
இ) விவேகானந்தர்
ஈ) இராஜாராம் மோகன்ராய்

1. இ	2. அ	3. இ	4. அ	5. ஆ	6. ஆ	7. இ	8. ஆ	9. ஈ	10. ஆ

அறிவியல் பிரிவுகள்

1. 'Acoustics' என்பது எந்த அறிவியல் பிரிவைப் பற்றியது?
   அ) ஒளி ஆ) செல்கள்
   இ) ஒலி ஈ) மின்காந்தம்

2. 'Ornithology' என்பது என்ன?
   அ) பறவைகளைப் பற்றியது
   ஆ) விலங்குகள் பற்றியது
   இ) பறவைகள் நடமாட்டத்தைப் பற்றியது
   ஈ) தாவரத்தைப் பற்றியது

3. 'Conchology' என்பது எதைப் பற்றியது?
   அ) கிளிஞ்சல்கள்
   ஆ) செல் அமைப்பு
   இ) இரகசிய எழுத்து முறை
   ஈ) விலங்குகள் பற்றியது

4. 'Cytogenetics' என்பது என்ன?
   அ) கிளிஞ்சல்கள்
   ஆ) செல் அமைப்பு
   இ) இரகசிய எழுத்துமுறை
   ஈ) விலங்குகள் பற்றியது

5. 'Anthropology' என்பது என்ன?
   அ) பழங்காலச் சின்னங்கள்
   ஆ) மனிதன் தோற்றம், வளர்ச்சி, பண்பாடுகள் போன்ற மேலும் பல அம்சங்களைப் பற்றிய ஆராய்ச்சி
   இ) மொழி
   ஈ) வரலாறு

6. 'Bionics' என்பது எதைப் பற்றியது?
   அ) மிருக நடமாட்டம்
   ஆ) பறவைகளின் நடமாட்டம்
   இ) மனித நடமாட்டம்
   ஈ) இவற்றில் எதுவுமில்லை

7. 'Ceramics' என்பது எதைப் பற்றியது?
   அ) பரம்பரை
   ஆ) தொற்றுநோய்
   இ) பானை செய்தல்
   ஈ) நெசவு

8. 'Gerontology' என்பது எதைப் பற்றியது?
   அ) சிறுவயதினர்
   ஆ) முதியவர்கள்
   இ) வாலிபம்
   ஈ) குழந்தைப் பருவம்

9. 'Iconography' என்பது
   அ) சில மாதிரிகளை வைத்து கற்பித்தல்
   ஆ) பொருள்கள்
   இ) மற்ற கிரகங்களில் உள்ள வாழ்க்கை
   ஈ) மரங்கள்

10. ஹைட்ரோபோனிக்ஸ் என்பது எதைப் பற்றியது?
   அ) சத்துக் கரைசல்களில் செடிகளை வளர்த்தல்
   ஆ) காற்று இல்லாமலே செடிகளை வளர்த்தல்
   இ) ஹைட்ரஜன் சேர்மங்கள்
   ஈ) நைட்ரஜன் சேர்மங்கள்

11. 'Odontology' என்பது எதைப் பற்றியது?
   அ) பற்கள்
   ஆ) மண்டை ஓடு
   இ) முக எலும்புகள்
   ஈ) இதயம்

12. லெக்சிகோகிரா:.பி என்பது எதைப் பற்றியது?
   அ) பறவைகள்
   ஆ) கல்வெட்டுக்கள்
   இ) அகராதி தயாரித்தல்
   ஈ) தாவரங்கள்

1. இ 2. அ 3. அ 4. ஆ 5. ஆ 6. ஆ 7. இ 8. ஆ 9. அ 10. அ
11. அ 12. இ

13. உலோக நாணயங்கள் பற்றிய அறிவியலுக்கு என்ன பெயர்?
அ) நியூமிஸ்மாட்டிக்ஸ்
ஆ) ஆப்டிக்ஸ்
இ) ஃபிலாலஜி
ஈ) மைக்காலெஜி

14. பூகம்பங்களைப் பற்றிய அறிவியலுக்கு என்ன பெயர்?
அ) வைராலஜி
ஆ) சீஸ்மாலஜி
இ) ஃபிலாலஜி
ஈ) ஆப்டிக்ஸ்

15. இரண்டு உள்ளங்கள் ஒன்றுக்கொன்று புலன்கள் மூலம் அல்லாமல் வேறு வழியில் தொடர்பு கொள்வதற்கு என்ன பெயர்?
அ) போமாலஜி ஆ) டெலிபதி
இ) டாக்ஸிகாலஜி ஈ) வைராலஜி

16. அறிவியலில் செரிகல்ட்சர் (Sericulture) என்னும் பகுதி எதைப் பற்றியது?
அ) பட்டுப் பூச்சி வளர்த்தல்
ஆ) ஆடை நெய்தல்
இ) செடிகளின் வளர்ச்சி
ஈ) காளான் வளர்த்தல்

17. 'Cryogenics' என்பது கீழ்க்கண்டவற்றுள் எதைக் குறிக்கிறது?
அ) விண்வெளிக் கோள்களைப் பற்றியது
ஆ) கிரகங்களைப் பற்றியது
இ) குறைந்த வெப்பநிலை பற்றியது
ஈ) அதிக வெப்பநிலை பற்றியது

18. 'Epigraphy' என்பது கீழ்க்கண்டவற்றுள் எதைப் பற்றியது?
அ) கல்வெட்டுகள்
ஆ) தொற்று நோய்கள்
இ) கல்வி
ஈ) கடல் ஆராய்ச்சி

19. மைக்காலெஜி (Mycology) என்பது எதைப் பற்றியது?
அ) ஃபானா ஆ) ஃப்ளோரா
இ) பூஞ்சைகள் ஈ) கற்கள்

20. 'Philately' என்பது கீழ்க்கண்டவற்றுள் எந்த சேமிப்புடன் தொடர்பு உடையது?
அ) நாணயங்கள்
ஆ) தபால் தலைகள்
இ) கற்கள்
ஈ) உலோகங்கள்

13. அ 14. ஆ 15. ஆ 16. அ 17. இ 18. அ 19. இ 20. ஆ

தமிழ் இலக்கியங்கள்

1. 'திராவிட' எனும் சொல்லே தமிழ் எனும் சொல்லிலிருந்து உருவானதாகும் என்று கூறியவர்
அ) ஹீராஸ் பாரதியார்
ஆ) கால்டுவெல்
இ) ஜி.யூ. போப்
ஈ) வீரமாமுனிவர்

2. பாதபீடிகை உள்ள இடம்
அ) வஞ்சிமாநகர்
ஆ) மணிபல்லவத் தீவு
இ) ஆபுத்திரன் நாடு
ஈ) சேரநாடு

3. அறவண அடிகள் 'அறிவுண்டாகுக' என யாரை எல்லாம் வாழ்த்தினார்?
அ) அரசமாதேவி, தோழியர் கூட்டம்
ஆ) சித்திராபதி
இ) மணிமேகலை
ஈ) அனைவரையும்

4. 'புல்லாகிப் பூடாய்' இடம்பெற்றுள்ள நூல்
அ) திருவாசகம்
ஆ) திருமந்திரம்
இ) தேவாரம்
ஈ) பதிற்றுப்பத்து

5. திருக்குறளில் அறத்துப்பாலுக்கு உரிய அதிகாரங்கள்
அ) 70
ஆ) 25
இ) 38
ஈ) 30

6. முழுதும் விருத்தப்பாக்களால் ஆன காப்பியம்
அ) சிலப்பதிகாரம்
ஆ) மணிமேகலை
இ) கம்பராமாயணம்
ஈ) குண்டலகேசி

7. எத்திராசுலு (எ) அரங்கசாமி என்ற இயற்பெயர் கொண்ட கவிஞர்
அ) நா. காமராசன்
ஆ) தாராபாரதி
இ) அப்துல் ரகுமான்
ஈ) வாணிதாசன்

8. தமிழகத்தை ஆண்ட மூவேந்தர்கள் சிறப்பு குறித்து பாடப்பட்ட நூல் எது ?
அ) மும்மணிக்கோவை
ஆ) முத்தொள்ளாயிரம்
இ) மூவர் உலா
ஈ) கலிங்கத்துப்பரணி

9. மார்போலையில் எழுதும் எழுத்தாணி
அ) ஈட்டி
ஆ) தூரிகை
இ) தந்தம்
ஈ) ஊசி

10. 'வனப்பு' என்னும் சொல்லின் பொருள்
அ) அழகு
ஆ) அறிவு
இ) வளமை
ஈ) ஆளுமை

11. 'விளம்பி' என்பது ________ பெயர்
அ) இயற்பெயர்
ஆ) புனைபெயர்
இ) ஊர்ப்பெயர்
ஈ) சொல்பெயர்

12. விக்டோரியா மகாராணி காலையில் கண்விழித்ததும் முதலில் படித்த நூல்
அ) விவிலியம்
ආ) திருக்குறள்
இ) ஷேக்ஸ்பியரின் படைப்புகள்
ஈ) கீட்சின் கவிதைகள்

1. அ 2. ஆ 3. ஈ 4. அ 5. இ 6. இ 7. ஈ 8. ஆ 9. இ 10. அ 11. இ 12. ஆ

13. திருவள்ளுவராண்டு எதை உறுதி செய்து கணக்கிடப்படுகிறது?

அ) கி.மு. 31 ஆ) கி.மு. 13
இ) கி.மு. 2 ஈ) கி.மு. 12

14. 'சாதியும் மதமுஞ் சமயமுந் தவிர்த்தேன் சாத்திரக் குப்பையும் தணந்தேன்' - எனப் பாடியவர்

அ) திருமூலர்
ஆ) பெரியார்
இ) வள்ளுவர்
ஈ) வள்ளலார்

15. 'அரியா சனமுனக்கே யானால் உனக்குச் சரியாரும் உண்டோ தமிழே' ? - இடம் பெற்ற நூல்

அ) தென்றல் விடு தூது
ஆ) நெஞ்சு விடு தூது
இ) தமிழ் விடு தூது
ஈ) புகையிலை விடு தூது

16. 'கண் வனப்புக் கண்ணோட்டம், கால் வனப்புச் செல்லாமை' - என உறுப்பழகு பாடியவர்

அ) பரணர்
ஆ) கபிலர்
இ) காரியாசான்
ஈ) முடியரசன்

17. 'பாராய்க்கடன் உரைத்தல்' என்பது

அ) கடன் கேட்டல்
ஆ) கடன் கொடுத்தல்
இ) வேண்டியது நிறைவேறினால் இன்னது தருவேன் எனல்
ஈ) வாங்கிய கடனைத் தர மறுத்தல்

18. கோவலன், கண்ணகி மதுரையில் யாரிடம் அடைக்கலப்படுத்தப்பட்டனர் ?

அ) கவுந்தியடிகள்
ஆ) மாதரி
இ) மாதவி
ஈ) நெடுஞ்செழியன்

19. அகப்புறப்பாடல்களைக் கொண்ட சங்க நூல் எது ?

அ) பதிற்றுப்பத்து
ஆ) பரிபாடல்
இ) புறநானூறு
ஈ) அகநானூறு

20. நான்மணிக்கடிகையைப் பாடியவர் யார் ?

அ) விளம்பிநாகனார்
ஆ) கபிலர்
இ) முன்றுறை அரையனார்
ஈ) கடுவெளிச் சித்தர்

21. திருவாரூர் நான்மணி மாலையைப் பாடியவர்

அ) திருமூலர்
ஆ) குமரகுருபரர்
இ) சிவபெருமான்
ஈ) திருஞானசம்பந்தர்

22. "யாமறிந்த புலவரிலே கம்பனைப்போல்" என்று கம்பரைப் புகழ்ந்து பாடியவர் யார் ?

அ) பாரதியார்
ஆ) பாரதிதாசன்
இ) புகழேந்தி
ஈ) சடையப்ப வள்ளல்

23. குறுந்தொகையின் அடிவரையறை

அ) 8 - 16
ஆ) 13 - 31
இ) 4 - 8
ஈ) 9 - 12

24. சரியான விடையைத் தேர்வு செய்.

	சொல்		பொருள்
a.	விசும்பு	1.	தந்தம்
b.	துலை	2.	யானை
c.	மருப்பு	3.	துலாக்கோல்
d.	களிறு	4.	வானம்

குறியீடுகள் :

	a)	b)	c)	d)
அ)	4	3	2	1
ஆ)	4	3	1	2
இ)	3	1	4	2
ஈ)	4	2	1	3

13. அ 14. ஈ 15. இ 16. இ 17. இ 18. ஆ 19. ஆ 20. அ 21. ஆ 22. அ 23. இ 24. ஆ

25. கலித்தொகை ________ நூல்களில் ஒன்று.

அ) பத்துப்பாட்டு

ஆ) எட்டுத்தொகை

இ) பதினெண்கீழ்க்கணக்கு

ஈ) பதினெண்மேல்கணக்கு

26. சரியானவற்றைத் தேர்ந்தெடுத்து எழுதுக.

கலம்பகம் ________ வகைச் சிற்றிலக்கியங்களுள் ஒன்று.

அ) தொண்ணூற்றாறு

ஆ) பதினெட்டு

இ) பத்து

ஈ) தொண்ணூற்றொன்பது

27. பெருமாள் திருமொழியில் ________ பாசுரங்கள் உள்ளன.

அ) இருநூற்றைந்து

ஆ) நூற்றைந்து

இ) நூறு

ஈ) பதினெட்டு

28. உ.வே.சாமிநாதரின் தமிழ்ப்பணியைப் பாராட்டிய மேலைநாட்டவர்

அ) கோலரிட்ஜ்

ஆ) வோர்ட்ஸ்வொர்த்

இ) கீட்ஸ்

ஈ) சூலியஸ் வின்சோன்

29. உடற்பிணியைப் போக்கும் மருத்துவ நூல்கள் இயற்றிய சித்தர்கள்

I. அகத்தியர் II. தேரையர்

III. போகர் IV. புலிப்பாணி

சரியான விடையளி :

அ) I, IV சரி

ஆ) I, III, IV சரி

இ) III, IV சரி

ஈ) I, II, III,IV சரி

30. பெரியார் இரு கண்களாகக் கருதியவை

அ) அன்பு, ஈகை

ஆ) மரியாதை, சுயமரியாதை

இ) வாய்மை, தூய்மை

ஈ) ஈகை, வாய்மை

31. 'பிருங்கராசம்', 'தேகராசம்' - எந்த மூலிகையின் வேறு பெயர்கள் ?

அ) குப்பைமேனி

ஆ) கரிசலாங்கண்ணி

இ) கறிவேப்பிலை

ஈ) கற்றாழை

32. குரல்வளத்தை மேம்படுத்தும் மூலிகை

அ) துளசி

ஆ) ஞானப் பச்சிலை

இ) குப்பைமேனி

ஈ) கற்றாழை

33. 'மீதூண் விரும்பேல்' என்றவர்

அ) கம்பர்

ஆ) ஔவையார்

இ) வள்ளுவர்

ஈ) திருமூலர்

34. 'சித்திரக்காரப்புலி' என்றழைக்கப்பட்டவர்

அ) முதலாம் மகேந்திரவர்மன்

ஆ) நந்திவர்மன்

இ) கோப்பெருஞ்சோழன்

ஈ) குலோத்துங்கன்

35. "தேவாரம்" என்பது

அ) இக்காலத்து இசைத்தமிழ் நூல்

ஆ) இடைக்காலத்து இசைத்தமிழ் நூல்

இ) முற்காலத்து இசைத்தமிழ் நூல்

ஈ) சங்ககாலத்து இசைத்தமிழ் நூல்

36. உரிய விடையை எழுதுக.

முத்துவீரப்பன் ஆட்சிக்காலம்

அ) நான்காண்டு

ஆ) ஐந்தாண்டு

இ) ஏழாண்டு

ஈ) ஆறாண்டு

25. ஆ 26. அ 27. ஆ 28. ஈ 29. ஈ 30. ஆ 31. ஆ 32. ஆ 33. ஆ 34. அ 35. ஆ 36. இ

37. **பொருத்தமான விடையை எழுதுக.**

'நாடகத்தமிழ்'

அ) இயற்றமிழில் பிறந்தது
ஆ) இயல் இசை சேர்ந்த வழியே பிறந்தது
இ) இசைத்தமிழில் பிறந்தது
ஈ) எதுவுமில்லை

38. **திருவிளையாடற் புராணத்திற்கு உரையெழுதியவர்**

a) அடியார்க்கு நல்லார்
b) அரும்பதவுரைக்காரர்
c) ந.மு. வேங்கடசாமி
d) நச்சினார்க்கினியார்

39. **எண்பது விழுக்காடு திராவிட மொழிக்கூறுகளை கொண்ட மொழி**

அ) மலையாளம்
ஆ) தமிழ்
இ) தெலுங்கு
ஈ) கன்னடம்

40. **முதற் பொருளாவது**

அ) நிலமும் பொழுதும்
ஆ) அகமும் புறமும்
இ) உயிரும் மெய்யும்
ஈ) திணையும் ஒழுக்கமும்

41. **இலக்கணத்தில் பொருளாவது யாது ?**

அ) செல்வம்
ஆ) ஒழுக்க முறை
இ) அடக்கம்
ஈ) அறிவு

42. **மதில்போர் பற்றிய புறத்திணைகளுக்குரிய புறப்பொருளைத் தேர்க.**

அ) வட்கார்மேற் செல்வது, எதிரூன்றல்
ஆ) நிரைகவர்தல், மீட்டல்
இ) எயில்காத்தல், வளைத்தல்
ஈ) அதிரப்பெருவது, செருவென்றது

43. **பொருந்தாத ஒன்றைத் தெரிவு செய்க.**

அ) நாலடியார்
ஆ) நான்மணிக்கடிகை
இ) பழமொழி
ஈ) கலித்தொகை

44. **நற்றிணை _____ சிற்றெல்லையும் _____ பேரெல்லையும் கொண்ட நூல்.**

அ) 4, 8 ஆ) 3, 6
இ) 9, 12 ஈ) 13, 31

45. **முதல் சமய காப்பியம் எது ?**

அ) மணிமேகலை
ஆ) சிலப்பதிகாரம்
இ) வளையாபதி
ஈ) குண்டலகேசி

46. **பொருத்தமான விடையைத் தேர்வு செய்க.**

'தெள்ளு தமிழ் நடை சின்னஞ்சிறிய இரண்டடிகள்- திருக்குறள் குறித்து இப்படிக் கூறியவர் யார் ?

அ) திரு.வி.க. ஆ) ஔவையார்
இ) பாரதியார் ஈ) பாரதிதாசன்

47. **வீரமாமுனிவர் பிறந்த நாடு**

அ) பாரிசு
ஆ) இத்தாலி
இ) இங்கிலாந்து
ஈ) சுவிட்சர்லாந்து

48. **'இனியவை நாற்பது' நூலின் ஆசிரியர் யார் ?**

அ) தாயுமானவர்
ஆ) சச்சிதானந்தன்
இ) பூதஞ்சேந்தனார்
ஈ) கபிலர்

49. **'அம்மானை' என்பது _____ விளையாடும் விளையாட்டு.**

அ) ஆண்கள்
ஆ) பெண்கள்
இ) குழந்தைகள்
ஈ) பெரியவர்கள்

37. ஆ 38. இ 39. ஆ 40. அ 41. ஆ 42. இ 43. ஈ 44. இ 45. அ 46. ஈ
47. ஆ 48. இ 49. ஆ

50. முருகனால் சிறையிலிடப்பட்டவன்
    - அ) நான்முகன்
    - ஆ) சிவன்
    - இ) திருமால்
    - ஈ) இந்திரன்

51. திருக்குறள் _____ நூல்களுள் ஒன்று.
    - அ) பதினெண்கீழ்க்கணக்கு
    - ஆ) பத்துப்பாட்டு
    - இ) எட்டுத்தொகை
    - ஈ) பக்தி நூல்

52. குறிஞ்சிப்பாட்டு என்னும் நூலில் எத்தனை வகையான பூக்களின் பெயர்கள் உள்ளன?
    - அ) 79
    - ஆ) 99
    - இ) 119
    - ஈ) 9

53. 'மூவருலா' எந்த மன்னர்களைப் பற்றிப் பாடப்பட்டது?
    - அ) சேரர்
    - ஆ) சோழர்
    - இ) பாண்டியர்
    - ஈ) பல்லவர்

54. 'வளன்' என்னும் பெயரால் அழைக்கப்பெறுபவர்
    - அ) சூசை
    - ஆ) பீட்டர்
    - இ) டேவிட்
    - ஈ) சேவியர்

55. நூலின் 97 வெண்பாவிலும் மனநோய் போக்கும் 5 கருத்துகள் கொண்டது
    - அ) மலைபடுகடாம்
    - ஆ) சிறுபஞ்சமூலம்
    - இ) ஏலாதி
    - ஈ) திரிகடுகம்

56. களிற்றியானை நிரை, மணிமிடைபவளம், நித்திலக்கோவை என 3 பகுதிகளை உடைய நூல்
    - அ) புறநானூறு
    - ஆ) அகநானூறு
    - இ) பரிபாடல்
    - ஈ) பதிற்றுப்பத்து

57. 'நிலத்தினும் பெரிதே வானினும் உயர்ந்தன்று' என்று தலைவி தலைவன் மீதான நட்பை வியந்து பாடுவதாய் அமைந்த பாடலின் நூல்
    - அ) நற்றிணை
    - ஆ) ஐங்குறுநூறு
    - இ) குறுந்தொகை
    - ஈ) அகநானூறு

58. 'கிறித்துவ சமயத்தாரின் கலைக்களஞ்சியம்' எனப் போற்றப்படுவது
    - அ) தேம்பாவணி
    - ஆ) இரட்சண்ய யாத்ரீகம்
    - இ) இரட்சண்ய மனோகரம்
    - ஈ) கிறித்துவின் அருள்வேட்டல்

59. இயேசுபெருமானின் வளர்ப்புத் தந்தை யார்?
    - அ) அந்தோணியார்
    - ஆ) சூசை
    - இ) தாவீது
    - ஈ) பேதுரு

60. 'திருத்தொண்டர் புராணம்' எனும் பெரியபுராணத்துக்கு முதல் நூலாக அமைந்தது எது?
    - அ) திருத்தொண்டத்தொகை
    - ஆ) திருவாசகம்
    - இ) திருமந்திரம்
    - ஈ) திருக்கோவையார்

61. 'நாலடி நானூறு' என அழைக்கப்படும் நூல் எது?
    - அ) நான்மணிக்கடிகை
    - ஆ) நாலடியார்
    - இ) இன்னாநாற்பது
    - ஈ) இனியவை நாற்பது

62. சுருதிமுதல் - என்ற சொல்லின் பொருள் யாரைக் குறிக்கின்றது?
    - அ) யூதர்
    - ஆ) இயேசுநாதர்
    - இ) சீடர்
    - ஈ) குற்றவாளி

50. அ 51. அ 52. ஆ 53. ஆ 54. அ 55. ஆ 56. ஆ 57. இ 58. அ 59. ஆ
60. அ 61. ஆ 62. ஆ

63. சொல்லில் தோன்றும் குற்றங்கள் எத்தனை ?

அ) 3 ஆ) 4
இ) 6 ஈ) 10

64. திருவிளையாடற் புராணத்தை இயற்றியவர்

அ) நக்கீரர்
ஆ) பரஞ்சோதி முனிவர்
இ) தருமி
ஈ) சிவபெருமாள்

65. சிறுபஞ்சமூலம் என்ற நூலில் கடவுள் வாழ்த்துடன் ______ வெண்பாக்கள் உள்ளன.

அ) தொண்ணூற்றொன்பது
ஆ) தொண்ணூற்றேழு
இ) தொண்ணூற்றாறு
ஈ) நூற்றெட்டு

66. ஆண்பால் பிள்ளைத் தமிழுக்குரிய பருவம் எது?

அ) அம்மானை
ஆ) ஊசல்
இ) சிறுதேர்
ஈ) கழங்கு

67. உ.வே.சா. பதிப்பிக்காத நூல் எது?

அ) உலா
ஆ) கோவை
இ) பிள்ளைத்தமிழ்
ஈ) பரணி

68. 'சாமிநாதன்' என்று ஆசிரியரால் பெயரிடப்பட்டவர்

அ) அம்பேத்கர்
ஆ) காமராசர்
இ) உ.வே.சா.
ஈ) அண்ணா

69. உ.வே.சா.வின் வாழ்க்கை வரலாறு தொடராக வந்த இதழ்

அ) இந்தியா
ஆ) குயில்
இ) ஆனந்தவிகடன்
ஈ) நவசக்தி

70. திரு.வி.க.-வின் செய்யுள் நூல்கள்

I. உரிமை வேட்டல்
II. சைவத்திறவு
III. பொருளும் அருளும்
IV. கடவுட்காட்சியும் தாயுமானவரும்

சரியான விடையளி :

அ) II, III சரி ஆ) I, II சரி
இ) I, III சரி ஈ) நான்கும் சரி

71. 'மரபுக் கவிதையின் வேர் பார்த்தவர்; புதுக்கவிதையின் மலர்பார்த்தவர்' - என்று பாராட்டப்படுபவர்

அ) மு. மேத்தா
ஆ) சிற்பி
இ) அப்துல்ரகுமான்
ஈ) சி. மணி

72. 'சூரியஒளி பெறாத செடியும், பகுத்தறிவு ஒளி பெறாத சமுதாயமும் வளர்ச்சி அடையாது' என உணர்ந்தவர்

அ) பாரதி
ஆ) சுரதா
இ) பாரதிதாசன்
ஈ) கவிமணி

73. எழுத்து என்பதற்கு ஓவியம் எனப் பொருள் - கூறும் நூல்கள்

அ) நற்றிணை, குறுந்தொகை
ஆ) அகநானூறு, புறநானூறு
இ) பரிபாடல், குறுந்தொகை
ஈ) குறுந்தொகை, புறநானூறு

74. சரியான விடையைத் தேர்ந்தெடுக்க.

அ) திராவிட > திரவிட > திரமிள > தமிழ்
ஆ) திராவிட > திரமிள > திரவிட > தமிழ்
இ) தமிழ் > திரமிள > திரவிட > திராவிட
ஈ) தமிழ் > திராவிட > திரமிள > திரவிட

63. ஆ 64. ஆ 65. ஆ 66. இ 67. இ 68. இ 69. இ 70. இ 71. இ 72. இ 73. இ 74. இ

75. **சரியான விடையை எழுதுக.**

நடுத்திராவிட மொழிகள் யாவை ?

அ) கதபா, பெங்கோ, கோயா

ஆ) தோடா, கோத்தா, கொரகா

இ) மால்தோ, குரூக், பிராகுய்

ஈ) கோத்தா, கூவி, மால்தோ

76. **கோடிட்ட இடங்களை நிரப்புக.**

இராணி மங்கம்மாள் கட்டிய அன்னச்சத்திரம் உள்ள இடம் ____

அ) தஞ்சை ஆ) மதுரை

இ) கோவை ஈ) திருச்சி

77. **''கன்னல் பொருள் தரும் தமிழே நீ ஓர் பூக்காடு ;**

நானோர் தும்பி!''

-என்று தமிழின் மீது காதல் கொண்டு பாடிய கவிஞர்

அ) பாரதியார்

ஆ) சுப்புரத்தினம்

இ) வெ.இராமலிங்கம் பிள்ளை

ஈ) சுரதா

78. **எள்ளறு சிறப்பின் இமையவர் வியப்பப்**

புள்ளுறு புன்கண் தீர்த்தோன் அன்றியும் ....

- இவ்வரிகள் இடம் பெறும் நூல்

அ) சிலப்பதிகாரம்

ஆ) மணிமேகலை

இ) கம்பராமாயணம்

ஈ) வில்லிபாரதம்

79. **எளிமையினால் ஒரு தமிழன் படிப்பில்லை யென்றால்**

இங்குள்ள எல்லாரும் நாணிடவும் வேண்டும்

- இவ்வடிகள் இடம் பெற்றுள்ள நூல்

அ) அழகின் சிரிப்பு

ஆ) தமிழ் வளர்ச்சி

இ) இளைஞர் இலக்கியம்

ஈ) இருண்ட வீடு

80. **அரியதாம் உவப்ப உள்ளத் தன்பினால் அமைந்த காதல் தெரிதரக் கொணர்ந்த என்றால் அமிழ்தினும் சீர்த்தவன்றே**

- இவ்வடிகள் இடம் பெறும் நூல்

அ) பெரிய புராணம்

ஆ) சிலப்பதிகாரம்

இ) கம்பராமாயணம்

ஈ) தேவாரம்

81. **''ஒருவழித் தோன்றியாங்கு என்றும் சான்றோர்**

சான்றோர் பாலர் ஆப''

எனக் கூறும் நூல்

அ) அகநானூறு

ஆ) குறுந்தொகை

இ) கலித்தொகை

ஈ) புறநானூறு

82. **'கூடலில் ஆய்ந்த ஒண்தீந் தமிழின்' எனத் தமிழ்மொழியைப் போற்றும் நூல்**

அ) சிலப்பதிகாரம்

ஆ) புறநானூறு

இ) பரிபாடல்

ஈ) திருவாசகம்

83. **'மன்னனுக்குத் தன்தேச மல்லாற் சிறப்பில்லை கற்றோர்க்குச் சென்றவிட மெல்லாஞ் சிறப்பு'**

- இப்பாடலடிகளை இயற்றிய புலவர்

அ) திருவள்ளுவர்

ஆ) ஔவையார்

இ) பட்டினத்தார்

ஈ) காளமேகப்புலவர்

84. **பொருத்துக :**

a.	வட்டி	1.	எருமை
b.	யாணர்	2.	பவளம்
c.	துகிர்	3.	பனையோலைப்பெட்டி
d.	மேதி	4.	புதுவருவாய்

குறியீடுகள் :

	a)	b)	c)	d)
அ)	3	2	4	1
ஆ)	3	4	2	1
இ)	2	3	4	1
ஈ)	4	1	2	3

75. அ 76. ஆ 77. ஆ 78. அ 79. ஆ 80. இ 81. ஈ 82. ஈ 83. ஆ 84. ஆ

85. ''வந்தது யாருக்கும் தெரியாது- நீ வாழ்ந்ததை உலகம் அறியாது'' - இவ்வடிகள் இடம் பெறும் பாடலைப் பாடியவர்
அ) முத்துக்குமார்
ஆ) கபிலன்
இ) தாரா பாரதி
ஈ) இளைய கம்பன்

86. நாலாயிர திவ்வியப் பிரபந்தத்தைத் தொகுத்தவர்
அ) நம்பியாண்டார் நம்பி
ஆ) வேதமுனி
இ) நாதமுனி
ஈ) பெரியவாச்சான் பிள்ளை

87. எட்டுத்தொகை நூல்களில் அகம் சார்ந்த நூல் எண்ணிக்கை எத்தனை ?
அ) 3 ஆ) 7
இ) 2 ஈ) 5

88. பொருத்துக :

a.	புள்	1.	எருமை
b.	நுதல்	2.	துன்பம்
c.	மேதி	3.	பறவை
d.	நடலை	4.	நெற்றி

குறியீடுகள் :

	a)	b)	c)	d)
அ)	1	3	2	4
ஆ)	3	4	1	2
இ)	4	2	3	1
ஈ)	2	1	4	3

89. ''முந்தை இருந்து நட்டோர் கொடுப்பின் நஞ்சும் உண்பர் நனிநாகரிகர்'' என்னும் அடிகள் இடம்பெற்றுள்ள நூல்
அ) நாலடியார் ஆ) புறநானூறு
இ) திருக்குறள் ஈ) நற்றிணை

90. ஊழிபெயரினும் தாம் பெயரார் சான்றாண்மைக்(கு)
ஆழி எனப்படு வார் - எனும் குறட்பாவில் 'ஊழி' என்பதன் பொருள்
அ) கடல்
ஆ) நிலம்
இ) காலம்
ஈ) உலகம்

91. அகநானூற்றில் ஒற்றைப்படை எண்களாக வரும் பாடல்களை சார்ந்த திணை
அ) குறிஞ்சித் திணை
ஆ) பாலைத் திணை
இ) முல்லைத் திணை
ஈ) நெய்தல் திணை

92. பொருந்தாத சொல்லைத் தெரிவு செய்க.
அ) கலித்தொகை
ஆ) குறுந்தொகை
இ) நெடுந்தொகை
ஈ) நறுந்தொகை

93. திரிகடுகம் நூலின் ஆசிரியர்
அ) விளம்பி நாகனார்
ஆ) நல்லாதனார்
இ) முன்றுறையரையனார்
ஈ) பெருவாயின் முள்ளியார்

94. உருவ வழிபாடு செய்யாமல் வெட்டவெளியையே கடவுளாக வழிப்பட்ட சித்தர் யார் ?
அ) பாம்பாட்டிச் சித்தர்
ஆ) கடுவெளிச் சித்தர்
இ) குதம்பைச் சித்தர்
ஈ) அழுகுணிச் சித்தர்

95. 'குறட்டை ஒலி' சிறுகதையின் ஆசிரியர்
அ) மு. வரதராசனார்
ஆ) அகிலன்
இ) விந்தன்
ஈ) புதுமைப்பித்தன்

96. தமிழக மக்களால் 'காந்தியக் கவிஞர்' எனப் பெருமையுடன் அழைக்கப் பெற்றவர்
அ) வெ. இராமலிங்கனார்
ஆ) பாரதியார்
இ) திரு.வி. கல்யாணசுந்தரனார்
ஈ) மீனாட்சி சுந்தரனார்

85. இ 86. இ 87. ஈ 88. ஆ 89. ஈ 90. ஈ 91. ஆ 92. ஈ 93. ஆ 94. ஆ 95. அ 96. அ

97. 'மலரும் மாலையும்' என்ற நூலை இயற்றியவர்

அ) திரு.வி. கல்யாணசுந்தரனார்

ஆ) மு. வரதராசனார்

இ) கவிமணி தேசிக விநாயகம்

ஈ) வெ. இராமலிங்கம்

98. இந்திய நாட்டை 'மொழிகளின் காட்சிச்சாலை' (Museum of Languages) எனக் குறிப்பிட்டுள்ள தமிழ் அறிஞர் யார்?

அ) ஹீராஸ் பாதிரியார்

ஆ) தெ.பொ. மீனாட்சி சுந்தரனார்

இ) நேரு

ஈ) ச. அகத்தியலிங்கம்

99. ''பதினாறு செவ்வியல் தன்மைகளைக் கொண்டது செம்மொழி'' எனக் கூறியவர்

அ) திரு.வி. கல்யாணசுந்தரனார்

ஆ) தெ.பொ. மீனாட்சி சுந்தரனார்

இ) உ.வே. சாமிநாத ஐயர்

ஈ) தேவநேயப் பாவாணர்

100. 'நுணங்கிநூல் நோக்கி இழையா' இத்தொடரில் 'நுணங்கி' என்பதன் பொருள்

அ) ஆராய்ந்து

ஆ) நுண்ணறிவு

இ) வணங்கி

ஈ) பணிந்து

101. 'புத்தரது ஆதி வேதம்' என்னும் நூலை எழுதியவர்

அ) அம்பேத்கர்

ஆ) பெரியார்

இ) அயோத்திதாசப் பண்டிதர்

ஈ) ஆறு. அழகப்பன்

102. 'புரட்சி முழக்கம்' என்ற நூலை இயற்றியவர்

அ) பாரதிதாசன்

ஆ) பெரியார்

இ) சாலை. இளந்திரையன்

ஈ) வண்ணதாசன்

103. 'கவிஞர் முடியரசன்' எழுதாத நூல்

அ) காவியப்பாவை

ஆ) தேன்மழை

இ) வீரகாவியம்

ஈ) பூங்கொடி

104. ''வசனநடை கைவந்த வல்லாளர்'' - எனப் பாராட்டப்பட்டவர்

அ) ஆறுமுகநாவலர்

ஆ) மறைமலையடிகள்

இ) பரிதிமாற்கலைஞர்

ஈ) இரா.பி. சேதுப்பிள்ளை

105. 'ஈசான தேசிகர்' என்று அழைக்கப்படுபவர்

அ) கவிமணி தேசிக விநாயகம் பிள்ளை

ஆ) ஞானதேசிகர்

இ) சுவாமிநாத தேசிகர்

ஈ) மறைமலை அடிகள்

106. மகாவித்துவான் மீனாட்சி சுந்தரனார் பிறந்த ஆண்டு

அ) 1715

ஆ) 1755

இ) 1785

ஈ) 1815

107. 'மலர்தலைஞாலத்துமன்னுயிர்க் கெல்லாம் தகுதியால் வாழ்தல்' - இவ்வடிகள் இடம் பெறும் நூல்

அ) கார் நாற்பது

ஆ) மதுரைக்காஞ்சி

இ) இனியவை நாற்பது

ஈ) ஐந்திணை ஐம்பது

108. ''ஆசனத்தில் பூசனைகள் அமர்வித்து விருப்பினுடன்
வாசம் நிறை திருநீற்றுக் காப்பேந்தி மனந்தழைப்ப''
- இப் பாடலடிகள் இடம் பெறும் நூல்

அ) பெரியபுராணம்

ஆ) கந்தபுராணம்

இ) சிலப்பதிகாரம்

ஈ) மணிமேகலை

97. இ 98. ஈ 99. ஈ 100. ஆ 101. இ 102. இ 103. ஆ 104. அ 105. இ 106. ஈ
107. இ 108. அ

109. ''நீலமுடி தரித்த பல மலை சேர்நாடு
நீரமுத மெனப் பாய்ந்து நிரம்பு நாடு''
- இப்புகழ்மிக்க பாடலடிகள் இடம் பெற்றுள்ள நூல்
அ) குயில் பாட்டு
ஆ) பாஞ்சாலி சபதம்
இ) கண்ணன் பாட்டு
ஈ) அழகின் சிரிப்பு

110. 'நாற்கரணங்கள்' எனப்படுவது ________
அ) அறம், பொருள், இன்பம், வீடு
ஆ) வெண்பா, ஆசிரியப்பா, கலிப்பா, வஞ்சிப்பா
இ) மனம், புத்தி, சித்தம், அகங்காரம்
ஈ) வைதருப்பம், கௌடம், பாஞ்சாலம், மாகதம்

111. 'தமிழ் கெழு கூடல்' என்று மதுரையைப் போற்றிய நூல்
அ) அகநானூறு
ஆ) சிலப்பதிகாரம்
இ) புறநானூறு
ஈ) பரிபாடல்

112. ''சங்கடம் விளைவிக்கும் சாதியையும் மதத்தையும் தவிர்த்தேன்'' எனக் கூறியவர்
அ) காந்தியடிகள்
ஆ) இராமானுஜர்
இ) பெரியார்
ஈ) வள்ளலார்

113. நாலாயிர திவ்வியப்பிரபந்தத்தின் மூன்றாம் திருவந்தாதியை இயற்றியவர்
அ) பொய்கையாழ்வார்
ஆ) பூதத்தாழ்வார்
இ) நம்மாழ்வார்
ஈ) பேயாழ்வார்

114. தென்னம் பொருப்பு என்பது
அ) பொதிகை மலை
ஆ) மேரு மலை
இ) கழுகு மலை
ஈ) நீல மலை

115. ''யான் பெற்ற பெருந்தவப் பே(று) என்னை அன்றி
இருநிலத்தில் பிறந்தோரில் யார் பெற்றாரே''
இவ்வடிகள் இடம் பெறும் நூல்
அ) இராமாயணம்
ஆ) நளவெண்பா
இ) சிலப்பதிகாரம்
ஈ) வில்லிபாரதம்

116. ''உள்ளொன்று வைத்துப் புறமொன்று பேசுவார்
உறவு கலவாமை வேண்டும்'' எனப் பாடியவர்
அ) வள்ளலார்
ஆ) தாயுமானவர்
இ) திருமூலர்
ஈ) அப்பர்

117. ''நல்லது செய்தல் ஆற்றீர் ஆயினும்
அல்லது செய்தல் ஓம்புமின்''
இப்பாடல் அடிகள் இடம்பெற்றுள்ள நூல்
அ) அகநானூறு
ஆ) புறநானூறு
இ) குறுந்தொகை
ஈ) கலித்தொகை

118. கலித்தொகையில் நெய்தல்கலியைப் பாடியவர்
அ) நல்லந்துவனார்
ஆ) நக்கீரர்
இ) கபிலர்
ஈ) ஓரம்போகியார்

119. நம்மாழ்வாரையே தெய்வமாகக் கருதிப் பாசுரங்களைப் பாடியவர்
அ) மதுரகவியாழ்வார்
ஆ) திருமழிசையாழ்வார்
இ) திருமங்கையாழ்வார்
ஈ) தொண்டரடிப் பொடியாழ்வார்

109. ஆ 110. இ 111. இ 112. ஈ 113. ஈ 114. அ 115. ஈ 116. அ 117. ஆ 118. அ 119. அ

120. 'நாமார்க்கும் குடியல்லோம்' என்னும் பாடல் யாரை 'அச்சமில்லை அச்சமில்லை' எனப் பாடத் தூண்டியது ?

அ) பாரதிதாசன்
ஆ) சுரதா
இ) பாரதியார்
ஈ) வெ. இராமலிங்கம்

121. 'அளை' என்ற சொல்லின் பொருள்

அ) ஒலி
ஆ) கூப்பிடு
இ) கொடு
ஈ) புற்று

122. குறிஞ்சி நிலத்திற்குரிய தெய்வம்

அ) முருகன்
ஆ) இந்திரன்
இ) திருமால்
ஈ) வருணன்

123. பத்துப்பாட்டில் குறைந்த அடிகளையுடைய நூல்

அ) நெடுநல்வாடை
ஆ) முல்லைப் பாட்டு
இ) குறிஞ்சிப் பாட்டு
ஈ) மதுரைக் காஞ்சி

124. 'நாடகவியல்' என்னும் நூலின் ஆசிரியர்

அ) சங்கரதாஸ் சுவாமிகள்
ஆ) பரிதிமாற்கலைஞர்
இ) பம்மல் சம்பந்தனார்
ஈ) ஔவை சண்முகம்

125. சரசுவதி அந்தாதி என்னும் நூலை எழுதியவர்

அ) புகழேந்தி
ஆ) கம்பர்
இ) ஒட்டக்கூத்தர்
ஈ) ஔவையார்

126. கூத்தராற்றுப்படை என்ற சிறப்புப் பெயர் பெற்ற பத்துப்பாட்டு நூல்

அ) சிறுபாணாற்றுப்படை
ஆ) நெடுநல்வாடை
இ) மலைபடுகடாம்
ஈ) மதுரைக்காஞ்சி

127. கால்டுவெல் - பிறந்த நாடு

அ) இங்கிலாந்து
ஆ) ஜெர்மனி
இ) அயர்லாந்து
ஈ) இத்தாலி

விடை: (இ)

128. திருக்குறளின் பெருமைகளைப் போற்றி 'இணையில்லை முப்பாலுக்(கு) இந்நிலத்தே' எனப் புகழ்ந்து பாடியவர்

அ) பாரதியார்
ஆ) பாரதிதாசன்
இ) சுரதா
ஈ) தாரா பாரதி

129. ''நான் தனியாக வாழவில்லை ; தமிழோடு வாழ்கிறேன்'' என்று கூறியவர்

அ) தனிநாயகம் அடிகள்
ஆ) திரு. வி. கல்யாணசுந்தரனார்
இ) மறைமலையடிகள்
ஈ) உ.வே.சாமிநாதர்

130. 'தமிழன் என்றோர் இனமுண்டு தனியே அவற்கொரு குணமுண்டு' எனக் கூறியவர்

அ) பாரதியார்
ஆ) பாரதிதாசன்
இ) வாணிதாசன்
ஈ) நாமக்கல் கவிஞர் இராமலிங்கம் பிள்ளை

131. ''தத்தும் பாய்புனல் முத்தம் அடைக்கும் சாலை வாய்க்கன்னல் ஆலை உடைக்கும்'' இப்பாடல் வரிகள் இடம் பெற்றுள்ள இலக்கியம்

அ) கலிங்கத்துப் பரணி
ஆ) தமிழ் விடு தூது
இ) குற்றாலக் குறவஞ்சி
ஈ) முக்கூடற்பள்ளு

120. இ 121. ஈ 122. அ 123. ஆ 124. ஆ 125. ஆ 126. இ 127. இ 128. ஆ 129. ஆ
130. ஈ 131. ஈ

132. 'வீறுடைச் செம்மொழி தமிழ்மொழி உலகம் வேரூன்றிய நாள்முதல் உயிர்மொழி' என்று தமிழின் பெருமைகளைப் பறைசாற்றியவர்
அ) பாவலரேறு பெருஞ்சித்திரனார்
ஆ) பரிதிமாற் கலைஞர்
இ) அயோத்திதாசப் பண்டிதர்
ஈ) பாவாணர்

133. கார் காலத்திற்குரிய மாதங்கள்
அ) ஐப்பசி, கார்த்திகை
ஆ) ஆனி, ஆடி
இ) ஆவணி, புரட்டாசி
ஈ) மார்கழி, தை

134. ''தண்டமிழ் ஆசான்'' என்று இளங்கோவடிகளால் பாராட்டப்பெற்றவர்
அ) குமரகுருபரர்
ஆ) சீத்தலைச் சாத்தனார்
இ) சேக்கிழார்
ஈ) பாரதிதாசன்

135. சேக்கிழாரின் இயற்பெயர்
அ) மீனாட்சி சுந்தரனார்
ஆ) ஆனந்தரங்கம் பிள்ளை
இ) அருண் மொழித்தேவர்
ஈ) வாகீசர்

136. ''சேதாரம் இல்லாமல் நகை செய்ய முடியாது : சிலரேனும் மடியாமல் பகை வெல்ல முடியாது'' என்னும் உரைவீச்சுக்குச் சொந்தக்காரர்
அ) மு. மேத்தா
ஆ) சாலை. இளந்திரையன்
இ) அப்துல் ரகுமான்
ஈ) ந. பிச்சமூர்த்தி

137. திருக்குறளுக்கு வழங்கப்படாத சிறப்புப்பெயர் கண்டறிக.
அ) ஆதி காவியம்
ஆ) பொய்யாமொழி
இ) உத்தரவேதம்
ஈ) தமிழ்மறை

138. பொருந்தாச் சொல்லைக் கண்டறிதல்.
அ) காலதர்
ஆ) சாளரம்
இ) சன்னல்
ஈ) கொட்டில்கள்

139. உரிய சொல்லால் நிரப்புக : செய்க பொருளைச் ----- செருக்கறுக்கும் எஃகதனிற் கூரிய தில்
அ) செய்யார் ஆ) செய்வார்
இ) சென்று ஈ) செறுநர்

140. இசைப்பண்ணும், இசையமைத்தவர் பெயரும் குறிக்கப்பட்டுள்ள தமிழிலக்கியம்
அ) நற்றிணை
ஆ) புறநானூறு
இ) ஐங்குறுநூறு
ஈ) பரிபாடல்

141. ''நெடியோன் குன்றம்'' - எனப்பெறுவது
அ) இமயமலை
ஆ) திருவேங்கடமலை
இ) கொல்லிமலை
ஈ) அழகர் மலை

142. ''உற்றுழி உதவியும் உறு பொருள் கொடுத்தும் பிற்றைநிலை முனியாது கற்றல் நன்றே'' - இப்பாடல் இடம்பெறும் நூல்
அ) அகநானூறு
ஆ) புறநானூறு
இ) நற்றிணை
ஈ) திருக்குறள்

131. அ 133. இ 134. ஆ 135. இ 136. ஆ 137. அ 138. ஈ 139. ஈ 140. ஈ 141. ஆ 142. ஆ